നാലു റഷ്യൻ കഥകൾ

nalu russian kadhakal

•

translation
manjulamala

•

first edition
may 2018

•

typesetting
megha

•

published
chintha publishers, thiruvananthapuram

•

cover
midas

വിതരണം

ദേശാഭിമാനി ബുക്ക് ഹൗസ്

H O തിരുവനന്തപുരം-695 035
phone: 0471-2303026, 6063026
www.chinthapublishers.com
chinthapublishers@gmail.com

ബ്രാഞ്ചുകൾ

ഹെഡ്ഡാഫീസ് ബ്രാഞ്ച് കുന്നുകുഴി • സ്റ്റാച്യു തിരുവനന്തപുരം • കെ എസ് ആർ ടി സി ബസ് സ്റ്റേഷൻ ആലപ്പുഴ • കെ എസ് ആർ ടി സി ബസ് സ്റ്റേഷൻ എറണാകുളം • ഐ ജി റോഡ് കോഴിക്കോട് • മാവൂർ റോഡ് കോഴിക്കോട് • എൻ ജി ഒ യൂണിയൻ ബിൽഡിങ് കണ്ണൂർ • സെൻട്രൽ ബസ് ടെർമിനൽ കോംപ്ലക്സ് താവക്കര കണ്ണൂർ

CO - 2687 / 4661
ISBN - 978-93-87842-39-7

നാലു റഷ്യൻ കഥകൾ

പരിഭാഷ:

മഞ്ജുളമാല

ചിന്ത പബ്ലിഷേഴ്സ്
തിരുവനന്തപുരം-695 035

മഞ്ജുളമാല

എഴുത്തുകാരനായ എം വി രാഘവന്റെയും ലക്ഷ്മിയുടെയും മകൾ. ജനനം കോഴിക്കോട്. മലയാളത്തിൽ ബിരുദാനന്തര ബിരുദം. മലയാളം ലക്ചറർ ആയിരുന്നു. ഇപ്പോൾ പ്രൂഫ് റീഡറായി ജോലി ചെയ്യുന്നു. ആകാശവാണി കോഴിക്കോട് എഫ് എം അവതാരകയാണ്.

മക്കൾ : അഞ്ജിത, അഞ്ജിമ
വിലാസം : മീത്തൽ വീട്
കരുവശ്ശേരി, കോഴിക്കോട് - 10

ഉള്ളടക്കം

പ്രസാധകക്കുറിപ്പ്

ഇവാൻ തുർഗനേവ്, അലക്സാണ്ടർ പുഷ്കിൻ, നിക്കോളോയ് വാസ്‌ലേവിയച്ച് ഗൊഗോൾ, ലിയോ ടോൾസ്റ്റോയി എന്നീ നാലു പ്രശസ്ത നോവലിസ്റ്റുകളുടെ ഓരോ കഥകളുടെ സമാഹാരമാണ് *നാലു റഷ്യൻ കഥകൾ* എന്ന ഈ സമാഹാരം. കാലഭേദങ്ങളെ, ദേശങ്ങളെ അതിജീവിച്ച ഈ കഥകൾ ഒരു പുതിയ വായനാനുഭവമായിരിക്കും. ഇതിന്റെ പരിഭാഷ നിർവ്വഹിച്ചിരിക്കുന്നത് ശ്രീമതി മഞ്ജുളമാല.

ഈ കഥാസമാഹാരം ഞങ്ങൾ അഭിമാനപൂർവ്വം വായന ലോകത്തിനു സമർപ്പിക്കുന്നു.

ചിന്ത പബ്ലിഷേഴ്സ്

മുമു

ഇവാൻ തുർഗനേവ്

മോസ്കോവിന് അടുത്തുള്ള തെരുവിൽ, ചാരനിറവും വെള്ളയും കലർന്ന ബാൽക്കണിയുള്ള വീട്ടിൽ ഒരിക്കൽ വിധവയായ ഒരു വൃദ്ധ താമസിച്ചിരുന്നു. ആ വീടിനുചുറ്റും കൂലിപ്പണിക്കാരുടെ കുടുംബങ്ങളുണ്ടായിരുന്നു. വൃദ്ധയുടെ ആൺമക്കൾ പീറ്റേർസ്ബർഗിൽ ഗവൺമെന്റ് ഉദ്യോഗസ്ഥരും പെൺമക്കൾ വിവാഹിതരുമായിരുന്നു. വളരെ അപൂർവ്വമായി മാത്രമേ വൃദ്ധ വീട്ടിനു പുറത്തു പോകാറുണ്ടായിരുന്നുള്ളൂ. അവരുടെ വാർദ്ധക്യകാലം ഏകാന്തതയും ദുഃഖവുംകൊണ്ട് നിറംമങ്ങിയതായിരുന്നു. പോയകാലത്ത് അവരുടെ ജീവിതം സന്തോഷം നിറഞ്ഞതായിരുന്നെങ്കിലും ജീവിതത്തിന്റെ സായന്തനം ഒരു രാത്രിയെക്കാൾ ഇരുളാർന്നതായിരുന്നു.

അവരുടെ ജോലിക്കാരിൽ മുൻപന്തിയിൽനിന്നത് ജെറാസിമെന്ന ഒരു ചുമട്ടുകാരനായിരുന്നു. ജന്മനാ ബധിരനും ഊമയുമായ അവൻ, ഒത്ത ഉയരവും ഉറച്ച ശരീരപ്രകൃതിയുമുള്ളവനായിരുന്നു. സഹോദരന്മാരിൽനിന്ന് വേറിട്ട് ഒറ്റയ്ക്ക് ഒരു ഗ്രാമത്തിൽ ജീവിക്കുകയായിരുന്ന അവനെ വൃദ്ധ തന്റെ കൂടെ കൂട്ടിക്കൊണ്ടുവന്ന് സിനോറിന്റെ ചുമതലകൾ പരിശീലിപ്പിക്കുകയായിരുന്നു. അവൻ നാലാളുടെ ജോലികൾ ഒറ്റയ്ക്കു ചെയ്യത്തക്ക കായികശേഷിയുള്ളവനായിരുന്നു. അവൻ വയലിൽ പണിയെടുക്കുന്നതു കാണാൻതന്നെ നല്ല ചന്തമായിരുന്നു. കർഷകരുടെ കൂട്ടത്തിൽ അവൻ ഏറ്റവും മാന്യനായി ഗണിക്കപ്പെട്ടു. ഭൂമിയെ പുഷ്പിണിയാക്കാൻ കുതിരകളുടെപോലും സഹായമില്ലാതെ അവൻ ഒറ്റയ്ക്ക് ഉഴുന്നത് കാണപ്പെട്ടു. സെന്റ് പീറ്റേഴ്സ് ദിനം വന്നണഞ്ഞപ്പോൾ അസാമാന്യമായ ശക്തിയോടെ നിലമുഴുന്നതു കണ്ടാൽ മറ്റുള്ള കർഷകർ അത്ഭുതസ്തബ്ധരാകും. ചടുലവും മുഷിപ്പില്ലാത്തതുമായ

ജോലിക്കിടെ അവന്റെ ചുമലുകളിലെ മസിലുകൾ മുകളിലേക്കുയരുകയും താഴുകയും ചെയ്തുകൊണ്ടിരുന്നു. അപ്പോഴുള്ള അവന്റെ അവാച്യമായ നിശ്ശബ്ദത തന്റെ തൊഴിലിന്റെ മഹത്ത്വം വിളിച്ചോതുന്നതായിരുന്നു. മാനസിക നൊമ്പരങ്ങളിലാഴ്ന്ന ആ അസാമാന്യകർഷകന്റെ ജീവിതത്തിലേക്കു കടന്നുചെല്ലാൻ ഏതൊരു പെണ്ണും കൊതിക്കുമായിരുന്നു. പക്ഷേ, അവനെ അവന്റെ യജമാനത്തി തണുപ്പിനുള്ള രോമക്കോട്ടുകളും ബൂട്ടും വാങ്ങിക്കൊടുത്ത് കൈയിൽ ചൂലും മൺവെട്ടിയുമേല്പിച്ച് ഒരു ചുമട്ടുതൊഴിലാളിയായി നിയോഗിച്ച് മോസ്കോയിലേക്ക് കൊണ്ടുപോയി.

ആദ്യമൊന്നും അവൻ തന്റെ പുതിയ ജീവിതരീതി ഇഷ്ടപ്പെട്ടില്ല. ചെറുപ്പകാലം തൊട്ടേ വയലിൽ വേല ചെയ്ത് തികച്ചുമൊരു ഗ്രാമീണ ജീവിതമായിരുന്നു അവൻ ശീലിച്ചത്. സമൂഹത്തിൽ നിന്നകന്ന് ജീവിച്ച അവൻ പൂർണ്ണമായും ഏകാകിയായി തന്റെ ജോലികൾ ചെയ്തു. ഫലഭൂയിഷ്ഠമായ മണ്ണിൽ വളരുന്ന ഒരു വൃക്ഷത്തെപ്പോലെ അവൻ വളർന്നുവന്നു. പട്ടണത്തിലേക്കു കൊണ്ടുപോയപ്പോൾ അവിടെ താനെന്തു ചെയ്യുമെന്ന് അവനറിയുമായിരുന്നില്ല. ധാരാളം പുല്ലുള്ള വയലിലെത്തിയ കാള അരണ്ടുനില്ക്കുന്നപോലെ, പുകയും പൊടിയും പറന്നുവന്ന തീവണ്ടിയിൽ ഈ തടിയൻമൃഗം പതറിപ്പോകുന്നപോലെ കാണപ്പെട്ടു. നഗരത്തിൽ അവനെന്തു ചെയ്തെന്ന് ദൈവത്തിനു മാത്രമറിയാം. കർഷകനായുള്ള കഠിനജോലിക്കുശേഷം കിട്ടിയ പുതിയ ജോലി വളരെ നിസ്സാരമായി ജെറാസിമിനു തോന്നി. അരമണിക്കൂർ നേരംകൊണ്ട് അവനെ ഏല്പിച്ച ജോലികളെല്ലാം അവൻ ചെയ്തുതീർക്കുമായിരുന്നു. എന്നിട്ട് വീണ്ടും കടന്നു പോകുന്നവരെയെല്ലാം മിഴിച്ചുനോക്കി അവൻ ആ മുറ്റത്തിനു നടുവിൽ സ്തബ്ധനായിനിന്നു. ഉടനെതന്നെ വിശ്രമിക്കാനെന്നവണ്ണം അവൻ അവരിൽനിന്നെല്ലാം അകന്നുമാറി ചൂലും മൺവെട്ടിയും ദൂരെ വലിച്ചെറിഞ്ഞ് ഒരു മൂലയിൽ പോയി നിന്നു. മണിക്കൂറുകളോളം അനക്കമില്ലാതെ കൂട്ടിലടച്ച മൃഗത്തെപ്പോലെ മണ്ണിൽ കമിഴ്ന്നുകിടന്നു. മനുഷ്യൻ ഏതു സാഹചര്യത്തോടും വേഗത്തിൽ പൊരുത്തപ്പെടുന്നതുപോലെ ജെറാസിമും നഗരജീവിതവുമായി ഒടുവിൽ പൊരുത്തപ്പെട്ടു. അവിടെ അവനു വളരെ നിസ്സാരമായ ജോലികളേ ചെയ്യാനുണ്ടായിരുന്നുള്ളൂ. മുറ്റം വൃത്തിയാക്കലും ദിവസത്തിൽ രണ്ടു പ്രാവശ്യം ഓരോ ബാരൽ വെള്ളം നിറച്ചുവെക്കലും അടുക്കളയിലേക്കുള്ള വിറകുകൾ ശേഖരിച്ചുവെക്കലും അപരിചിതരിൽനിന്നും ആ വീടിനെ രാത്രി കാക്കലുമായിരുന്നു അവന്റെ പ്രധാന ജോലികൾ. തന്നെ ഏല്പിച്ച ജോലികൾ വളരെ ആത്മാർത്ഥതയോടെയും ശുഷ്കാന്തിയോടും അവൻ ചെയ്തു വന്നു. എത്ര പൊടിനിറഞ്ഞ കാലമായിരുന്നാലും അവന്റെ മൈതാനിയിൽ പൊടിയും ചപ്പു ചവറുകളുമൊന്നും കാണപ്പെട്ടിരുന്നില്ല. വെള്ളം കൊണ്ടുവരുന്ന കുതിരകളും വികൃതികളായ കുതിരക്കുട്ടികളും നടക്കാൻ മടി കാണിക്കവെ അവയുടെ ചുമലിൽ മൃദുവായി തട്ടി മുന്നോട്ടാക്കിക്കൊണ്ടിരുന്നു. മരം മുറിക്കുകയാണെങ്കിൽ അനായാസമായി മഴു

അവനു വഴങ്ങിക്കൊടുത്തു. മരക്കഷണങ്ങൾ യഥാസ്ഥാനത്ത് വന്നു വീണുകൊണ്ടിരുന്നു. ഒരിക്കൽ ഒരു രാത്രി അവൻ രണ്ടു കള്ളന്മാരെ പിടിച്ച് തലകൾ തമ്മിൽ കൂട്ടിയിടിച്ചുവിട്ടു. (പൊലീസിലേല്പിക്കേണ്ടവരായിരുന്നെങ്കിലും പിന്നീട് അതു വേണ്ടിവന്നില്ല.) അതിൽ പിന്നീട് അപരിചിതർക്ക് അവനൊരു പേടിസ്വപ്നമായി. അയൽപക്കക്കാർക്കുപോലും അവനോട് ബഹുമാനം തോന്നിത്തുടങ്ങി. പകൽസമയത്തെ ജോലിക്കാരോടടക്കം എല്ലാവരോടും അവൻ കാണുന്ന മാത്രയിൽത്തന്നെ കൈവീശുകയും തലയാട്ടുകയും ഉച്ചത്തിൽ ശബ്ദം പുറപ്പെടുവിക്കുകയും ചെയ്തു. എല്ലാവരോടും അവൻ നല്ല സൗഹൃദത്തിലായിരുന്നു. എന്നാലും അവരൊക്കെ അവനെ സ്വല്പം ഭയന്നിരുന്നു. തങ്ങളുടെ കൂട്ടുകാരനായി അവരവനെ ഗൗനിക്കുകയും ആംഗ്യഭാഷയിലൂടെ അവർ അവനോട് ആശയവിനിമയം നടത്തുകയും ചെയ്തിരുന്നു. അതെല്ലാം അവനു മനസ്സിലാകുകയും ചെയ്തു. ആജ്ഞകൾക്കനുസരിച്ച് ആവശ്യങ്ങൾ മനസ്സിലാക്കി പ്രവർത്തിച്ചു. അടുക്കളയിലെ മേശയിൽ അവന്റെ സ്ഥിരം സീറ്റിലിരിക്കാൻ ആരും മുതിരാറില്ല. ജെറാസിമിന് എല്ലാ കാര്യങ്ങൾക്കും ഒരു അടുക്കും ചിട്ടയുമുണ്ടായിരുന്നു. ചുരുക്കിപ്പറഞ്ഞാൽ അവനൊരു കർക്കശക്കാരനും നിർബ്ബന്ധബുദ്ധിയുമായിരുന്നു. നിവൃത്തിയില്ലാത്ത ഘട്ടങ്ങളിൽപ്പോലും പൂവൻകോഴികൾ അവന്റെ മുമ്പിൽ പൊരുതാറില്ല. അഥവാ മുന്നിലെത്തിപ്പെട്ടാൽ അവൻ കാലുകൾകൊണ്ട് അവയെ ചവിട്ടി നിർത്തുകയും ഒരു പത്തു പ്രാവശ്യമെങ്കിലും വായുവിൽ ചുഴറ്റി ഒരു ചക്രംപോലെ കറക്കി പല ദിക്കുകളിലേക്കും എറിയുകയും ചെയ്തിരുന്നു. നല്ല നല്ല വാത്തുകളെയും അവൻ സൂക്ഷിച്ചിരുന്നു. അവയെയൊക്കെ നന്നായി പരിപാലിക്കുകയും തീറ്റിക്കുകയും ചെയ്തിരുന്നു. വാത്തുകൾക്കും അവനിൽ ഭയമുണ്ടായിരുന്നു. ആൺവാത്തുകളെ മൈതാനിയിലേക്കു വിട്ടു. ആ വീട്ടിലെ അടുക്കളമച്ചിൽ നാല് ഓക്കുമരക്കൊമ്പുകൾകൊണ്ട് പലകയുണ്ടാക്കി ശക്തമായ ഒരു കിടപ്പറ അവനൊരുക്കി. പലകയ്ക്കുമേൽ രണ്ടോ മൂന്നോ ടൺ ഭാരം കയറ്റിവെച്ചാലും ഒട്ടും വളഞ്ഞുപോകാത്തത്ര ഉറപ്പിലാണത് പണിതത്. കിടക്കയ്ക്കടിയിൽ ഉറച്ച ഒരു പെട്ടിയും മൂലയിൽ അത്രതന്നെ ബലത്തിൽ ഒരു മേശയും അതിനരികിൽ മൂന്നു കാലുകളുള്ള ഒരു സ്റ്റൂളുമുണ്ടായിരുന്നു. അവനിരിക്കാൻ പാകത്തിലുള്ള അത് ചിലപ്പോൾ അവിടുന്ന് എടുത്തുയർത്തുകയും പിന്നീട് ഒരു കുസൃതിച്ചിരിയോടെ അവിടെത്തന്നെ താഴെയിടുകയും ചെയ്തു. അപ്പക്കൂടുപോലെ തോന്നിച്ചിരുന്ന ആ മച്ച് അവൻ പൂട്ടിട്ടു പൂട്ടി താക്കോൽ എപ്പോഴും എളിയിൽ സൂക്ഷിച്ചിരുന്നു. അവന്റെ മച്ചിലേക്ക് ആരുംതന്നെ കടന്നുചെല്ലുന്നത് അവനിഷ്ടമില്ലായിരുന്നു.

അങ്ങനെ ഒരു കൊല്ലം കടന്നുപോയി. അതിനൊടുവിൽ ജെറാസിമിന്റെ ജീവിതത്തിൽ ഒരാകസ്മിക സംഭവമുണ്ടായി. പാരമ്പര്യങ്ങളിലധിഷ്ഠിതമായി ജീവിച്ചിരുന്ന അവന്റെ യജമാനത്തി വളരെയേറെ പക്വതയോടെ കാര്യങ്ങൾ നോക്കി നടത്തിയിരുന്നു. അവർ അവനെ ചുമട്ടു

കാരനായി ജോലിയേല്പിച്ചു. മറ്റു ധാരാളം ജോലിക്കാരെയും നിയോഗിച്ചിരുന്നു. അലക്കുകാരും ആശാരിമാരും തയ്യൽക്കാരും തയ്യൽക്കാരികളും കുതിരക്കോപ്പുണ്ടാക്കുന്നവർപോലുമുണ്ടായിരുന്നു. അവനെ അവർ ഒരു വെറ്ററിനറി സർജ്ജനായി കണക്കാക്കി. അവർക്കൊരു കുടുംബ ഡോക്ടറുമുണ്ടായിരുന്നു. മദ്യപനും പരിക്കേറ്റ ഒരു ജന്തുവിനെപ്പോലെ സ്വയം കണക്കാക്കുകയും ചെയ്തിരുന്ന കാപ്പിറ്റോൺ ക്ലിമോവ് എന്ന ചെരിപ്പുകുത്തിവരെയുണ്ടായിരുന്നു. തന്നെ ആരും അംഗീകരിക്കുന്നില്ലെന്നും താൻ ഒന്നിനും കൊള്ളരുതാത്തവനാണെന്നും അയാൾ എപ്പോഴും വിലപിച്ചിരുന്നു. പീറ്റേർസ്ബർഗിൽനിന്ന് കൊണ്ടുവന്ന അവൻ കുറെയായി മോസ്കോയിൽ ജോലിയൊന്നുമില്ലാതെ കറങ്ങിനടക്കുന്നവനായിരുന്നു. ആരുമായും മെരുങ്ങാത്ത പ്രകൃതവും മദ്യപിച്ചുകഴിഞ്ഞാൽ സ്വയം നെഞ്ചത്തടിച്ച് മറ്റുള്ളവരുടെ പ്രീതിക്കായി വിലപിക്കുന്നവനുമായിരുന്നു. ഒരുദിവസം യജമാനത്തിയും കാര്യസ്ഥനായ ഗവ്റിലയുമായി ഇയാളെപ്പറ്റി ഒരു സംഭാഷണം നടന്നു. കഴിഞ്ഞദിവസം വൈകുന്നേരം തെരുവിൽനിന്ന് കണ്ടെത്തിയ കുറുകിയ മഞ്ഞക്കണ്ണുകളും താറാവിന്റെ കൊക്കുപോലുള്ള മൂക്കും അധികാരസ്ഥനായ ഒരു വ്യക്തിയെപ്പോലെയും തോന്നിച്ചിരുന്ന കാപ്പിറ്റോണിന്റെ സദാചാരവിരുദ്ധമായ പ്രവൃത്തിയിൽ അവർ ദുഃഖം പ്രകടിപ്പിച്ചു.

"നമ്മൾ അവനെക്കൊണ്ട് ഒരു വിവാഹം കഴിപ്പിക്കുകയാണെങ്കിൽ അവൻ നന്നാകുമെന്ന് തോന്നുന്നുണ്ടോ?" അവർ പെട്ടെന്നുതന്നെ ചോദിച്ചു.

"എന്തുകൊണ്ടവന് വിവാഹം ചെയ്തുകൂടാ? അതേതായാലും ഒരു നല്ല കാര്യമായിരിക്കും" ഗവ്റില പറഞ്ഞു.

"അതെ. പക്ഷേ, ആര് അവനെ വിവാഹം ചെയ്യും?"

"അത് താങ്കളുടെ ഇഷ്ടംപോലെ. അവന് അലഞ്ഞുതിരിയാൻ ഇടയാക്കാത്ത ഒരു സാഹചര്യം ഉണ്ടാക്കണം."

"തത്ത്യാനയെ അവനിഷ്ടപ്പെടുമെന്ന് ഞാൻ കരുതുന്നു" അവർ പറഞ്ഞു.

ഗവ്റില എന്തോ പറയാൻ ഭാവിച്ചെങ്കിലും ഒന്നും മിണ്ടിയില്ല.

"അതെ. അവൻ തത്ത്യാനയെ വിവാഹം ചെയ്യട്ടെ" എന്ന് ഒരു നുള്ള് പൊടി വലിച്ചുകൊണ്ട് അവർ പറഞ്ഞു.

"നീ കേൾക്കുന്നുണ്ടോ?"

"അതെ." ഗവ്റില അവിടെനിന്ന് തിരിച്ചുപോയി.

ലോഡ്ജിലെ ഇരുമ്പുപെട്ടികൾ നിറഞ്ഞ ചെറിയ മുറിയിലേക്ക് അയാൾ പോയി. ആദ്യംതന്നെ അയാൾ ഭാര്യയെ പുറത്തേക്കു പറഞ്ഞയച്ച് ജനലിനരികിലിരുന്ന് ആലോചിച്ചു. യജമാനത്തിയുടെ അപ്രതീക്ഷിതമായ ഈ ഏർപ്പാട് അയാളെ വിഷമത്തിലാഴ്ത്തി. അവസാനം അയാൾ എണീറ്റ് കാപ്പിറ്റോണിനെ വിളിക്കാൻ ആളയച്ചു. കാപ്പിറ്റോൺ ഉടനെതന്നെയെത്തി. കാപ്പിറ്റോൺ വിവാഹം കഴിക്കാനിരിക്കുന്ന

തത്ത്യാന എത്തരത്തിലുള്ള പെൺകുട്ടിയാണെന്നും അവളാരാണെന്നും യജമാനത്തിയുടെ കല്പന കാര്യസ്ഥനെ വിഷമിപ്പിച്ചതെന്തുകൊണ്ടാണെന്നും ചുരുങ്ങിയ വാക്കുകളിൽ വായനക്കാരോട് പറയുന്നത് അസ്ഥാനത്താവില്ലെന്നു കരുതുന്നു.

മറ്റുള്ള ജോലിക്കാരെക്കാളും നല്ല കഴിവും ആത്മാർത്ഥതയുമുള്ളവളും തയ്യൽജോലിയിൽ പരിശീലനം സിദ്ധിച്ചവളുമായിരുന്നു തത്ത്യാന എന്ന പെൺകുട്ടി. മുന്തിയ ലിനൻ തുണികൾ മാത്രമേ അവൾ കൈകാര്യം ചെയ്തിരുന്നുള്ളൂ. വളരെ മെലിഞ്ഞ് ഇടതുകവിളിൽ മറുകുള്ള അവൾ, ധാരാളം മുടിയുള്ള ഒരു ഇരുപത്തെട്ടുകാരിയായിരുന്നു. റഷ്യയിലെ ജനങ്ങൾ ഇടത്തു കവിളിൽ മറുകുള്ളത് അപശകുനമായി കണക്കാക്കിയിരുന്നു. അസംതൃപ്തമായ ജീവിതത്തിന്റെ ചിഹ്നമെന്നോണം തത്ത്യാന അവളുടെ ഭാഗ്യത്തെപ്പറ്റി ഒരിക്കലും ചിന്തിച്ചിട്ടില്ല. അവളുടെ യൗവനത്തിന്റെ ആദ്യകാലം വളരെയേറെ പീഡനങ്ങൾ നിറഞ്ഞതായിരുന്നു. മുഷിഞ്ഞ വസ്ത്രങ്ങളുമുടുത്ത് രണ്ടു പേരുടെ ജോലി ഒറ്റയ്ക്കുചെയ്ത അവൾ സ്നേഹമെന്തെന്നറിഞ്ഞിട്ടില്ല. ആരുമായും അവൾക്ക് കൂടുതൽ ബന്ധങ്ങളില്ലായിരുന്നു. ഒരുകാലത്ത് ബട്ലറായ ഒരമ്മാവൻ അവളെ നോക്കിയിരുന്നു. പക്ഷേ, പിന്നീട് അയാളെക്കൊണ്ട് യാതൊരു ഉപകാരവുമുണ്ടായില്ല. മറ്റുള്ള അമ്മാവന്മാർ കർഷകരായിരുന്നു. അത്രമാത്രം. ഒരുകാലത്ത് അവൾ സുന്ദരിയായിരുന്നു. വളരെ വേഗം തന്നെ അവളുടെ സൗന്ദര്യം വറ്റിവരണ്ടു. തന്റെ കൃത്യനിർവ്വഹണത്തിനിടയിൽ അവൾ ശാന്തയും ഭയപ്പെട്ടവളും എല്ലാറ്റിൽനിന്നും അകന്നുമാറി നില്ക്കുന്നവളുമായിരുന്നു. മറ്റുള്ളവർക്കിടയിൽ അവൾ വല്ലാതെ ഭയചകിതയായിരുന്നു. തന്റെ ജോലികളെല്ലാം കൃത്യസമയത്ത് ഏറ്റവും ഭംഗിയായി ചെയ്തുകൊടുക്കണമെന്നുമാത്രമേ ചിന്തയുണ്ടായിരുന്നുള്ളൂ. ആരോടും സംസാരിക്കാൻ നില്ക്കാത്ത അവൾ, തന്റെ യജമാനത്തിയുടെ പേരു കേട്ടാൽപ്പോലും ഭയപ്പെടുമായിരുന്നു. ജെറാസിമിനെ ഗ്രാമത്തിൽനിന്ന് ഇങ്ങോട്ടുകൊണ്ടുവന്ന കാലത്ത് അവന്റെ ഭീകരരൂപംകണ്ട് ഭയന്ന് മരിക്കുമെന്നുപോലും അവൾക്ക് തോന്നിയിരുന്നു. അവന്റെ കണ്ണിൽപ്പെടാതെ എപ്പോഴും അവൾ ഒഴിഞ്ഞുമാറിനടന്നിരുന്നു. അവൻ പിന്നാലെയെങ്ങാനും ഉണ്ടെന്നറിഞ്ഞാൽ കണ്ണിമയ്ക്കാതെ ആ വീട്ടിൽനിന്നും അലക്കുസ്ഥലത്തേക്ക് ധൃതിവെക്കുമായിരുന്നു അവൾ. ആദ്യമാദ്യം ജെറാസിം തത്ത്യാനയെ ശ്രദ്ധിച്ചിരുന്നില്ല. പക്ഷേ, പിന്നീട് അവൾ കടന്നുപോകുമ്പോൾ അവൻ ചിരിക്കാൻ ശ്രമിക്കാറുണ്ട്. പിന്നെപ്പിന്നെ അവൻ അവളിൽനിന്ന് കണ്ണെടുക്കാതെ ആരാധനയോടെ തുറിച്ചുനോക്കിനില്ക്കാറുണ്ട്. അവളുടെ സൗമ്യമായ ഭാവപ്രകടനങ്ങളിലും നിഷ്കളങ്കതയിലും അവൻ ഭ്രമിച്ചിരുന്നോ? ആർക്കറിയാം. ഒരുദിവസം കൈയിൽ യജമാനത്തിയുടെ സ്റ്റാർച്ചുചെയ്ത് ഒതുക്കിപ്പിടിച്ച ഉടുപ്പുകളുമായി മുറ്റത്തൂടെ ആരുടെ കണ്ണിലുംപെടാതെ ഒളിച്ചു കടക്കുമ്പോൾ പെട്ടെന്ന് ആരോ അവളുടെ മുട്ടുകൈ ബലമായി പിടിച്ചു. ഞെട്ടിത്തി

രിഞ്ഞ് ആർത്തുകരഞ്ഞപ്പോൾ പിന്നിൽ ജെറാസിം നില്ക്കുന്നുണ്ടായിരുന്നു. ഒരു വിഡ്ഢിച്ചിരിയോടെ അവനവളെ പിടിച്ചണയ്ക്കാനോങ്ങി. അവൾ ചെറുത്തുനിന്നപ്പോൾ പിടിക്കാനായി ചുറ്റുമോടി. സ്വർണ്ണവാലും ചിറകുകളുമുള്ള കോഴിയുടെ രൂപത്തിലുള്ള ഒരു പലഹാരം അവനവൾക്കു വെച്ചുനീട്ടി. അവളതു നിരസിച്ചു. ഒരുതരം വല്ലാത്ത ശബ്ദത്തോടെ, വികാരവായ്പ്പോടെ അവനവന്റെ കൈയിൽ പിടിച്ചു. എന്നിട്ട് തലകുലുക്കി നടന്നുപോയി. തിരിഞ്ഞുനോക്കി അവളോട് സ്നേഹത്തിൽ എന്തോ ശബ്ദം പുറപ്പെടുവിച്ചു.

അന്നുമുതൽ അവനവൾക്ക് സ്വൈരം കൊടുത്തിട്ടില്ല. അവളെവിടെ പോയാലും ഉടൻ അവനവിടെയെത്തും. അടുത്തുചെന്ന് കൈയാട്ടുകയും ചിരിക്കുകയും അമറുകയും കൈപിടിക്കാനായുകയുമൊക്കെ ചെയ്യാറുണ്ട്. ആ പാവം പെൺകുട്ടിക്ക് അപ്പോൾ എങ്ങനെ പെരുമാറണമെന്നറിയുമായിരുന്നില്ല. വേഗത്തിൽത്തന്നെ ഊമയ്ക്ക് തത്ത്യാനയോടുള്ള പ്രേമചാപല്യങ്ങൾ അവിടമൊക്കെ അറിയാനിടയായി. പക്ഷേ, അവനെ അധിക്ഷേപിക്കാനോ പരിഹസിക്കാനോ തമാശയായി പറഞ്ഞു രസിക്കാനോ ആരുംതന്നെ ധൈര്യപ്പെട്ടില്ല. പൊതുവേ അവൻ തമാശ ഇഷ്ടപ്പെട്ടിരുന്നില്ല. എന്തിന്? അവൾ പോലും അവന്റെ മുമ്പിൽ നിശ്ശബ്ദയായിരുന്നു. താനിഷ്ടപ്പെട്ടാലുമില്ലെങ്കിലും താനയാളുടെ സംരക്ഷണവലയത്തിലാണെന്ന കാര്യം അവൾ മനസ്സിലാക്കി. സാധാരണ മറ്റുള്ള ഊമകളെപ്പോലെ അവനും തികച്ചും സംശയാലുവായിരുന്നു. അതിനാൽ എല്ലാവരും വളരെ സൂക്ഷിച്ചേ അവനോടും അവളോടും ചിരിക്കുമായിരുന്നുള്ളൂ. ഒരു ദിവസം രാത്രി ഭക്ഷണസമയത്ത് തത്ത്യാനയുടെ മേലധികാരിയായ തുണി സൂക്ഷിപ്പുകാരി അവളെ കർക്കശമായി അധിക്ഷേപിച്ചു. മറുപടി പറയാനാവാതെയും എങ്ങോട്ടുനോക്കണമെന്നുപോലും അറിയാതെയും അവൾ കുഴങ്ങിപ്പോയ നിലയിലായി. ശകാരം സഹിക്കവയ്യാതെ തത്ത്യാന കരയുമെന്ന മട്ടിലായി. ഉടനടി ജെറാസിം തന്റെ ബലിഷ്ഠമായ കൈകൾകൊണ്ട് ആ സ്ത്രീയുടെ തലയ്ക്കുനോക്കി ഒറ്റ അടികൊടുത്തു. പൈശാചികവും നിർദയവുമായി അവരെ മേശയ്ക്കു മുകളിലേക്ക് തള്ളിയിട്ടു. കണ്ടുനിന്നവരെല്ലാം സ്തബ്ധരായിപ്പോയി. ജെറാസിം അപ്പോൾ യാതൊന്നുമറിയാത്തപോലെ വീണ്ടും തന്റെ കാബേജ് സൂപ്പ് കോരിക്കുടിക്കുവാൻ തുടങ്ങി.

“അവനെ നോക്കൂ, ആ ഊമപ്പിശാച്, മരപ്പിശാച്....!” അവരെല്ലാം ശബ്ദം താഴ്ത്തി മുറുമുറുത്തുകൊണ്ടിരുന്നു. ഉടൻതന്നെ ആ സ്ത്രീ വീണിടത്തുനിന്നും എഴുന്നേറ്റ് യജമാനത്തിയുടെ മുറിയിലേക്കോടി. മറ്റൊരിക്കൽ, നമ്മൾ മുമ്പത്തെ സംഭാഷണത്തിൽ രേഖപ്പെടുത്തിയ കാപ്പിറ്റോൺ, തത്ത്യാനയുമായി രഹസ്യമായി സല്ലപിച്ചപ്പോൾ, ജെറാസിം അവനെ മാടിവിളിച്ച് ഷെഡ്ഡിലേക്കു കൂട്ടിക്കൊണ്ടുപോയി മൂലയിൽനിന്ന് ഒരു വടിയെടുത്ത് താക്കീതെന്നവണ്ണം പതുക്കെ ഒന്നു ഭീഷണിപ്പെടുത്തി. അതിൽപിന്നീട് യാതൊരാളും തത്ത്യാനയുമായി ഒരക്ഷരംപോലും ഉരി

യാടാൻ തുനിയാറില്ല. അവനിതിലൊന്നും യാതൊരു കുറ്റബോധവുമുണ്ടായതുമില്ല. തുണിസൂക്ഷിപ്പുകാരി ഓടി യജമാനത്തിയുടെ മുറിയിലെത്തിയപ്പോഴേക്കും കുഴഞ്ഞുവീണു. പിന്നീട് അന്നുതന്നെ അവർ ജെറാസിമിന്റെ ക്രൂരപ്രവൃത്തിയെപ്പറ്റി യജമാനത്തിയോട് വളരെ തന്ത്രപൂർവ്വം വ്യക്തമാക്കി. പക്ഷേ, അവർ ചിരിക്കുകമാത്രമാണുണ്ടായത്. പല പ്രാവശ്യവും അവരുടെ അപമര്യാദ പ്രവൃത്തികളെപ്പറ്റി എടുത്തെടുത്ത് ചോദിച്ചു: “എങ്ങനെ നിന്റെ തല അവന്റെ ബലമുള്ള കൈകളാൽ താഴ്ത്തി?” അടുത്തദിവസം അവർ ജെറാസിമിന് ഒരു നാണയം കൊടുത്തയച്ചു. സത്യസന്ധനും മിടുക്കനുമായ ആ കാവല്ക്കാരനെ അവർ നന്ദിയോടെയാണ് കണ്ടത്. ജെറാസിം ഭയഭക്തിബഹുമാനങ്ങളോടെ അവരുടെ മുമ്പിൽ വന്നുനിന്നു. ആദരവോടെതന്നെ നിറഞ്ഞ പ്രതീക്ഷകളുമായി അവരുടെയടുത്ത് തത്ത്യാനയുമായുള്ള വിവാഹത്തിന് അവധി ചോദിക്കാനൊരുങ്ങി നില്ക്കുകയായിരുന്നു അവൻ. തനിക്ക് കാര്യസ്ഥൻ വാഗ്ദാനം ചെയ്ത കോട്ടിനായി അവൻ കാത്തുനിന്നു. പക്ഷേ, ഇപ്പോൾ പെട്ടെന്ന് കാപ്പിറ്റോണുമായുള്ള തത്ത്യാനയുടെ വിവാഹത്തിനൊരുക്കം കൂട്ടുകയാണ് യജമാനത്തി.

യജമാനത്തിയുമായുള്ള ഗവ്റിലയുടെ സംഭാഷണത്തിനുശേഷം അയാൾക്കു വന്നിട്ടുള്ള അസ്വാസ്ഥ്യത്തിനുകാരണം ഇപ്പോൾ വായനക്കാരനു മനസ്സിലായിക്കാണും. ജനലരികിലിരുന്ന് അവൻ യജമാനത്തിയുടെ സ്നേഹം മനസ്സിലാക്കി. ജെറാസിമിനോട് അവർക്ക് തീർച്ചയായും സ്നേഹവും ആദരവുമുണ്ട്. ഗവ്റിലയ്ക്ക് ഇത് നന്നായറിയാം. അതുകൊണ്ടുതന്നെയാണ് അയാൾ ഇങ്ങനെ ചിന്തിച്ചത്. ഒരു മിണ്ടാപ്രാണിയായതിനാൽ ജെറാസിമിന് തത്ത്യാനയോടുള്ള പ്രണയാഭ്യാർത്ഥന അവരുടെ മുമ്പിൽവെക്കാൻ കഴിയില്ല. എന്തായിരുന്നാലും അവനൊരു അസാധാരണനായ ഭർത്താവായിരിക്കുമെന്നതിൽ തർക്കമില്ല. മറിച്ച്, കാപ്പിറ്റോണാണ് തത്ത്യാനയെ വിവാഹം കഴിക്കുന്നതെന്നറിഞ്ഞാൽ ആ പിശാച് അവിടം മൊത്തം തകർത്തുതരിപ്പണമാക്കും. അവന് ഇക്കാര്യത്തിൽ ഒരു തിരിച്ചറിവുമുണ്ടാകില്ല. അത്തരത്തിലൊരു പിശാചാണവൻ. ദൈവം എന്നോടു പൊറുക്കട്ടെ. അവനിൽനിന്ന് ഒരുതരത്തിലും രക്ഷപ്പെടില്ല.

കാപ്പിറ്റോണിന്റെ കടന്നുവരവ് ഗവ്റിലയുടെ പുനരാലോചന മുറിപ്പെടുത്തി. ദുർവൃത്തനായ ആ ചെരിപ്പുകുത്തി പിന്നോട്ട് കൈകെട്ടി ഉദാസീനനായി, അശ്രദ്ധനായി ചുമരിനു നേരേവന്ന് വാതിലിനടുത്തെത്തി. വലതുകാൽ അവന്റെ ഇടതുകാലിനു കുറുകേയാക്കി, തലകുലുക്കി.

“എന്താ, എന്തിനാണെന്നെ വിളിപ്പിച്ചത്?” എന്ന് ചോദിച്ചു.

ഗവ്റില കാപ്പിറ്റോണിനെ നോക്കി, ജനലിനുമുകളിൽ താളം പിടിച്ചു. കാപ്പിറ്റോൺ തന്റെ ഭാരംതൂങ്ങിയ കണ്ണുകൾ ചുഴറ്റി. പക്ഷേ, അവൻ താഴോട്ടുനോക്കാതെ ഒന്നു ചെറുതായി ഇളിച്ചുനിന്നു.

“ഞാൻ ഇതാ ഇവിടെയുണ്ട്. നിങ്ങൾക്കെന്താ വേണ്ടത്?”

“നീ വളരെ സുന്ദരനാണ്” ഗവ്റില പറഞ്ഞുനിർത്തി.

“ഒരു സുന്ദരൻ തന്നെ. അതു നിഷേധിക്കാനാവില്ല.”

കാപ്പിറ്റോൺ തന്റെ ചുമലുകൾ വെട്ടിച്ചു. ‘നിങ്ങൾക്കു കൂടുതലായി മറ്റെന്തെങ്കിലും പറയാനുണ്ടോ?’ അവൻ സ്വയം ചിന്തിച്ചു.

“ഒന്ന് നീ തന്നെയൊന്നു സ്വയം നോക്കൂ,” ഗവ്റില പറഞ്ഞു കൊണ്ടിരുന്നു. “ഇപ്പോൾ നിനക്ക് എങ്ങനെയാണ് നിന്നെപ്പറ്റി തോന്നുന്നത്!”

കാപ്പിറ്റോൺ സ്വച്ഛമായി അവനെത്തന്നെ നിരീക്ഷിച്ചു. അവന്റെ ജീർണ്ണിച്ച് കീറിപ്പറിഞ്ഞ കോട്ടും തുന്നിക്കെട്ടിയ ട്രൗസറും പൊട്ടിപ്പൊളിഞ്ഞ ബൂട്ടുകളും പ്രത്യേകിച്ച് വലതുകാലിലെ വിരലറ്റം തുന്നിക്കൂട്ടി ശരിയാക്കിയ ബൂട്ടിനുനേരേ കണ്ണയച്ച് അവൻ തന്റെ കണ്ണുകൾ വീണ്ടും കാര്യസ്ഥനിൽ ഉറപ്പിച്ചു.

“ശരി?”

“ശരി?” ഗവ്റില ആവർത്തിച്ചു. “ശരി. നീ നന്നായി സംസാരിക്കുന്നു? പഴയ നിക്കിനെപ്പോലെയുണ്ട് നീ. അതായത് നിന്നെ അവനെപ്പോലെ തോന്നിക്കുന്നു എന്നു പറഞ്ഞതിൽ ദൈവം എന്നോടു പൊറുക്കട്ടെ.”

കാപ്പിറ്റോൺ പെട്ടെന്ന് കൺമിഴിച്ചുനോക്കി.

“നിങ്ങളുടെ ഇഷ്ടംപോലെ എന്നെ അവമാനിച്ചോളൂ. ഗവ്റില ആൻഡ്രിച്ച്” അവൻ വീണ്ടും സ്വയം ചിന്തിച്ചു.

“നീ ഇപ്പോൾ വീണ്ടും മദ്യപിച്ചോ? നീ, ഏ... വാ.... എനിക്കിതിനൊരുത്തരം താ....”

“എന്റെ ആരോഗ്യക്ഷേമത്തിനുവേണ്ടി, തീർച്ചയായും ഞാൻ വീര്യമുള്ള മദ്യം കഴിക്കുന്നു” കാപ്പിറ്റോൺ മറുപടി പറഞ്ഞു.

“നിന്റെ ആരോഗ്യത്തിനുവേണ്ടിയോ?.... പീറ്റേർസ്ബർഗിൽ ജോലി പരിശീലനത്തിനിടയിൽ ഇതുകൊണ്ടാണ് അവർ നിന്നെ പെട്ടെന്ന് പറഞ്ഞു വിട്ടത്. നീ കൂടുതൽ പഠിച്ചു. നിന്റെ മടികാരണം എല്ലാം വൃഥാവിലായി.”

“ആ കാര്യത്തിൽ ദൈവമല്ലാതെ മറ്റൊരു വിധികർത്താവുമുണ്ടായിരുന്നില്ല ഗവ്റില ആൻഡ്രിച്ച്. ഞാൻ ഏതു തരത്തിലുള്ള സ്വഭാവക്കാരനാണെന്നും അലസനായി അപ്പം തിന്നാമെന്നു വിചാരിച്ചോ എന്നുമുള്ള നിങ്ങളുടെ അവജ്ഞയ്ക്ക് എനിക്കു കുറ്റം പറയാനാവില്ല. പക്ഷേ, ഒരു സുഹൃത്ത്, അവൻ എനിക്കു പ്രചോദനം തന്നു. പക്ഷേ, വളരെ നയപരമായി അവൻ ഒഴിഞ്ഞുമാറി. അപ്പോൾ ഞാൻ....”

“തെരുവിൽ ഒരു താറാവിനെപ്പോലെ അലയുമ്പോഴോ? ഏയ്, നീയൊരു ദുർവൃത്തനാണ്! പക്ഷേ, അതല്ല ഇവിടത്തെ വിഷയം” കാര്യസ്ഥൻ തുടർന്നു. “എനിക്കു നിന്നോടൊരു കാര്യം പറയാനുണ്ട്. നമ്മുടെ യജമാനത്തി....” ഇടയ്ക്ക് ഒരു മിനിറ്റ് നിർത്തി, “നീ ഒരു കല്യാണം കഴിക്കണമെന്നതാണ് നമ്മുടെ യജമാനത്തിയുടെ ആഗ്രഹം. നീ കേൾ

ക്കുന്നുണ്ടോ? നീ വിവാഹിതനായാൽ നല്ലവനാകുമെന്നവർ വിശ്വസിക്കുന്നു. നിനക്കു മനസ്സിലാകുന്നുണ്ടോ?"

"തീർച്ചയായും മനസ്സിലാകുന്നുണ്ട്."

"ശരി, എന്നാൽ നിന്നെ തല്ക്കാലം ഒളിപ്പിക്കുകയായിരിക്കും നല്ലതെന്നു തോന്നുന്നു. എന്നാലത് അവളുടെ കാര്യമാണ്. ശരി. നീ യോജിക്കുന്നുണ്ടോ?' കാപ്പിറ്റോൺ മിഴിച്ചുനിന്നു.

"ദാമ്പത്യം എല്ലാവർക്കും വളരെ നല്ലൊരു കാര്യമാണ് ഗവ്റില ആൻഡ്രിച്ച്. ഞാൻ ഇതുവരെ ആലോചിച്ചിട്ട് എനിക്കിതിൽ തികച്ചും സമ്മതമാണ്."

"വളരെ നന്നായി." ഗവ്റില മറുപടി പറഞ്ഞു. അവൻ തന്നിലേക്കുതന്നെ ഉൾവലിഞ്ഞുകൊണ്ട്. "നമ്മളൊരു ഉറച്ചതീരുമാനമെടുത്താൽ അതാർക്കും തടയാനാവില്ല. ഇതിലൊരു കാര്യം മാത്രം" അവൻ ഉച്ചത്തിൽ പറഞ്ഞു: "നമ്മുടെ യജമാനത്തി നിനക്കുവേണ്ടി ഭാര്യയെ തിരഞ്ഞെടുത്തത് നിർഭാഗ്യകരമായിപ്പോയി."

"എന്ത്? എനിക്കുവേണ്ടി അന്വേഷിച്ചതാരെയാണ്?"

"തത്ത്യാനയെ."

"തത്ത്യാന?"

കാപ്പിറ്റോൺ കണ്ണുകൾ തുറന്നുപിടിച്ചുകൊണ്ട് ചുവരിന് അല്പം ദൂരേക്കു നടന്നു.

"ശരി. ഈ തെരെഞ്ഞെടുപ്പിൽ നീയെന്തു പറയുന്നു? നിനക്കവളെ ഇഷ്ടപ്പെട്ടില്ലെന്നുണ്ടോ?"

"എന്റെയിഷ്ടത്തിനല്ല എന്നാണോ ഗവ്റില ആൻഡ്രിച്ച് താങ്കൾ പറയുന്നത്? എനിക്ക് അവളെ അങ്ങേയറ്റമിഷ്ടമാണ്. അവൾ മിടുക്കിയായ നല്ലൊരു പെൺകുട്ടിയാണ്. പക്ഷേ, ഗവ്റില, ആ കാട്ടാളൻ, ആ പിശാച് അവളുടെ പിറകേയുണ്ടെന്ന് നിങ്ങൾക്ക് നന്നായി അറിയാം...."

"എനിക്കറിയാം സുഹൃത്തേ, എനിക്കറിയാം.... അറിയാം...." കാര്യസ്ഥൻ അസഹ്യതയോടെ ചുരുക്കിപ്പറഞ്ഞു: "പക്ഷേ, ഇവിടെ നീ നോക്ക്...."

"പക്ഷേ, ഗവ്റില ആൻഡ്രിച്ച്, എന്തിന്? അവനെന്നെ കൊല്ലും. ദൈവമേ... അവനെന്നെ ഒരു പ്രാണിയെപ്പോലെ ഞെരിച്ചു കളയും. എന്തിന്.... അവന്റെ മുഷ്ടി എന്താണെന്ന്!.... അത് മിനിൻ പാഴാസ്കിയുടെ നേരേ പ്രയോഗിച്ചത്..... അവനൊരു ഊമയാണെന്ന് നിങ്ങൾക്കറിയാം. അവനുണ്ടാക്കുന്ന ബഹളങ്ങൾ അവനറിയുന്നില്ല. ഉറങ്ങുമ്പോൾപ്പോലും അവൻ മുഷ്ടി ആഞ്ഞു വീശും. അവനെ സമാധാനപ്പെടുത്താൻ യാതൊരു വഴികളുമില്ല. അല്ലെങ്കിൽത്തന്നെ എന്തിനുവേണ്ടി? അവൻ ഊമയാണെന്ന് നിങ്ങൾക്കറിയാമല്ലോ? എന്തിനധികം... കൊള്ളരുതാത്തവനാണെന്നറിയാമല്ലോ..... ഇങ്ങനെയൊരു മൃഗത്തിനെ, ഭീകരജന്തുവിനെ ഞാനെന്തിന് സഹിക്കണം ഗവ്റിലാ?.... എല്ലാം എന്റെമേലേ വന്നുചേരുമെന്നുറപ്പാണ്. ഞാനിതിനു മുതിരണമായിരിക്കും. ഞാനൊരു

കളിമൺ പാത്രത്തെപ്പോലെ തച്ചുടയ്ക്കപ്പെടും. പക്ഷേ, ഞാനും ഒരു മനുഷ്യനല്ലേ, എന്തുതന്നെയായാലും ഉപയോഗമില്ലാത്ത ഒരു പാത്രമല്ല."

"എനിക്കറിയാം.... എനിക്കറിയാം.... ഇത്തരത്തിൽ സംസാരിക്കാതെ...."

"ദൈവമേ" ചെരിപ്പുകുത്തി നെടുവീർപ്പോടെ തുടർന്നു, "എന്നാണിതിനൊരു അവസാനം? എപ്പോഴാണ് ദൈവമേ!.... ഒരു പാവം നികൃഷ്ടനാണ് ഞാൻ. ദുരിതങ്ങളവസാനിക്കാത്തവൻ! എന്തൊരു ജീവിതമാണെന്റേത് എന്നാലോചിച്ചിട്ടുണ്ടോ.... ചെറുപ്പകാലത്ത് തൊഴിൽശാലയിൽ ഒരു ജർമ്മനിൽനിന്ന് അടിയേറ്റുവാങ്ങി. എന്റെ നാട്ടുകാരനിൽനിന്നുതന്നെ എന്റെ ജീവിതത്തിന്റെ ആദ്യം അടിയേറ്റുവാങ്ങാനിടയായി. പ്രായമെത്തിയപ്പോൾ, ഒടുവിൽ ഇപ്പോൾ എന്തൊക്കെയാണ് എനിക്കു കൊണ്ടുത്തരുന്നത്...."

"ഹൗ, ഇങ്ങനെ തളരാതെ...." ഗവ്റില ആൻഡ്രിച്ച് പറഞ്ഞു. "നീയെന്തിനാണിങ്ങനെയൊക്കെ പറയുന്നത്?"

"എന്തുകൊണ്ടാണെന്ന് നിങ്ങൾ പറയൂ ഗവ്റില ആൻഡ്രിച്ച്? ഇത് വെറുമൊരു അടി മാത്രമല്ല, പേടിക്കാൻ. വളരെ മാന്യനായ ഒരാൾ രഹസ്യമായി പ്രഹരിക്കുക, നാടൻകഥപോലെ അതു പറയുക, ഞാനൊരു മനുഷ്യനാണ്; ആരുമായിട്ടാണ് ഞാനിതിനൊരുങ്ങേണ്ടതെന്നു നോക്കൂ."

"വാ, നമുക്ക് ദൂരേക്കുപോകാം." ഗവ്റില അക്ഷമനായി നിർത്തി. കാപ്പിറ്റോൺ ഒന്നു പരിഭ്രമിച്ച് തിരിഞ്ഞുനിന്നു.

"അവനല്ലായിരുന്നെങ്കിൽ നിന്റെ സമ്മതം ഉണ്ടാകുമായിരുന്നു?" കാര്യസ്ഥൻ ഉച്ചത്തിൽ ചോദിച്ചു.

"എന്റെ സമ്മതം അറിയിക്കാം" കാപ്പിറ്റോൺ പ്രത്യുത്തരം നല്കി അവിടെനിന്ന് അപ്രത്യക്ഷനായി. വിഷമഘട്ടത്തിൽപ്പോലും അവന്റെ നല്ല വാക്കുകൾ അവനെ ഉപേക്ഷിച്ചില്ല.

"ശരി, ഇനി തത്ത്യാനയെ വിളിക്കൂ" ഒടുവിൽ കാര്യസ്ഥൻ പറഞ്ഞു. കുറച്ചുസമയത്തിനുശേഷം ഒച്ചയുണ്ടാക്കാതെ തത്ത്യാന പതുങ്ങിപ്പതുങ്ങി വന്നു വാതില്ക്കൽ നിന്നു.

"താങ്കളുടെ ആജ്ഞകൾ എന്തൊക്കെയാണെന്ന് പറയൂ ഗവ്റില ആൻഡ്രിച്ച്." അവൾ പതിഞ്ഞ ശബ്ദത്തിൽ ചോദിച്ചു. കാര്യസ്ഥൻ ശ്രദ്ധയോടെ അവളെ നോക്കി.

"ആ, തത്ത്യാന, നീ ഒരു കല്യാണം കഴിക്കാനാഗ്രഹിക്കുന്നുണ്ടോ? നമ്മുടെ യജമാനത്തി നിനക്കൊരു ഭർത്താവിനെ കണ്ടുപിടിച്ചിട്ടുണ്ട്" അയാൾ പറഞ്ഞു.

"ഉണ്ടോ ഗവ്റില?.... ആരെയാണ് എനിക്ക് ഭർത്താവായി കനിഞ്ഞു നല്കാൻ പോകുന്നത്?" സംശയത്തോടെ അവൾ ആരാഞ്ഞു.

"ചെരിപ്പുകുത്തി കാപ്പിറ്റോണിനെ!"

"ശരി, സർ."

"അവൻ വളരെ നല്ലവനാണ്. അവർ നിനക്കായി തെരഞ്ഞെടുത്തത്

ഉത്തമമായതാണ്."

"ശരി, സർ."

"ഇവിടെ ഒരു കുഴപ്പമുണ്ട്. ജെറാസിം എന്ന ആ ഊമയെ നിനക്കറിയില്ലേ? നിന്നെ വിവാഹം കഴിക്കണമെന്ന ആഗ്രഹവുമായി നിന്റെ പിറകേ നടക്കുകയാണ്. അത്തരമൊരു മുരടനെ നീയെങ്ങനെ മയക്കിയെടുത്തു? അവൻ നിന്നെ കൊല്ലും. അത്തരത്തിലൊരു മുരടനാണയാൾ...."

"അവനെന്നെ കൊല്ലും ഗവ്റില.... കൊല്ലും.... യാതൊരു സംശയവുമില്ല...."

"അവൻ നിന്നെ കൊല്ലുമോ?.... എന്നാൽ ഞങ്ങൾക്കതൊന്നു കാണണം. നിന്നെ കൊല്ലുമെന്നു പറയുന്നതിന്റെ അർത്ഥമെന്താണ്? നീ തന്നെ പറ. അവനു നിന്നെ കൊല്ലാനുള്ള അധികാരമുണ്ടോ?"

"എനിക്കറിയില്ല ഗവ്റില, അവന് അധികാരമുണ്ടോ ഇല്ലയോ എന്ന്."

"നീയെന്തൊരു പെണ്ണാണ്? എന്താ, ഇനി നീ വല്ല വാഗ്ദാനവും ചെയ്തിട്ടുണ്ടോയെന്ന് ഞാൻ സംശയിക്കുന്നു."

"നിങ്ങളെന്താണിങ്ങനെയൊക്കെ എന്നോടു ചോദിക്കുന്നത്!" കാര്യസ്ഥൻ കുറച്ചിട നിശ്ശബ്ദനായിനിന്ന് ആലോചിച്ചു.

"നീയൊരു അച്ചടക്കമുള്ള പെൺകുട്ടിയാണ്. അതുറപ്പാണ്" അയാൾ ഉറക്കെ പറഞ്ഞു. "ഞങ്ങൾ നിന്നോട് കുറച്ചു കഴിഞ്ഞു സംസാരിക്കാം. ഇപ്പോൾ പോകൂ തത്ത്യാനാ. നീ ആരാലും ഭരിക്കപ്പെടാതിരിക്കട്ടെ."

തത്ത്യാന വാതിലിനുനേരേ ചെന്ന് പുറത്തേക്കു പോയി.

യജമാനത്തി ചിലപ്പോൾ ഈ വിവാഹത്തെക്കുറിച്ച് നാളേക്കു മറന്നുപോയാൽ... അയാൾ ചിന്തിച്ചു. ഞാനിവിടെ ഇങ്ങനെ അസ്വസ്ഥനായതു വെറുതേയാകും....! ആ ധിക്കാരിയെ തകർത്ത് പിടിച്ചുകെട്ടി പൊലീസിനെ അറിയിക്കണം. ഹാ.... ഭാര്യയുടെ നേരേ ഉച്ചത്തിൽ വിളിച്ചു പറഞ്ഞു. അന്നുമുഴുവൻ തത്ത്യാന ജോലിസ്ഥലത്തേക്കു പോയില്ല. പിന്നെ കരയാൻ തുടങ്ങിയെങ്കിലും കണ്ണുനീർ തുടച്ച് മുമ്പത്തെപ്പോലെ അവൾ ജോലിയിൽ മുഴുകി. കാപ്പിറ്റോൺ കൂട്ടുകാരനുമൊത്ത് അന്നു രാത്രി മുഴുവൻ നിരാശയോടെ മദ്യശാലയിലിരിക്കുകയായിരുന്നു. മാന്യന്മാരുമൊത്ത് പീറ്റേർസ്ബർഗിൽ എങ്ങനെ കഴിഞ്ഞുകൂടിയെന്നതാലോചിച്ചു. ചില ദൗർഭാഗ്യങ്ങളൊക്കെയുണ്ടായിരുന്നു. സ്ത്രീലമ്പടനായിരുന്നു. തന്റെ ദുശ്ശീലങ്ങൾകൊണ്ട് ഒരിടത്തും ഉറച്ചുനില്ക്കാനായില്ല. ചില സന്ദർഭങ്ങളിലൊക്കെ അവനു സ്വയം കീഴടങ്ങേണ്ടിവന്നിട്ടുണ്ട്. അവൻ ചിന്തിച്ചു. ഇനി ഉറങ്ങാനുള്ള സമയമായെന്നു കൂട്ടുകാരൻ ഓർമ്മപ്പെടുത്തിയപ്പോൾ അവൻ നിശ്ശബ്ദനായി പിരിഞ്ഞു.

കാര്യസ്ഥന്റെ ഉൽക്കണ്ഠകളൊന്നും ഫലവത്തായില്ല. യജമാനത്തി കാപ്പിറ്റോണിന്റെ വിവാഹക്കാര്യത്തിൽ അത്രത്തോളം ശ്രദ്ധചെലുത്തിയിട്ടുണ്ട്. രാത്രി ഉറക്കംവരാതിരിക്കുമ്പോൾ അവർക്കു കൂട്ടിരിക്കുന്നവർ

രാത്രി വണ്ടിയിലെ ഡ്രൈവർമാരെപ്പോലെ പകൽ ഉറങ്ങുകയായിരുന്നു. ഗവ്റില പ്രാതലിനുശേഷം വിവരങ്ങളുമായി യജമാനത്തിയുടെ അടുത്തെത്തിയപ്പോൾ, “നമ്മുടെ വിവാഹക്കാര്യമെന്തായി. എല്ലാം ശരിയായി വരുന്നില്ലേ?” എന്നായിരുന്നു ആദ്യത്തെ ചോദ്യം. എല്ലാം ഒന്നാന്തരമായിത്തന്നെ നടക്കുന്നുണ്ടെന്നും കാപ്പിറ്റോൺ തന്റെ ആദരമറിയിക്കാനായി ഉടനെ ഇവിടെയെത്തുമെന്നും അറിയിച്ചു. അവർ അത്രയേറെ സന്തോഷത്തിലായിരുന്നില്ല കാണപ്പെട്ടത്. കാര്യസ്ഥൻ തന്റെ മുറിയിലേക്കു തിരിച്ചുപോയി. അവിടത്തെ ഒരു വേലക്കാരനെ വിളിച്ച് ഈ വിവാഹക്കാര്യത്തെപ്പറ്റി ഗൗരവമായ ആലോചനയിലാണ്ടു. തത്ത്യാന തീർച്ചയായും യാതൊരു ബുദ്ധിമുട്ടുമുണ്ടാക്കില്ല. പക്ഷേ, കാപ്പിറ്റോൺ ഇതു മുഴുവൻ കേട്ടുകഴിഞ്ഞപ്പോൾ, “എനിക്കു ഒരു തലയേ നഷ്ടപ്പെടാനുള്ളൂ. രണ്ടോ മൂന്നോ ഇല്ല” എന്നു പറഞ്ഞു. ജെറാസിം തനിക്കെന്തോ വിഷമം ഉണ്ടാകാനിടയുണ്ടെന്ന് സംശയിച്ചമട്ടിൽ ദുശ്ശങ്കയോടെ എല്ലാവരെയും മാറി മാറി നോക്കി. തന്നെ ഏതോ ഒരു ദുർവ്വിധി പിന്തുടരുന്നുവെന്നപോലെ... അവിടെ എല്ലാവരും ഇക്കാര്യത്തെപ്പറ്റി ആലോചിക്കാൻ ഒത്തുകൂടി. അവരിൽ അങ്കിൾ ടെയ്ൽ എന്ന് എല്ലാവരാലും ആദരിക്കപ്പെടുന്ന ഒരു ജോലിക്കാരനുണ്ടായിരുന്നു. ഇവിടെ എന്തെങ്കിലും ഒരു പോംവഴി അദ്ദേഹത്തിനു തോന്നുമെന്ന് എല്ലാവരും ആശ്വസിച്ചു. “ഇവിടെ നല്ലൊരു സ്ഥിതിവിശേഷം വരുന്നുണ്ട്. തീർച്ചയായും, തീർച്ചയായും.” എന്നുമാത്രം അയാൾ പറഞ്ഞു. പ്രാഥമികമായ സുരക്ഷയെന്നവണ്ണം അവർ കാപ്പിറ്റോണിനെ പഴയ സാമാനങ്ങൾ കൂട്ടിയിടുന്ന മുറിയിലടച്ചു. എന്നിട്ട് ആ ഗൗരവമാർന്ന പ്രശ്നത്തെപ്പറ്റി ചിന്തിക്കാനാഞ്ഞു. ഇക്കാര്യത്തിൽനിന്ന് ജെറാസിമിനെ എന്തു വിലകൊടുത്തും പിന്തിരിപ്പിക്കണം. അതിനു ദൈവം സഹായിക്കട്ടെ. ഇക്കാര്യത്തെപ്പറ്റി വല്ലതും അറിഞ്ഞാൽ യജമാനത്തി കോലാഹലമുണ്ടാക്കും. അതു ചിന്തിക്കുമ്പോൾത്തന്നെ കിടുകിടാ വിറച്ചുപോകും. തങ്ങളെന്തു ചെയ്യും? അവർ ആലോചിച്ചാലോചിച്ച് അവസാനം ഒരു പരിഹാരം കണ്ടെത്തി. ജെറാസിമിനു മദ്യപന്മാരെ കണ്ണിനുനേരേ കണ്ടുകൂടന്ന് പലപ്രാവശ്യം തെളിയിക്കപ്പെട്ടതാണ്. അവൻ ഗെയ്റ്റിലിരിക്കുമ്പോൾ ഏതെങ്കിലും മദ്യപന്മാർ കടന്നുപോകവേ, അവൻ ഒരുതരം അവജ്ഞയോടെ ദൂരെ മാറിപ്പോകാറുണ്ട്. തന്റെ തൊപ്പിയുടെ ഒരു ഭാഗംകൊണ്ട് ചെവി മറച്ചുപിടിച്ച് അവിടന്ന് വേച്ചുവേച്ചു പോകും. ഇക്കാര്യം മനസ്സിലാക്കിയ അവർ, തത്ത്യാനയെകൊണ്ട് ജെറാസിമിന്റെ മുമ്പിലൂടെ മദ്യപിച്ച് ആടിക്കുഴഞ്ഞു നടക്കുന്നതായി അഭിനയിപ്പിക്കാൻ തീരുമാനിച്ചു. ഇതു സമ്മതിച്ചുകൊടുക്കാൻ അവൾ ഏറെ നേരം മടിച്ചുനിന്നു. അവർ അവളെ പ്രലോഭിപ്പിച്ചുകൊണ്ടേയിരുന്നു. തനിക്ക് ആ കാമുകനിൽനിന്ന് മോചനമാർഗ്ഗം അതുമാത്രമേയുള്ളൂവെന്ന് അവൾ തിരിച്ചറിഞ്ഞു. ഒടുവിൽ അങ്ങനെത്തന്നെ ചെയ്തുകൊള്ളാമെന്ന് സമ്മതിച്ചുകൊണ്ട് അവൾ പുറത്തേക്കുപോയി. കാപ്പിറ്റോൺ മുറിയിൽനിന്ന് മോചിതനാകുമ്പോൾ ഈ വിവാഹക്കാര്യത്തിൽ ഒരു

താല്പര്യമുണ്ടായിരുന്നു. ജെറാസിം അപ്പോൾ ഗെയ്റ്റിനരികിൽ തന്റെ മൺവെട്ടികൊണ്ട് മണ്ണുമാന്തിക്കൊണ്ടിരിക്കുകയായിരുന്നു. പിന്നിൽ എല്ലാ മൂലകളിൽനിന്നും ജനൽപ്പാളികളിൽനിന്നും മറ്റുള്ളവർ അവനെ ഒളിഞ്ഞു നിരീക്ഷിച്ചുകൊണ്ടിരിക്കുകയായിരുന്നു. തങ്ങളുടെ എല്ലാ പ്രതീക്ഷകൾക്കുമപ്പുറം അവിടെ ആ സൂത്രം ഫലിക്കുകയായിരുന്നു. തത്ത്യാനയെ കണ്ടപ്പോൾ അവൻ ആദ്യം മുമ്പത്തെപ്പോലെ തലയാട്ടുകയും സാധാരണപോലെ ഒരു മാതിരി ശബ്ദം പുറപ്പെടുവിക്കുകയും പ്രേമചാപല്യങ്ങൾ കാണിക്കുകയും ചെയ്തു. പിന്നെപ്പിന്നെ അവൻ അവളെ സൂക്ഷിച്ചുനോക്കി. എന്തോ മനസ്സിലാക്കി ഉടനെതന്നെ തന്റെ മൺവെട്ടി ദൂരെ വലിച്ചെറിഞ്ഞ് ചാടിയെഴുന്നേറ്റ് അവളുടെയടുത്തേക്ക് പാഞ്ഞുചെന്ന് അവളുടെ മുഖം തന്റെ മുഖത്തിനു നേരേയടുപ്പിച്ചു. ആ നടുക്കത്തിൽ അവൾ മുമ്പത്തെക്കാളധികം കുഴഞ്ഞ് ആടിപ്പോവുകയും കണ്ണുകൾ ഇറുകെ പൂട്ടുകയും ചെയ്തു. അവനവളെ കൈകളിൽ കോരിയെടുത്ത് മുറ്റത്തിനപ്പുറത്തേക്കു ചുഴറ്റി. എന്നിട്ട് മുറിയിലിരിക്കുന്നവരെ നോക്കി കാപ്പിറ്റോണിനടുത്തേക്കു തള്ളിയിട്ടു. തത്ത്യാന ബോധംകെട്ടു വീണു. ജെറാസിം അവളെ നോക്കി വല്ലാത്തൊരു ഭാവത്തിൽ തലയാട്ടി ചിരിച്ചുകൊണ്ട് പുറത്തേക്ക് പോയി നേരെ തന്റെ മച്ചിലേക്ക് ഉറച്ച ചുവടുകൾവെച്ചു.... അടുത്ത ഇരുപത്തിനാലുമണിക്കൂർ നേരത്തേക്ക് അവൻ അവിടെനിന്ന് പുറത്തുവന്നതേയില്ല. മുറിയിൽ കിടക്കയിൽ തലയ്ക്ക് കൈകൊടുത്ത് ജെറാസിം ഇരിക്കുന്നതായി ചുമരിന്റെ വിടവിലൂടെ താൻ കണ്ടെന്ന് പോസ്റ്റിലിയൻ അന്തിപ്ക വന്നുപറഞ്ഞു. ഇടയ്ക്കിടെ അവൻ പതുക്കെപ്പതുക്കെ എന്തോ പിറുപിറുക്കുന്നുമുണ്ടായിരുന്നത്രേ. അവൻ വല്ലാതെ വിലപിക്കുന്നുണ്ട്. അവൻ കണ്ണുകളടച്ച് ഡ്രൈവർമാർ പാട്ടുംപാടി തലയാട്ടി ഇരിക്കുന്നപോലെ അങ്ങോട്ടുമിങ്ങോട്ടും വിഷാദത്തോടെ ആടിയിരിക്കുകയാണ്. അന്തിപ്കയ്ക്ക് ഇതു കണ്ടു സഹിക്കാനാകാതെ മച്ചിനടുത്തുനിന്നും തിരിച്ചുവന്നു. പിറ്റേദിവസം ജെറാസിം പുറത്തുവന്നപ്പോൾ യാതൊരു ഭാവഭേദവും കാണപ്പെട്ടില്ല. അവൻ മുഖം വീർപ്പിച്ച് ഇരിക്കുന്നതായി മാത്രമേ കാഴ്ചയിൽ തോന്നിയുള്ളൂ. കാപ്പിറ്റോണിനെയും തത്ത്യാനയെയും അവൻ ശ്രദ്ധിച്ചതേയില്ല. അന്നു വൈകുന്നേരം കാപ്പിറ്റോണും തത്ത്യാനയും താറാവുകളെയും കൈയിൽപിടിച്ച് യജമാനത്തിയുടെ മുമ്പിൽചെന്ന് ആദരിച്ചു. ഒരാഴ്ചസമയംകൊണ്ട് അവർ വിവാഹിതരാവുകയും ചെയ്തു. വിവാഹദിവസംപോലും ജെറാസിമിന്റെ പ്രകൃതത്തിൽ ഭാവമാറ്റം കണ്ടില്ല. പുഴയിൽനിന്ന് വെള്ളമെടുക്കാതെയും റോഡിൽ പാത്രം തച്ചുടച്ചും രാത്രി കുതിരപ്പന്തിയിൽ കുതിരകളെ മൃഗീയമായി ഉരച്ചു തേച്ചു കഴുകിക്കൊണ്ടും ഉരുക്കുമുഷ്ടിയിൽ അവയുടെ കാലുകളമർത്തിപ്പിടിച്ചു അവൻ തന്റെ ദേഷ്യം വ്യക്തമാക്കി.

ഇതെല്ലാം ഒരു വസന്തകാലത്താണ് സംഭവിച്ചത്. പിന്നീട് ഒരു വർഷംകൂടി കടന്നുപോയി. കാപ്പിറ്റോൺ തികഞ്ഞ മദ്യപാനിയായി. ഒന്നിനും കൊള്ളരുതാത്ത അവനെയും ഭാര്യയെയും ജോലിയിൽനിന്ന്

പുറത്താക്കി ദൂരെ ഒരു ഗ്രാമത്തിലേക്കയയ്ക്കാൻ തീരുമാനമായി. യാത്രാ വേളയിൽ, കാപ്പിറ്റോൺ അല്പം മാന്യമായാണ് പെരുമാറിയത്. താൻ എപ്പോഴും വീട്ടിൽത്തന്നെയുണ്ടാകുമെന്ന് അവനറിയിച്ചു. ലോകത്തിന്റെ ഏതറ്റത്തുചെന്നാലും താൻ തന്റെ നിരക്ഷരരും സംസ്കാരമില്ലാത്തവരുമായ കൂട്ടുകാരുമൊത്തുചേർന്ന് ജീവിതം മുഴുവൻ താറുമാറാക്കിയതിൽ ആദ്യമായി അവൻ ദുഃഖിച്ചു. കർഷകരെല്ലാം അവനു നേരെ 'ദൈവത്തിന്റെ അനുഗ്രഹങ്ങൾ' വർഷിച്ചുകൊണ്ടിരുന്നു. പുറപ്പെടാറായപ്പോൾ, ജെറാസിം മച്ചിൽനിന്ന് പുറത്തുവന്നു. വേർപിരിയലിന്റെ സമ്മാനമായി താൻ ഒരു കൊല്ലംമുമ്പ് വാങ്ങി സൂക്ഷിച്ചുവെച്ച ചുവന്ന കോട്ടൺതൂവാല തത്ത്യാനയ്ക്കു കൊടുത്തു. തന്റെ ജീവിതത്തിൽ സംഭവിച്ചതൊക്കെ ഒരു നിമിഷം തത്ത്യാനയുടെ മനസ്സിലൂടെ മിന്നിമറഞ്ഞു. അവൾ എല്ലാ നിയന്ത്രണങ്ങളും വിട്ട് പൊട്ടിക്കരഞ്ഞുപോയി. വണ്ടിയിലേക്ക് കയറിയിരുന്ന് ഒരു സത്യക്രിസ്ത്യാനിയെപ്പോലെ അവൾ ജെറാസിമിന്റെ കൈകളിൽ മൂന്നു പ്രാവശ്യം മുത്തി. നഗരാതിർത്തിവരെ അവളെ പിന്തുടരണമെന്ന് അവനുണ്ടായിരുന്നു. കുറച്ചിട അവൻ വണ്ടിയുടെ കൂടെ നടന്നു. ക്രിമിയൻ ഫോർഡിനടുത്തെത്തിയപ്പോൾ, പെട്ടെന്ന് അവൻ നിന്നു. എന്നിട്ട് അവൻ കൈകൾ വീശി, പുഴയരികിലേക്കു നടന്നു.

നേരം വൈകുന്നേരമായി. പുഴയിലെ വെള്ളം നോക്കി അവൻ വൃഥാ പതുക്കെ നടന്നു. പെട്ടെന്ന് എന്തോ ഒന്ന് ചളിയിലൂടെ പ്രയാസപ്പെട്ട് മുന്നോട്ടു നീങ്ങുന്നതായി തോന്നി. അവൻ കുനിഞ്ഞു നോക്കിയപ്പോൾ കറുപ്പും വെളുപ്പുമുള്ള ഒരു നായക്കുട്ടിയെ കണ്ടു. വെള്ളത്തിൽനിന്ന് കരകയറാനുള്ള അതിന്റെ സർവ്വപ്രയത്നങ്ങളും പരാജയപ്പെട്ട് വീണ്ടും ബദ്ധപ്പെടുകയും അത് വീണ്ടും വെള്ളത്തിലേക്കു വഴുതിവീഴുകയും ചെയ്യുന്നുണ്ടായിരുന്നു. അതിന്റെ മെലിഞ്ഞ നനഞ്ഞ ശരീരം വിറയ്ക്കുന്നുണ്ടായിരുന്നു. ജെറാസിം ആ നിർഭാഗ്യയായ നായ്ക്കുട്ടിയെ നോക്കി എന്നിട്ട് തന്റെ ഒറ്റക്കൈകൊണ്ട് അതിനെ പൊക്കിയെടുത്ത് തന്റെ കോട്ടിനുള്ളിലേക്കിട്ട് വീട്ടിലേക്ക് ആഞ്ഞുനടന്നു. മച്ചിനുള്ളിൽച്ചെന്ന് ആ നായ്ക്കുട്ടിയെ കിടക്കയിലിട്ടു. എന്നിട്ടതിനെ തന്റെ ഓവർകോട്ടിട്ട് മൂടി. ആദ്യം തന്നെ കുതിരപ്പന്തിയിലേക്ക് വൈക്കോലിനായും പിന്നെ അടുക്കളയിലേക്ക് പാലിനുമായി അവനോടി. ഓവർകോട്ട് ശ്രദ്ധയോടെ മടക്കി അതിൽ വൈക്കോലിട്ട് അതിലതിനെ കിടത്തി പാൽ കുടിപ്പിക്കാൻ ശ്രമിച്ചു. കണ്ണുകൾ തുറന്നു വരുന്നതേയുള്ളൂ. ഒരു കണ്ണ് മറ്റേതിനെക്കാൾ വലുതായി തോന്നി. പാൽ നക്കിക്കുടിക്കുന്നതെങ്ങനെയെന്ന് അതിന് അറിയുമായിരുന്നില്ല. ആ പാവം നായ്ക്കുട്ടിക്ക് മൂന്നാഴ്ചയിലധികം പ്രായമുണ്ടായിരുന്നില്ല. ഒന്നും ചെയ്യാനാവാതെ അതു വിറയ്ക്കുന്നുണ്ടായിരുന്നു. ജെറാസിം അതിന്റെ തല മെല്ലെ രണ്ടു വിരലുകൾകൊണ്ടുമെടുത്ത് പാലിലേക്ക് മൂക്കുതാഴ്ത്തി മുക്കി. അത് ഉടൻതന്നെ ആർത്തിയോടെ അത് നക്കിക്കുടിച്ചു. അത് വീർപ്പുമുട്ടുകയും തല കുതറു

കയും മൂക്കു ചീറ്റിക്കൊണ്ടിരിക്കുകയും ചെയ്തു. ജെറാസിം അതു നോക്കിക്കൊണ്ടിരുന്നു. ഒടുവിൽ അവൻ ചിരിക്കാൻ തുടങ്ങി. ആ രാത്രി മുഴുവൻ അവനതിന്റെ അടുത്തിരുന്ന് മൂടിപ്പുതച്ചുകൊടുത്തു. ശരീരം ചൂടാക്കാൻ അതിനെ തടവിക്കൊണ്ടിരുന്നു. അവസാനം അതിനടുത്തു തന്നെ കിടന്ന് സന്തോഷത്തോടെ അവനുറങ്ങിപ്പോയി.

മുലകുടിമാറാത്ത ആ നായക്കുട്ടിയെ ജെറാസിം പരിപാലിച്ചപോലെ ഒരമ്മയ്ക്കും തന്റെ കുഞ്ഞിനെ നോക്കാനായിട്ടുണ്ടായില്ല. അതൊരു ഒത്തനായയാവുന്നതിനുമുമ്പ് ദുർബ്ബലയും വൃത്തികെട്ടതുമായിരുന്നു. പക്ഷേ, അവൾ വളരെ ശക്തയും കാഴ്ചയിൽ സുന്ദരിയും തന്റെ സംരക്ഷകനോട് ബഹുമാനവുമുള്ളവളായിരുന്നു. എട്ടുമാസക്കാലംകൊണ്ട് അവൾ ഒരുതരം വേട്ടനായെപ്പോലെ വളർന്നുവലുതായി. നീണ്ട ചെവികളും രോമംനിറഞ്ഞ വാലും നീണ്ടു തിളക്കമാർന്ന കണ്ണുകളും ഒത്ത ഒരു നായ! അവൾ ജെറാസിമിനെ ആദരപൂർവ്വം സദാ ചേർന്നുനിന്നു. ഒരു ഞൊടിനേരംപോലും അവനെ വിട്ടുമാറാതെ വാലാട്ടിക്കൊണ്ട് പിന്തുടർന്നു. അവൾക്കൊരു പേരിടണമായിരുന്നു. പക്ഷേ, ഒരു ഊമയ്ക്ക് മറ്റുള്ളവർ ഉച്ചരിക്കുന്ന പദങ്ങളൊന്നും കേൾക്കാനാവില്ലല്ലോ. ഒരു പ്രത്യേക ശബ്ദം പുറപ്പെടുവിച്ചുകൊണ്ടാണ് അവർ മറ്റുള്ളവരുടെ ശ്രദ്ധയാകർഷിക്കാറ്. ജെറാസിം അവളെ 'മുമു' എന്നു വിളിച്ചു. അവൾ വളരെ ബുദ്ധിശാലിയും സ്നേഹവുമുള്ളവളായിരുന്നു. എല്ലാവരെക്കാളും കൂടുതലിഷ്ടം അവൾക്ക് ജെറാസിമിനോടായിരുന്നു. ജെറാസിം തിരിച്ചും അവളെ വളരെ വാത്സല്യത്തോടെ സ്നേഹിച്ച് പരിപാലിച്ചു. മറ്റുള്ളവർ അവളെ തലോടുന്നതും സ്നേഹിക്കുന്നതുമൊന്നും അവനിഷ്ടപ്പെട്ടില്ല. അവൾ നഷ്ടപ്പെടുമെന്നു ഭയന്നിട്ടോ അസൂയകൊണ്ടോ എന്തോ പ്രഭാതമാകുമ്പോൾ മുമു ഉണർന്നാൽ അവന്റെ കോട്ട് പിടിച്ചുവലിച്ചുകൊണ്ട് വളരെ സ്നേഹത്തോടെ പെരുമാറി. വെള്ളമെടുക്കാൻ നദിയിലേക്ക് അവളും അവനൊപ്പം കൂട്ടുപോകാറുണ്ട്. അവന്റെ ചൂലും മൺവെട്ടിയും എപ്പോഴും കാത്തുസൂക്ഷിച്ചു. അവന്റെ മച്ചിന്മുകളിലേക്ക് കടക്കാൻ ആരെയും അനുവദിച്ചിരുന്നില്ല. അവന്റെ വാതിലിൽ അവർക്കു കടക്കാൻ പാകത്തിൽ ഒരു ചെറിയ ദ്വാരമുണ്ടാക്കിയിരുന്നു. ജെറാസിമിന്റെ മച്ചായിരുന്നു അവൾക്കേറ്റവും പ്രിയപ്പെട്ട താമസസ്ഥലം. പുറത്തുനിന്നു ഓടി നേരേ വന്ന് അവന്റെ കിടക്കയിലേക്കു സന്തോഷത്തോടെ ചാടിക്കയറും. രാത്രി അവൾക്കുറക്കമേയുണ്ടാവില്ല. അവൾ അനാവശ്യമായി ഉച്ചത്തിൽ കുരയ്ക്കാറില്ലായിരുന്നു. വിഡ്ഢിപ്പട്ടികളെപ്പോലെ ചില തെരുവുനായ്ക്കൾ കാലുമടക്കി തുറിച്ചുനോക്കി മണപ്പിച്ചു മണപ്പിച്ച് വെറുതേ കുരച്ചുകൊണ്ടേയിരിക്കും. എന്നാൽ, മുമുവിന്റെ മൃദുശബ്ദം തക്കകാരണങ്ങളില്ലാതെ ഒരിക്കലുമുയർന്നിരുന്നില്ല; അവരുടെ അതിർത്തിക്കുള്ളിലേക്ക് അപരിചിതരാരെങ്കിലും കടക്കുകയോ സംശയിക്കത്തക്ക എന്തെങ്കിലും മർമ്മര ശബ്ദം കേൾക്കുകയോ ചെയ്താലല്ലാതെ യഥാർത്ഥത്തിൽ അവളൊരു സമർത്ഥയായ കാവൽനായയായിരുന്നു. ആ വളപ്പിൽ മഞ്ഞച്ച

നിറത്തിൽ ബ്രൗൺ നിറത്തിൽ പുള്ളികളുള്ള 'വുൾഫ്' എന്ന ഒരു നായയുമുണ്ടായിരുന്നു. പക്ഷേ, അവൻ രാത്രിപോലും ചങ്ങലയിൽനിന്നഴിക്കപ്പെട്ടിരുന്നില്ല. പ്രായംകൊണ്ട് അവശനായ അവൻ ഒരിക്കലും സ്വാതന്ത്ര്യം കൊതിച്ചിരുന്നുമില്ല. അവൻ സദാ കൂട്ടിൽ കൂർക്കം വലിച്ചുകൊണ്ട് ചുരുണ്ടുകിടക്കുമായിരുന്നു. പതുങ്ങിയ ശബ്ദത്തിൽ വല്ലപ്പോഴും കുരയ്ക്കും, തന്റെ വ്യർത്ഥജീവിതത്തെപ്പറ്റി ബോധവാനായപോലെ. മുമു ഇതുവരെ യജമാനത്തിയുടെ വീട്ടിൽ പോയിട്ടില്ല. ജെറാസിം മുറിക്കുള്ളിലേക്ക് വിറകു കൊണ്ടുപോകുമ്പോൾ അവൾ പിന്നിൽ ചെന്നു നില്ക്കും. കോണിപ്പടികളിൽ കാത്തുനില്ക്കും. വാതിലിന്റെ ഒരു ചെറിയ ശബ്ദംപോലും അവൾ ശ്രദ്ധിച്ചുകൊണ്ടിരിക്കും.

അങ്ങനെ ഒരു വർഷംകൂടി കടന്നുപോയി. ജെറാസിം തന്നെയേല്പിച്ച ജോലികൾ വളരെ സന്തോഷത്തോടെ ചെയ്തുകൊണ്ടിരിക്കേ, യാദൃച്ഛികമായി ഒരു സംഭവമുണ്ടായി. ഒരു വേനല്ക്കാലദിവസം രാവിലെ യജമാനത്തി തന്റെ ജോലിക്കാരുമായി സ്വീകരണമുറിയിൽ അങ്ങിങ്ങ് ഉലാത്തിക്കൊണ്ടിരിക്കുകയായിരുന്നു. അവർ അന്ന് പൊതുവെ നല്ല മാനസികാവസ്ഥയിലായിരുന്നു. തമാശകൾ പറഞ്ഞ് പൊട്ടിച്ചിരിച്ചുകൊണ്ടിരുന്നു. ഒപ്പം ജോലിക്കാരും തമാശയിൽ പങ്കുകൊള്ളുകയും പൊട്ടിച്ചിരിക്കുകയും ചെയ്യുന്നുണ്ടായിരുന്നു. പക്ഷേ, അവർക്കാർക്കും പ്രത്യേകിച്ചൊരു ആഹ്ലാദം തോന്നിയില്ല. എന്തുകൊണ്ടോ ഈ കുടുംബം അത്രയ്ക്കത് ഇഷ്ടപ്പെട്ടിരുന്നില്ല. ഒന്നാമതായി, യജമാനത്തി എപ്പോഴെങ്കിലും സന്തോഷിക്കാൻ തുടങ്ങിയാൽ, അല്ലെങ്കിൽ സന്തോഷത്തിലായാൽ തന്റെയൊപ്പം എല്ലാവരും പൂർണ്ണമായി പങ്കുചേരണമെന്ന് അവർ ആഗ്രഹിക്കാറുണ്ട്. ആരെങ്കിലും സന്തോഷം കാണിക്കാതിരുന്നാൽ അവർക്കുടനെ ദേഷ്യം വരും. രണ്ടാമതായി, ഇത്തരം സന്തോഷത്തിന്റെ സന്ദർഭങ്ങൾ അധികസമയം നീണ്ടുനില്ക്കാറില്ല. വീണ്ടും അവിടം സാധാരണപോലെ ദുഃഖമയവും മ്ലാനത നിറഞ്ഞതുമായിത്തീരും. അന്നത്തെ ആ ദിവസം അവർ ഒരു നല്ല നേരത്താണ് എഴുന്നേറ്റതെന്നു തോന്നുന്നു. കളിക്കാൻ കാർഡെടുത്തപ്പോൾ കൈയിൽ കിട്ടിയത് നാലു കള്ളന്മാരെയാണ്. അങ്ങനെ വന്നാൽ കിട്ടിയവരുടെ ആഗ്രഹം സഫലീകരിക്കപ്പെടുമെന്നാണ് സൂചന. (അവർ എല്ലാ ദിവസവും രാവിലെ ഭാഗ്യപരീക്ഷണത്തിനായി കാർഡെടുക്കുക പതിവുണ്ട്.) അവരുടെ ചായ അന്ന് കൂടുതൽ രുചികരമായിരുന്നു. അതിനവർ, പാചകക്കാരിയെ പുകഴ്ത്തിപ്പറയുകയും രണ്ടു പെൻസ് പണമായി അവൾക്കു സമ്മാനിക്കുകയും ചെയ്തു. ഒരു ചെറുപുഞ്ചിരിയുമായി അവർ വിരുന്നുമുറിക്കുനേരേ നടന്ന് ജനലരികിലേക്കു പോയി. ജനലിനു മുൻവശത്ത് ഭംഗിയുള്ള ഒരു പൂന്തോട്ടമൊരുക്കിയിരുന്നു. അതിനു നടുക്കായി റോസാച്ചെടികൾക്കിടയിൽ മുമു കിടന്നുകൊണ്ട് ഒരു എല്ലിൻകഷണം ധൃതിപിടിച്ച് കാർന്നുതിന്നുകൊണ്ടിരിക്കുകയായിരുന്നു. യജമാനത്തി അവളെ കാണാനിടയായി.

"ദൈവമേ," അവർ പെട്ടെന്ന് ആക്രോശിച്ചു.

"ഏതു നായയാണത്?"

കൂടെയുള്ളവർ ഇതുകേട്ട് ആശ്ചര്യസ്തബ്ധരായി. പാവം ആ നായ! ആ സാഹചര്യം എങ്ങനെ മറികടക്കണമെന്നറിയാതെ അവരാകെ കുഴങ്ങിപ്പോയി. കാര്യം ഇപ്പോൾ വ്യക്തമാക്കിയാൽ അതിന്റെ ഭവിഷ്യത്തെന്തെന്നറിയാവുന്ന അവർ,

"ഏഹ്... എനിക്കറിയില്ല...." അവൾ തൊണ്ടയിടറിക്കൊണ്ട് പറഞ്ഞു. "അത്.... ആ ഊമയുടെ നായയാണെന്ന് എനിക്കു തോന്നുന്നു" ഒരാൾ വിക്കിവിക്കി പറഞ്ഞു.

"ഓഹ്.....!" അവർ പറഞ്ഞുനിർത്തി. "എങ്കിലും അത് വളരെ ഭംഗിയുള്ളതാണ്! അതിനെ അകത്തു കൊണ്ടുവരാൻ പറയൂ. ഇത് മുമ്പേ അവന്റെ കൂടെയുണ്ടോ? ഞാനെങ്ങനെ ഇതിനെ മുമ്പൊരിക്കലും കാണാതെ പോയി? വേഗംതന്നെ കൊണ്ടുവരാൻ പറയൂ."

വേലക്കാരി ഉടനെതന്നെ ഹാളിലേക്കു കുതിച്ചു.

"ചെറുക്കാ...!" അവർ ഉച്ചത്തിൽ വിളിച്ചു. "മുമുവിനെ ഉടനെ ഇവിടെ കൊണ്ടുവരൂ. അവൾ പൂന്തോട്ടത്തിലുണ്ട്."

"അവളുടെ പേര് മുമൂന്നാണോ?" വൃദ്ധ തിരക്കി.

"വളരെ നല്ല പേര്."

"ആ.... വേഗം വേഗം കൊണ്ടുവരൂ...." വേലക്കാരി പറഞ്ഞുകൊണ്ടേയിരുന്നു. "വേഗമാക്കൂ സ്റ്റെപ്പാൻ."

സ്റ്റെപ്പാൻ ചുറുചുറുക്കും ബലിഷ്ഠകായനുമായ ഒരു യുവാവായിരുന്നു. തന്റെ ജോലിയിൽ യാതൊരു വിട്ടുവീഴ്ചയും കാണിച്ചിരുന്നില്ല. വളരെ ഭംഗിയായി തോട്ടം കാത്തുസൂക്ഷിച്ചിരുന്നു. തന്റെ യജമാനത്തിക്കായി മുമുവിനെ പിടിക്കാൻ അവൻ തോട്ടത്തിലങ്ങുമിങ്ങും ഓടിനടന്നു. പക്ഷേ, അവൾ സൂത്രത്തിൽ അവന്റെ വിരലുകളിൽനിന്ന് കുതറിയോടിമാറി. കാറ്റാൽ വാലും ചുഴറ്റി ജെറാസിമിനടുത്തേക്ക് അവൾ കുതിച്ചുപാഞ്ഞു. അടുക്കള അടച്ചിട്ട് പാത്രം കഴുകുകയായിരുന്ന ജെറാസിമിന്റെ കൈകളിൽ ഒരു കുഞ്ഞിനെപ്പോലെ ചെന്നിരുന്നു. സ്റ്റെപ്പാൻ അവളുടെ പിറകേ പിടിക്കാനോടിയെങ്കിലും കുസൃതിയായ ആ നായ്ക്കുട്ടി ഒന്നു തൊടാൻപോലും അനുവദിക്കാതെ ദൂരേക്കു മാറിപ്പോയി. ജെറാസിം ഈ കോലാഹലങ്ങളൊക്കെ ഒരു പുഞ്ചിരിയോടെ നോക്കിനിന്നു. ഒടുവിൽ സ്റ്റെപ്പാൻ അത്ഭുതഭാവത്തോടെ, ആംഗ്യഭാഷയിലൂടെ തന്റെ യജമാനത്തി മുമുവിനെ പിടിച്ചുകൊണ്ടു കൊടുക്കാനാവശ്യപ്പെട്ടകാര്യം അവനോട് വ്യക്തമാക്കി. വളരെ ആശ്ചര്യത്തോടെ അവൻ മുമുവിനെ തന്റെയടുക്കലേക്കു വിളിച്ച് എങ്ങനെയൊക്കെയോ അവളെ പിടിച്ച് സ്റ്റെപ്പാനു കൈമാറി. സ്റ്റെപ്പാൻ അവളെ സ്വീകരണമുറിയിലേക്കു കൊണ്ടുപോയി മിനുസമായ തറയിൽ വെച്ചു. വൃദ്ധ അവളെ വലിയ വാത്സല്യത്തോടെ അടുത്തേക്കു വിളിക്കാൻ തുടങ്ങി. ഇതിനു മുമ്പൊരിക്കലും അവളുടെ ജീവിതത്തിൽ ഇത്തരം വ്യത്യസ്തമായ അനുഭവ

ങ്ങളില്ലാതിരുന്നതിനാൽ മുമു വല്ലാതെ ഭയപ്പെട്ടുപോയി. അതുകൊണ്ടു തന്നെ അവൾ വാതിലിനടുത്തേക്കു കുതിച്ചു. പക്ഷേ, സ്റ്റെപ്പാൻ ഓടി ച്ചെന്ന് അവളെ പിന്നിലേക്കാക്കിയപ്പോൾ അവൾ വീണ്ടും ഭയന്നുവിറച്ച് ചുമരിനടുത്തേക്കു ചുരുണ്ടുകൂടി.

"മുമൂ.... മുമൂ. ഇവിടെ വാ. നിന്റെ യജമാനത്തിയുടെ അടുത്തു വാ." അവർ പറഞ്ഞു. "വാ.... പാവം... ഭയപ്പെടാതെ..."

"വാ... മുമൂ. നിന്റെ യജമാനത്തിയുടെ അടുത്തുവാ." കൂട്ടത്തിലുള്ള വരും ആവർത്തിച്ചു. "വാ.... ഇവിടെ...."

പക്ഷേ, മുമു അസ്വസ്ഥയായി ചുറ്റും നോക്കി. അവൾ അവിടന്ന് ഇളകിയതേയില്ല.

"അവൾക്ക് തിന്നാനെന്തെങ്കിലും കൊണ്ടുവരൂ" വൃദ്ധ പറഞ്ഞു. "എന്തൊരു വിഡ്ഢിയാണിത്! അവൾ അവളുടെ ഉടമസ്ഥയുടെ അടു ത്തുവരുന്നില്ല. എന്തിനാണിവൾ ഭയപ്പെടുന്നത്?"

"നിങ്ങളുടെ സ്നേഹം അവൾക്കിതുവരെ കിട്ടിയിട്ടില്ലല്ലോ...." ഒരുവൾ പരുങ്ങിയ ശബ്ദത്തിൽ പറഞ്ഞൊപ്പിച്ചു.

സ്റ്റെപ്പാൻ ഒരു സോസറിൽ പാൽ കൊണ്ടുവന്ന് മുമുവിന്റെ മുമ്പിൽ വെച്ചു. പക്ഷേ, മുമു ആ പാലൊന്നു മണത്തുനോക്കുകപോലും ചെയ്യാതെ വിറച്ചുകൊണ്ട് ആദ്യത്തെപ്പോലെതന്നെ ചുറ്റുപാടും നോക്കി.

"ഹൊ! എന്തൊരു പാവമാണ് നീ," വൃദ്ധ അവളുടെ അടുത്തേക്കു ചെന്ന് കുനിഞ്ഞിരുന്ന് അടിക്കാനോങ്ങിയതുപോലെ കാണിച്ചു. പക്ഷേ, മുമു തലവെട്ടിച്ച് അവരുടെ നേരേ പല്ലിളിച്ചുകാട്ടി. വൃദ്ധ കൈ പെട്ടെന്ന് പിറകോട്ടു വലിച്ചു.

അവിടെ അപ്പോൾ തികച്ചും ക്ഷണഭംഗുരമായ ഒരു നിശ്ശബ്ദത പരന്നു. മുമു മുറുമുറുക്കുന്നതായി ഭാവിച്ചു, കുറ്റബോധത്തോടെന്നവണ്ണം. വൃദ്ധ കോപത്തോടെ നെറ്റി ചുളിച്ചു പിന്നോട്ടു മാറി. നായയുടെ പെട്ടെ ന്നുള്ള ഈ ഭാവമാറ്റം അവരെ ഭയപ്പെടുത്തിയിരുന്നു.

"ഹാ!" ഉടനെ അവിടെ കൂടിയവരെല്ലാം അലറിവിളിച്ചു. "അവൾ നിങ്ങളെ കടിച്ചില്ലല്ലോ...? ദൈവത്തിനു സ്തുതി. (മുമു അവളുടെ ജീവിത ത്തിലിന്നോളം ആരെയും കടിച്ചിട്ടില്ല.) ഹാ.... ഹാ....!"

"അവളെ ദൂരെ കൊണ്ടുപോകൂ" വൃദ്ധ മറ്റൊരു ശബ്ദത്തിൽ പറഞ്ഞു. "വൃത്തികെട്ട ജന്തു. എന്തൊരു പകയുള്ള ജന്തുവാണിത്?"

വൃദ്ധ എന്തോ ആലോചിച്ചുറച്ച് അവിടെനിന്ന് പിന്തിരിഞ്ഞ് തന്റെ സ്വകാര്യമുറിയിലേക്കു പോയി. കൂട്ടുകാരെല്ലാം അന്യോന്യം ഒരു ധൈര്യ ക്കുറവോടെ നോക്കി. അവർ വൃദ്ധയെ പിന്തുടരാൻ ചെന്നെങ്കിലും അവ രെയൊക്കെ ഒന്നു തുറിച്ചുനോക്കിയിട്ട് അവർ പറഞ്ഞു. "എന്തിനാണി ങ്ങനെ പ്രാർത്ഥിക്കുന്നത്? ഞാൻ നിങ്ങളെ ആരെയും വിളിച്ചിട്ടില്ല" അതും പറഞ്ഞ് അവർ പോയി.

കൂട്ടുകാർ സ്റ്റെപ്പാനു നേരേ നോക്കി നിരാശയോടെ കൈവീശി. അവൻ മുമുവിനെയെടുത്ത് വാതിലിനു പുറത്തേക്ക് ജെറാസിമിന്റെ കാല്

ക്കലേക്കു വലിച്ചെറിഞ്ഞു. അരമണിക്കൂറിനുശേഷം ആ വീട്ടിൽ പരിപൂർണ്ണ നിശ്ശബ്ദത വിളയാടി. വൃദ്ധയുടെ മുഖം കാർമേഘത്തെക്കാൾ ഇരുണ്ട് മ്ലാനവദനയായി സോഫയിൽ ഇരുന്നു.

എന്തെല്ലാം നിസ്സാരകാര്യങ്ങളാണ് ഓരോരുത്തരെയും ചില സമയങ്ങളിൽ വിഷമിപ്പിക്കുന്നതെന്ന് ചിന്തിച്ചുനോക്കിയിട്ടുണ്ടോ.

വൈകുന്നേരംവരെ വൃദ്ധ പ്രസന്നവതിയായിരുന്നില്ല. ആരോടും മിണ്ടാതെ, കാർഡ്സ് കളിക്കാതെ അങ്ങനെ ഒരു നശിച്ച രാത്രികൂടി കടന്നുപോയി. അവർ സാധാരണ ഉപയോഗിക്കാറുള്ള യൂഡികൊളോണായിരുന്നില്ല അന്നു കൊടുത്തത് എന്നവർക്കുതോന്നി. തലയിണയ്ക്ക് സോപ്പിന്റെ മണമുണ്ടായിരുന്നു. ജോലിക്കാരിയെക്കൊണ്ട് എല്ലാം മണത്തുനോക്കാൻ പ്രേരിപ്പിച്ചു. ആകെക്കൂടി അവർ വല്ലാതെ തകിടം മറിഞ്ഞിരിക്കയാണ്. അടുത്ത പ്രഭാതത്തിൽ അവർ ഗവ്റിലയോട് സാധാരണ വരുന്ന സമയത്തിനുമുമ്പുതന്നെ വന്നെത്താനാജ്ഞാപിച്ചു.

“ദയവായി ഒന്നു പറയൂ” അവർ മുഖവുരയൊന്നുമില്ലാതെ നേരേ മുറിയുടെ വാതിൽ തുറന്നുകൊണ്ട് ആരംഭിച്ചു. “ഏതു നായയാണ് ഇന്നലെ രാത്രി മുഴുവൻ മുറ്റത്തുകിടന്ന് കുരച്ചത്! അതെന്നെ ഉറങ്ങാനേ അനുവദിച്ചില്ല.”

“ഒരു നായ! ഉം.... ഏതു നായ! ഉം.... അത് ചിലപ്പോൾ ആ ഊമയുടെ നായയാവും.” പതറുന്ന സ്വരത്തിൽ അയാൾ പറഞ്ഞു.

“ഊമയുടേതോ അതോ മറ്റാരുടേതോ എന്നെനിക്കറിയില്ല. ഏതായാലും അതെന്നെ രാത്രിമുഴുവൻ ഉറങ്ങാനനുവദിച്ചില്ല. ഇവിടെ നമുക്ക് ഇത്രയധികം നായ്ക്കളെന്തിനാണെന്ന് എനിക്കു മനസ്സിലാവുന്നില്ല. അത് എനിക്കറിയണം. നമുക്ക് മുറ്റം കാവല്ക്കാരനായ ഒരു നായയുണ്ടല്ലോ അല്ലേ?”

“ഓ.... ഉണ്ട്. നമുക്കുണ്ട്, വുൾഫ്.”

“ശരി. പിന്നെ കൂടുതലെന്തിനാണ്. എന്തിനാണ് നമുക്ക് കൂടുതൽ നായകൾ? എല്ലാം താറുമാറാക്കാനോ? ഈ വീട്ടിൽ നിയന്ത്രണത്തിന് ആരുമില്ല അല്ലേ? പിന്നെ ആ ഊമയ്ക്ക് നായയുടെ ആവശ്യമെന്താണ്? ആരാണവന് എന്റെ പറമ്പിൽ നായ്ക്കളെ വളർത്താൻ അനുമതി നല്കിയത്? ഇന്നലെ ഞാൻ ജനലിലൂടെ പുറത്തേക്കു നോക്കിയപ്പോൾ പൂന്തോട്ടത്തിൽ അതു കിടക്കുന്നു. ഒരു എല്ലിൻകഷണം കാർന്നുതിന്നുമ്പോൾ എന്റെ റോസാച്ചെടിയൊക്കെ വലിഞ്ഞിഴഞ്ഞുപോയി.” വൃദ്ധ പറഞ്ഞു നിർത്തി.

“അവളെ ഇന്നുതന്നെ കൊണ്ടുപോകണം. നീ കേൾക്കുന്നുണ്ടോ?”

“ശരി, മാഡം.”

“ഇന്ന്, ഇപ്പോൾ പൊയ്ക്കോളൂ. കൂടുതൽ വിവരങ്ങൾക്കായി ഞാൻ പിന്നീട് ആളെ അയയ്ക്കാം....”

ഗവ്റില നടന്നകന്നു.

സ്വീകരണമുറിയിലൂടെ കടന്നുപോകുമ്പോൾ അയാൾ ക്രമപരിപാല

നത്തിനായി ഒരു മേശയിൽനിന്ന് അടുത്തതിലേക്ക് ബെൽ മുഴക്കി പുറത്തേക്കു പോയി. പുറത്തുള്ള ഹാളിൽ ലോക്കറിനുമുകളിൽ ഒരു യുദ്ധ സിനിമയിലെ പോരാളിയെപ്പോലെ സ്റ്റെപ്പാൻ ഉറങ്ങുന്നുണ്ടായിരുന്നു. അവന്റെ നഗ്നമായ കാലുകൾ കോട്ടിനു കീഴെ പുതപ്പിൽ സുരക്ഷിതമായിരുന്നു. കാര്യസ്ഥൻ അടുത്തുചെന്ന് അവനൊരു തട്ടുകൊടുത്തു. എന്നിട്ട് ചില നിർദ്ദേശങ്ങൾ മന്ത്രിച്ചു. അവൻ ഒരു ചെറുചിരിയോടെ കോട്ടുവായിട്ടുകൊണ്ട് അതിനെല്ലാം മറുപടി പറഞ്ഞു. കാര്യസ്ഥൻ പോയശേഷം സ്റ്റെപ്പാൻ എഴുന്നേറ്റ് കോട്ടും ബൂട്ട്സും ധരിച്ച് പുറത്തുപോയി ഗോവണിയുടെ മുകളിൽ നിലയുറപ്പിച്ചു. അഞ്ചു മിനിറ്റ് ആകുന്നതിനുമുമ്പുതന്നെ ഒരു കെട്ടുവിറകുമായി, ഒരിക്കലും പിരിയാനാവാത്ത മുമുവിനോടൊത്ത് ജെറാസിം വരുന്നതു കാണാനിടയായി. (വേനൽക്കാലത്തുപോലും വൃദ്ധയുടെ കിടപ്പുമുറിയും സ്വകാര്യമുറിയും ചൂടാക്കിവെക്കാൻ കല്പന കൊടുത്തിരുന്നു.) ജെറാസിം ഒരരികിലൂടെ വാതിലിനു മുന്നിലെത്തി അത് തന്റെ ചുമലുകൾകൊണ്ട് തള്ളിത്തുറന്ന് തന്റെ ചുമടുമായി വീട്ടിലേക്കു പ്രവേശിച്ചു. മുമു, സാധാരണ പോലെ, അവന്റെ പിന്നിലായി കാത്തുനിന്നു. സ്റ്റെപ്പാൻ ഓടിച്ചെന്ന് പരുന്ത് ഒരു കോഴിക്കുഞ്ഞിനെയെന്നവണ്ണം അവളെ റാഞ്ചിപ്പിടിച്ചു. കൈയിൽ അവളെ കൂട്ടിപ്പിടിച്ച് തൊപ്പിപോലും ഇടാൻ നില്ക്കാതെ പുറത്ത് മുറ്റത്തേക്കു കൊണ്ടുപോയി. ഒരു കാതം ദൂരത്തേക്ക് ഓടി ആദ്യംകണ്ട ചന്തസ്ഥലത്തേക്കു കുതിച്ചു. അവിടെ വില്പനയ്ക്കു നില്ക്കുന്ന ഒരാളെ കണ്ടെത്തി അയാൾക്ക് ഒരു ഷില്ലിങ്ങിന് അവളെ വിറ്റു. ഒരാഴ്ചയെങ്കിലും അവളെ കെട്ടിയിടണമെന്ന് ചട്ടംകെട്ടി അയാൾ ഉടനെതന്നെ അവിടംവിട്ടു. വീട്ടിലെത്തുംമുമ്പേ, അവൻ ദൂരെയുള്ള ടൗണിൽക്കൂടി അതിരു ചാടിക്കടന്ന് എത്തി. ജെറാസിമിനെ ഗെയ്റ്റിൽവെച്ച് കൂട്ടിമുട്ടാൻ അവനു പേടിയുണ്ടായിരുന്നു.

സ്റ്റെപ്പാന്റെ ഉൽക്കണ്ഠ വൃഥാവിലായി. കാരണം, ജെറാസിം അപ്പോൾ തോപ്പിലുണ്ടായിരുന്നില്ല. ജെറാസിം വീടിനു പുറത്തെത്തിയപ്പോഴേക്കും അവനു മുമുവിനെ നഷ്ടപ്പെട്ടിട്ടുണ്ടായിരുന്നു. അവന്റെ തിരിച്ചു വരവിൽ കാവൽനില്ക്കുന്നതിന് ഒരിക്കലും മുമുവിന് മറന്നുപോകാറില്ലെന്ന് അവനോർത്തു. അവളെ തിരഞ്ഞ് അവൻ മുകളിലേക്കും താഴേക്കും ഓടിനടന്നു. അവന്റേതായ രീതിയിൽ അവളെ വിളിച്ചുകൊണ്ടേയിരുന്നു. മച്ചിലേക്കും പുൽക്കൂനകൾക്കിടയിലേക്കും തെരുവിലേക്കും അങ്ങനെ അവിടവിടമൊക്കെ അവൻ ഓടിനടന്ന് തിരഞ്ഞുകൊണ്ടിരുന്നു. പക്ഷേ, അവൾ അവനു നഷ്ടപ്പെട്ടിരുന്നു! ഉടൻതന്നെ അവൻ അടുത്തുള്ള കുടിലുകളിലേക്കൊക്കെ അവളെ അന്വേഷിച്ചു പാഞ്ഞുചെന്നു. ഏറ്റവും നിരാശനായി തളർന്ന അവൻ, അവളുടെ ഉയരവും ഏകദേശരൂപവും ആംഗ്യഭാഷയിൽ വർണ്ണിച്ചുകൊണ്ട് അവരോടൊക്കെ അവളെപ്പറ്റി അന്വേഷിച്ചു. മുമുവിന് എന്താണ് സംഭവിച്ചതെന്നുപോലും ചിലർക്കറിയുമായിരുന്നില്ല. അവർ വെറുതേ തലയാട്ടി. ചിലർക്കൊക്കെ

അറിയാമായിരുന്നെങ്കിലും അവർ അവനുനേരേ ഒന്നു ചിരിക്കുകമാത്രമാണുണ്ടായത്. കാര്യസ്ഥൻ ഇതുതന്നെ നല്ല തക്കമെന്നു കരുതി കുതിരക്കാരെ ശകാരിക്കാൻ തുടങ്ങി. പിന്നെ മുറ്റത്തിന്റെ അങ്ങേയറ്റത്തേക്ക് ജെറാസിം ഓടി.

അവൻ തിരിച്ചെത്തിയപ്പോൾ അവിടമാകെ നല്ല ഇരുട്ടായിരുന്നു. അവന്റെ മ്ലാനവദനവും നോട്ടവും പൊടിപിടിച്ചു മുഷിഞ്ഞ വേഷവും വേച്ചുവേച്ചുള്ള നടത്തവുമൊക്കെ അവൻ അന്നു മുഴുവൻ മോസ്കോയുടെ പകുതിയെങ്കിലും ഓടിത്തീർത്തിരിക്കുമെന്ന് ഊഹിക്കാവുന്ന തരത്തിലായിരുന്നു. യജമാനത്തിയുടെ വീടിന്റെ ജനലിനപ്പുറത്തുപോയി അവൻ നിന്നു. അടുത്തുള്ള കുടിലുകളിലെ ജോലിക്കാർ കൂടിനില്ക്കുന്നതും നോക്കി അവ്യക്തശബ്ദത്തോടെ അവൻ ഒരിക്കൽക്കൂടി മുമുവിനെ വിളിച്ചുനോക്കി. പക്ഷേ, മുമുവിൽനിന്ന് ഉത്തരമൊന്നുമുണ്ടായില്ല. പിന്നെ അവൻ അവിടെനിന്ന് ദൂരേക്കു പോയി. എല്ലാവരും അവനെ നോക്കുന്നുണ്ടായിരുന്നെങ്കിലും ഒരാളും ഒന്നു ചിരിക്കുകയോ ഒരു വാക്കുപോലുമുച്ചരിക്കുകയോ ചെയ്തില്ല. ഈയൊരു സാഹചര്യത്തിലുള്ള അവന്റെ ശോചനീയാവസ്ഥയിൽ രാത്രിമുഴുവൻ അവൻ കരഞ്ഞുകൊണ്ടേയിരിക്കുകയായിരുന്നെന്ന് പിറ്റേന്നു പ്രഭാതത്തിൽ അന്തിപ്ക വന്നു പറഞ്ഞു.

അടുത്തദിവസവും ജെറാസിം ആരെയും കാണാനിടകൊടുത്തില്ല. അതിനാൽ വെള്ളം കൊണ്ടുവരാനായി അവനുപകരം അവർ കുതിരവണ്ടിക്കാരൻ പോതാപ്പിനെ ഏല്പിച്ചു. പോതാപ്പ് യാതൊരു മടിയും കൂടാതെ ആ ജോലി ഏറ്റെടുത്തു. തന്റെ ആജ്ഞ പാലിച്ചോ എന്ന് യജമാനത്തി ഗവ്റിലയോട് അന്വേഷിച്ചതിന് അവരെല്ലാവരും വളരെ കൃത്യമായി പാലിച്ചിട്ടുണ്ടെന്ന് ഗവ്റില മറുപടി പറഞ്ഞു. പിറ്റേദിവസം പ്രഭാതത്തിൽ ജെറാസിം മച്ചിനുപുറത്തേക്കു വന്ന് തന്റെ ജോലികളിലേർപ്പെട്ടു. ആരെയും അഭിമുഖീകരിക്കാതെയും മിണ്ടാതെയും അവൻ ഭക്ഷണത്തിനുമുമ്പിൽ വന്നിരുന്നു, കഴിച്ചു, വീണ്ടും പുറത്തേക്കു പോയി. അവന്റെ മുഖം സാധാരണ കാണപ്പെടാറുള്ളതുപോലെ ജീവസ്സറ്റ് മൂകമായി ഒരു കല്ലുപോലെ ഉറച്ചതായി തോന്നിച്ചു. രാത്രിഭക്ഷണത്തിനുശേഷം അവൻ വീണ്ടും അധികം ദൂരെയല്ലാതെ മുറ്റത്തേക്കുപോയി. തിരിച്ചുവന്ന് നേരേ പുൽക്കൂനയിലേക്കടുത്തു. രാത്രി വന്നണഞ്ഞു. തികഞ്ഞ നിലാവുള്ള രാത്രി. ജെറാസിം കൂർക്കം വലിച്ചുകൊണ്ട് അങ്ങോട്ടുമിങ്ങോട്ടും ഇടവിടാതെ തിരിഞ്ഞും മറിഞ്ഞും കിടന്നു. പെട്ടെന്ന് തന്റെ കോട്ടിന്റെയറ്റം ആരോ പിടിച്ചു വലിക്കുന്നതായി അവനു തോന്നി. അവൻ തലയുയർത്താതെ കണ്ണുകളിറുക്കിപ്പൂട്ടി. പക്ഷേ, പിന്നെയും ആദ്യത്തേതിലും ശക്തമായിത്തന്നെ വലിക്കുന്നതായി തോന്നുകയാൽ അവൻ ചാടിയെഴുന്നേറ്റു. അവന്റെ മുന്നിൽ കഴുത്തിൽ ഒരു വടവുമായി മുമു കുതറിക്കൊണ്ടു നില്ക്കുന്നുണ്ടായിരുന്നു! അവന്റെ ഇടനെഞ്ചിൽ പൊട്ടിവന്ന സന്തോഷത്താൽ അവൻ മൂകമായി കരഞ്ഞുപോയി. മുമുവിനെ പിടിച്ച്

മുറുകെ പുണർന്നു. അവൾ അവന്റെ മൂക്കും കണ്ണുകളും ഒറ്റശ്വാസത്തിൽ നക്കിനക്കി സ്നേഹം പ്രകടിപ്പിച്ചു. അവൻ കുറച്ചിട അങ്ങനെത്തന്നെ നിന്നുപോയി. ഒരു മിനിറ്റ് ആലോചിച്ചു നിന്നശേഷം പുൽക്കൂനയിൽനിന്ന് ശ്രദ്ധയോടെ ഇഴഞ്ഞുവന്ന് പുറത്തെത്തി ചുറ്റിലും നോക്കി. ആരും അവനെ കണ്ടിട്ടില്ലെന്ന് ആശ്വസിച്ച് അവൻ അവളെയുംകൊണ്ട് സന്തോഷത്തോടെ മച്ചിലേക്ക് തിരക്കിട്ട് നടന്നു. അവൾ തന്നെ സ്വയം വിട്ടുപിരിഞ്ഞതല്ലെന്നും യജമാനത്തിയുടെ കല്പനപ്രകാരം ജോലിക്കാർ അവളെ കടത്തിക്കൊണ്ടുപോയതാണെന്നും ജെറാസിം മുമ്പേതന്നെ ഊഹിച്ചിട്ടുണ്ടായിരുന്നു. ചില ജോലിക്കാർ ആംഗ്യഭാഷയിൽ മുമുവിനെപ്പറ്റി അറിയിച്ചതിനെത്തുടർന്ന് അവൻ ചില നിഗമനങ്ങളിലെത്തിയിരുന്നു. മുറിയിലെത്തി ആദ്യമായി അവൻ മുമുവിന് ഒരു കഷണം ബ്രെഡ് കൊടുത്തു. അവളെ ഓമനിച്ചുകൊണ്ട് കിടക്കയിൽ കിടത്തി ധ്യാനനിമഗ്നനായി ഇരുന്നു. അങ്ങനെ ആ രാത്രി മുഴുവൻ അവൻ ചെലവഴിച്ചു. അവളെ എങ്ങനെ മറ്റുള്ളവരിൽനിന്നും ഒളിപ്പിച്ചുവെക്കുമെന്നായിരുന്നു അവന്റെ ചിന്ത. ഒടുവിൽ അവളെ പകൽ മുഴുവൻ മച്ചിൽത്തന്നെ സൂക്ഷിക്കാൻ അവൻ തീരുമാനിച്ചു. ഇടയ്ക്കൊക്കെ അവളെ ഒന്നു വന്നുനോക്കി, രാത്രി അവളെ പുറത്തേക്കു കൊണ്ടുവരാൻ തീരുമാനിച്ചു. വാതിലിലുള്ള ദ്വാരം അവൻ തന്റെ പഴയ കോട്ടുകൊണ്ട് സമർത്ഥമായി അടച്ചു. പ്രഭാതകിരണങ്ങൾ എത്തുംമുമ്പേതന്നെ ഒന്നും സംഭവിക്കാത്തതുപോലെ അവൻ മുറ്റത്തെത്തി, നിഷ്കളങ്കമായ കാപട്യത്തോടെയും സ്ഥിരമായ വ്യാകുലഭാവത്തോടെയും. മുമുവിന്റെ മുറുമുറുപ്പ് ഊമയായ അവനു കേൾക്കാൻ പറ്റിയിരുന്നില്ല. അവൻ സ്വയം ചതിക്കുഴിയിലകപ്പെടുകയാണെന്ന് ജെറാസിം മനസ്സിലാക്കിയില്ല. യഥാർത്ഥത്തിൽ, അവന്റെ നായ തിരിച്ചെത്തിയത് ആ വീട്ടിലെല്ലാവരും അറിഞ്ഞിരുന്നു. ആ നായയെ മച്ചിൽ പൂട്ടിയിട്ടതാണെന്നുമറിയാൻ വൈകിയില്ല. പക്ഷേ, അവനോടും ആ നായയോടുമുള്ള സഹതാപത്താലും ഭയത്താലും അവരറിഞ്ഞ ആ രഹസ്യം ആരുംതന്നെ അവനെ അറിയിക്കാൻ ധൈര്യപ്പെട്ടില്ല. കാര്യസ്ഥൻ തലചൊറിഞ്ഞ്, നിരാശയാൽ തലയാട്ടിക്കൊണ്ട് പറഞ്ഞു, "നന്നായി ദൈവം അവനോട് കരുണ കാണിക്കട്ടെ. യജമാനത്തിയുടെ ചെവിയിലെത്താതിരുന്നാൽ മതി."

ആ ദിവസം മുഴുവൻ പ്രത്യേകിച്ച് ഭാവഭേദങ്ങളൊന്നും കാണിക്കാതെ അവൻ തന്റെ ജോലികളിൽ മുഴുകി. മുറ്റം മുഴുവൻ അടിച്ചുവാരി ചെത്തിമിനുക്കി ഓരോ കാട്ടുപുല്ലും അവ ബലമുള്ളതായിരുന്നെങ്കിലും കൈകൊണ്ടുതന്നെ പിഴുതുമാറ്റി ഓരോ കുറ്റിയും വലിച്ചുകൊണ്ടുപോയി. അവന്റെ അത്യദ്ധ്വാനം വൃദ്ധ കാണുന്നതുവരെ അവൻ തുടർന്നു. പകൽ നിരന്തരം തന്റെ ജോലികളിൽ മുഴുകി. അതിനിടെ രണ്ടു പ്രാവശ്യം അവൻ തന്റെ തടവുപുള്ളിയെ ഗൂഢമായി വന്നുനോക്കി. രാത്രിയായപ്പോൾ, അവൻ അവളോടൊപ്പം മച്ചിൽ കിടന്നുറങ്ങി. രാത്രി രണ്ടു മണിയായപ്പോൾ അവൻ അവളെ ശുദ്ധവായു കിട്ടാനായി പുറത്തുകൊണ്ടുവന്നു.

കുറേനേരം പുറത്തെ മുറ്റത്തുകൂടി അവളോടൊപ്പം നടന്നുകൊണ്ടിരിക്കെ, തെരുവിലേക്കുള്ള മുറ്റത്തിനടുത്തുനിന്ന് ഒരു മർമ്മരശബ്ദം കേട്ട് അവൻ പെട്ടെന്ന് തിരിഞ്ഞുനിന്നു. മുമു ചെവികൂർപ്പിച്ച് മണത്തുകൊണ്ട് മുറുമുറുപ്പുണ്ടാക്കി തോപ്പിനരികിലേക്ക് ഓടിച്ചെന്ന് ഉച്ചത്തിൽ കുരച്ചു. അവിടെ ചില മദ്യപന്മാർ വേലിക്കരികിൽ ഒളിഞ്ഞിരിപ്പുണ്ടായിരുന്നു. നാഡീസംബന്ധമായ ചില അസ്വാസ്ഥ്യങ്ങൾക്കുശേഷം യജമാനത്തി അപ്പോൾത്തന്നെയായിരുന്നു ഉറക്കത്തിലേക്കു വഴുതിവീണതും. സാധാരണയായി ഇത്തരം അസ്വാസ്ഥ്യങ്ങൾ അത്താഴത്തിനുശേഷം അവർക്കുണ്ടാവുക പതിവുള്ളതാണ്. ഒന്നു മയങ്ങിത്തുടങ്ങിയപ്പോഴേക്കും മുമുവിന്റെ പെട്ടെന്നുള്ള കുര അവരെ ഞെട്ടിയുണർത്തി. ഉടനെ നെഞ്ചിടിപ്പുകൂടി അവർ അബോധാവസ്ഥയിലായി. 'കുട്ടികളേ, കുട്ടികളേ' എന്ന് മയക്കത്തിൽ അവർ ഞരങ്ങിക്കൊണ്ടിരുന്നു. അവരുടെ പരിചാരികമാർ ഭയന്ന് വൃദ്ധയുടെ കിടപ്പുമുറിയിലേക്കോടി. "അയ്യോ.... ഞാൻ മരിക്കാൻ പോകുന്നു!..." അസ്വാസ്ഥ്യത്തോടെ കൈകൾ കുതറിക്കൊണ്ട് അവർ നിലവിളിച്ചു. "വീണ്ടും.... ആ നായ....! വീണ്ടും....! ഡോക്ടറെ കൊണ്ടുവരൂ....! ഓഹ്....!" അവരുടെ തല പിന്നിലേക്ക് ചാഞ്ഞ് ഒരു ബോധക്കേടിന്റെ അവസ്ഥയിലെത്തി. ഭൃത്യർ ഡോക്ടറുടെ അടുത്തേക്കോടി. ഹാറിറ്റോൺ ആയിരുന്നു അവരുടെ കുടുംബഡോക്ടർ. പഞ്ഞിപോലത്തെ ബൂട്ട്സും നാഡിമിടിപ്പ് സൂക്ഷ്മമായി കണക്കാക്കാനറിയാമെന്നതുമായിരുന്നു അയാൾക്ക് ആകെയുള്ള യോഗ്യത. ഇരുപത്തിനാലു മണിക്കൂറിൽ പതിനാലു മണിക്കൂറും ഈ ഡോക്ടർ ഉറക്കത്തിലായിരുന്നു. ബാക്കിസമയങ്ങളിൽ വൃദ്ധയ്ക്ക് ചെറിബേ തുള്ളികൾ കൊടുക്കുമായിരുന്നു. അവരെ അദ്ദേഹം കൃത്യമായി പരിശോധിക്കാറുണ്ടായിരുന്നു. ഈ വിവരമറിഞ്ഞ് ഡോക്ടർ അവിടേക്ക് ഓടിയെത്തി. കരിഞ്ഞ തൂവലിന്റെ മണമുള്ള സുഗന്ധദ്രവ്യം പൂശിയ ഡോക്ടറുടെ വരവോടെ വൃദ്ധ കണ്ണുതുറന്നു. അവർ എല്ലാവരെയും ഒന്നു നോക്കി വീണ്ടും ആ നായയെക്കുറിച്ച് ഭീതിയോടെ പറയാനാരംഭിച്ചു. വൃദ്ധയുടെ ആവശ്യങ്ങൾക്കനുസരിച്ച് പെരുമാറാൻ ഗവ്റില എല്ലാവരെയും ചട്ടംകെട്ടിയിരുന്നു. പക്ഷേ, തന്നെ ആരും നോക്കുന്നില്ലെന്നും താനൊരു സാധു വൃദ്ധസ്ത്രീയാണെന്നും ആരും അവരോട് അനുകമ്പ കാണിക്കുന്നില്ലെന്നും താൻ മരിക്കാനാണ് എല്ലാവരും ആഗ്രഹിക്കുന്നതെന്നും അവർ പരിതപിച്ചു. നിർഭാഗ്യവാനായ മുമു അപ്പോഴും കുരച്ചുകൊണ്ടേയിരുന്നു. ജെറാസിം വളപ്പിനു പുറത്തുപോകാൻ അവ വൃഥാ പറഞ്ഞുകൊണ്ടിരുന്നു. "അതാ... അതാ.... വീണ്ടും....!" വൃദ്ധ വീണ്ടും ഭയന്നു വിറയ്ക്കാൻ തുടങ്ങി. ഡോക്ടർ വേലക്കാരിയോട് എന്തോ പിറുപിറുത്തു. അവൾ പുറത്തേക്കോടിപ്പോയി സ്റ്റെപ്പാനെ കുലുക്കി വിളിച്ചു. അവൻ ഗവ്റിലയെ ഉണർത്താനോടി. ഗവ്റില ആ വീട്ടിലെ എല്ലാവരോടും ഉണർന്നെഴുന്നേല്ക്കാനാവശ്യപ്പെട്ടു.

എല്ലാ ജനലുകളിലൂടെയും വെളിച്ചമുയരുന്നതുകണ്ട് ജെറാസിം

എന്തോ ആപത്ത് മുന്നിൽ കണ്ട് മുമുവിനെ കൈകളിലെടുത്ത് മച്ചിലേക്കോടി അതു പൂട്ടി കിടന്നു. അല്പനിമിഷങ്ങൾക്കുശേഷം അഞ്ചുപേർ വന്ന് അവന്റെ വാതിലിൽ മുട്ടി. അതിന്റെ കുറ്റികണ്ട് അവർ നിന്നു. അത് തുറക്കാനായില്ല. ഗവ്റില ഭീതനായി വല്ലാത്തൊരു മാനസികാവസ്ഥയിൽ അവിടെത്തന്നെ നിന്ന് രാവിലെ മുതൽ തിരച്ചിൽ തുടരാനാവശ്യപ്പെട്ടു. പിന്നീട് അയാൾ ജോലിക്കാരുടെ ക്വാർട്ടേഴ്സിലേക്കോടി. അവരിൽ പ്രായംചെന്ന ലുബോവ് ലുബിമോവ്നയോട് സഹായമഭ്യർത്ഥിച്ചു. പഞ്ചസാരയും ചായപ്പൊടിയും മറ്റു സാധനങ്ങളും തട്ടിപ്പുനടത്തിയിരുന്നു അയാൾ. കള്ളക്കണക്കുണ്ടാക്കിയിരുന്ന അയാളോട് മുമു നാളെ കൊല്ലപ്പെടുമെന്ന് വൃദ്ധയെ പറഞ്ഞുമനസ്സിലാക്കാൻ ഏർപ്പാടാക്കി. അങ്ങനെയായാലെങ്കിലും തങ്ങളുടെ യജമാനത്തി സന്തോഷവതിയാകുമെന്നും തങ്ങളോടുള്ള ദേഷ്യം കുറഞ്ഞേക്കാമെന്നും അയാൾ കരുതി. സാധാരണപോലെ അവർ അത്ര പെട്ടെന്ന് ശാന്തയായില്ല. എന്നാൽ ധൃതിയിൽ ഡോക്ടർ അവർക്ക് പത്തുപന്ത്രണ്ട് തുള്ളി മരുന്നിനുപകരം നാല്പതു തുള്ളികളാണ് കൊടുത്തത്. ശക്തിയായ മയക്കുമരുന്ന് നല്കിയതിനാൽ അവർ കാൽമണിക്കൂറിനുള്ളിൽ ഉറക്കത്തിലേക്കു വഴുതിവീണു. മുമുവിന്റെ വായ മുറുക്കിപ്പൂട്ടിപ്പിടിച്ച് തന്റെ കിടക്കയിൽ വിളറിയ മുഖവുമായി കിടക്കുകയായിരുന്നു ജെറാസിം അപ്പോൾ.

പിറ്റേദിവസം രാവിലെ യജമാനത്തി പതിവിലും വളരെ വൈകിയാണുണർന്നത്. അവർ ഉണരുന്നതുവരെ കാത്തിരിക്കുകയായിരുന്നു ജെറാസിമിന്റെ മച്ചിലേക്കുള്ള ആക്രമണത്തിന് ആജ്ഞ ലഭിക്കാൻ. ജെറാസിം ഒരു കൊടുങ്കാറ്റിനെതിരേ തയ്യാറെടുക്കുകയായിരുന്നു അപ്പോൾ. പക്ഷേ, ആ ആപത്ത് ഇതുവരെ വന്നെത്തിയിട്ടില്ല. വൃദ്ധ കിടക്കയിൽത്തന്നെ കിടന്നുകൊണ്ട് ഏറ്റവും പ്രായംകൂടിയ ജോലിക്കാരനെ വിളിക്കാനയച്ചു.

“ലുബോവ് ലുബിമോവ്ന” അവർ പതുങ്ങിയ തളർന്ന സ്വരത്തിൽ പറയാൻ തുടങ്ങി. ആ വീട്ടിലെ എല്ലാവരും ഇത്തരം സന്ദർഭങ്ങളിൽ വിഷമസ്ഥിതിയായിരുന്നെന്നും തന്നെ ഒറ്റപ്പെടുത്തുകയായിരുന്നെന്നും അവർക്കു തോന്നി. “ലുബോവ് ലുബിമോവ്ന, നീയെന്റെ അവസ്ഥ കണ്ടോ? നീ പോയി ഗവ്റില ആൻഡ്രിച്ചിനോട് ഒന്നു സംസാരിക്കൂ. അവനു തന്റെ യജമാനത്തിയെക്കാൾ ഏതു കൊടിച്ചിപ്പട്ടിയെയാണ് സംരക്ഷിക്കേണ്ടതെന്നു ചോദിക്കൂ. എനിക്കിത് സഹിക്കാനാവില്ല.” അവർ വിഷമത്തോടെ കൂട്ടിച്ചേർത്തു. “പോകൂ, എന്നോട് സ്നേഹമുള്ളവനേ, എന്നോടിത്തിരി ദയ കാണിക്കാൻ ഗവ്റിലയോട് പറയൂ.”

ലുബോവ് ലുബിമോവ്ന ഗവ്റിലയുടെ മുറിയിലേക്കു പോയി. അവർ തമ്മിലുള്ള സംഭാഷണമെന്തായിരുന്നുവെന്ന് ആരുമറിഞ്ഞില്ല. എങ്കിലും കുറച്ചിട കഴിഞ്ഞ് എല്ലാവരും ജെറാസിമിന്റെ മച്ചിനടുത്തേക്ക് നടന്നുനീങ്ങുന്നുണ്ടായിരുന്നു. അവിടെ കാറ്റില്ലായിരുന്നെങ്കിലും ഗവ്റില തന്റെ തൊപ്പി കൈയിൽവെച്ച് മുമ്പിലായി നടക്കുന്നുണ്ടായിരുന്നു. കാവല്ക്കാരും അടുക്കളജോലിക്കാരും അയാൾക്കു തൊട്ടുപിന്നാലെയു

ണ്ടായിരുന്നു. അങ്കിൾ ടെയ്ൽ, ഒരു ജനലിനു പുറത്തേക്കു നോക്കി ആംഗ്യഭാഷയിൽ നിർദ്ദേശങ്ങൾ നല്കി. ആ നിരയിലെ കുട്ടികളുടെ സംഘം തുള്ളിച്ചാടി നടക്കുന്നുണ്ടായിരുന്നു. പകുതിയും പേർ പുറത്തു നിന്നുള്ളവരായിരുന്നു. മച്ചിനു മുകളിലേക്കുള്ള ഇടുങ്ങിയ കോണിപ്പടിയിൽ ഒരു കാവല്ക്കാരൻ ഇരുന്നു. വാതിലിനരികിൽ രണ്ടുപേർ വടികളുമായി നിന്നു. തടഞ്ഞുവെച്ച പടികൾ അവർ കയറി. ഗവ്റില വാതിലിനടുത്തെത്തി തന്റെ മുഷ്ടിചുരുട്ടി മുട്ടി. "വാതിൽ തുറക്കൂ...."

ഇടയ്ക്ക് പതുങ്ങിവരുന്ന കുരയല്ലാതെ ഉത്തരമൊന്നും കിട്ടിയില്ല.

"വാതിൽ തുറക്കൂ, പറഞ്ഞതു കേട്ടില്ലേ...?" അയാൾ ആവർത്തിച്ചു.

"പക്ഷേ, ഗവ്റില ആൻഡ്രിച്ച്" സ്റ്റെപ്പാൻ പതുക്കെ പറഞ്ഞു.

"അവൻ ഊമയാണെന്നറിയില്ലേ? അവനു കേൾക്കാൻ കഴിയില്ല." എല്ലാവരും ഒന്നടങ്കം ചിരിച്ചു.

"ഇനി നമ്മളെന്താണ് ചെയ്യുക?" ഗവ്റില അവരുടെ കൂടെ കൂടി.

"അവിടെ വാതിലിനൊരു ദ്വാരമുണ്ട്" സ്റ്റെപ്പാൻ പറഞ്ഞു.

"അവിടെ നിങ്ങൾ വടികൊണ്ട് ഇളക്കിനോക്കൂ" ഗവ്റില കുനിഞ്ഞിരുന്നു.

"അവനവിടെ കോട്ടോ മറ്റോ കൊണ്ട് അടച്ചിട്ടുണ്ട്."

"ശരി, നിങ്ങൾ നന്നായി അത് അകത്തേക്കു തള്ളൂ."

ആ സമയം ശ്വാസംമുട്ടിയ നിലയിലുള്ള കുര വീണ്ടും കേട്ടു.

"നോക്കൂ, അവൻ സംസാരിക്കുന്നുണ്ട്." സംഘം അഭിപ്രായപ്പെട്ടു. അവർ വീണ്ടും ചിരിക്കാൻ തുടങ്ങി. ഗവ്റില തന്റെ ചെവി ചൊറിഞ്ഞു.

"ഇല്ല, ചങ്ങാതീ," അയാൾ ഒടുവിൽ ഉത്തരം പറഞ്ഞു.

"നിനക്ക് പറ്റുമെങ്കിൽ ആ കോട്ട് തോണ്ടിയെടുക്കൂ."

"ശരി, ഞാൻ നോക്കട്ടെ."

സ്റ്റെപ്പാൻ വടിയെടുത്ത് കോട്ട് വലിക്കാൻ തുടങ്ങി. എന്നിട്ട് വടി ചുഴറ്റിക്കൊണ്ട്, "പുറത്തു വരൂ, പുറത്തു വരൂ" എന്നു പറഞ്ഞുകൊണ്ട് തുടർന്നു. അവൻ വടി ഇളക്കിക്കൊണ്ടേയിരുന്നു. പെട്ടെന്ന് മച്ചിന്റെ വാതിൽ വലിച്ചു തുറക്കപ്പെട്ടു. കൂടിനിന്നവർ ഒന്നൊന്നായി കുഴഞ്ഞു മറിഞ്ഞുവീണു. പടിയിൽനിന്നത് ആദ്യം ഗവ്റിലയായിരുന്നു. അങ്കിൾ ടെയ്ൽ ജനലടച്ചു.

"വാ.... വാ.... വാ..." ഗവ്റില മുറ്റത്തുനിന്ന് അലറിവിളിച്ചു.

"വന്നതെന്തിനാണെന്നറിയില്ലേ....?"

ജെറാസിം വാതില്ക്കൽ നിന്നനില്പിൽ നിന്നു. ജനം പടിക്കുമുകളിൽ തടിച്ചുകൂടി. ജെറാസിം ഊരയ്ക്കു കൈകൊടുത്ത്, താഴെ ജർമ്മൻ കോട്ടിൽ വന്ന പാവം ജീവികളെനോക്കി. അവൻ തന്റെ ചുവന്ന കർഷകക്കുപ്പായത്തിൽ ഒരു രാക്ഷസനെപ്പോലെ കാണപ്പെട്ടു. ഗവ്റില ഒരടി മുന്നോട്ടുവെച്ചു.

"കൂട്ടുകാരാ" അയാൾ പറഞ്ഞു. "മര്യാദകേട് കാണിക്കരുത്." യജമാനത്തിയുടെ നായയ്ക്കെതിരായ നിർദ്ദേശങ്ങളും മറ്റും അയാൾ

ജെറാസിമിനോട് ആംഗ്യഭാഷയിൽ വിവരിച്ചു. ഉടനെ അതിനെ കൈവിട്ടില്ലെങ്കിലുണ്ടാകുന്ന വിപത്തിനെക്കുറിച്ചും മനസ്സിലാക്കിച്ചു.

ജെറാസിം അയാളെ നോക്കി നായയെ ചൂണ്ടി തലയാട്ടി. ഊരാക്കുടുക്കിന്റെ മുറുക്കംകൂട്ടി അയാൾ കാര്യസ്ഥനു നേരെ അന്വേഷണത്വരയോടെ നോക്കി.

"ശരിയാണ്." ആദ്യത്തെയാൾ തലയാട്ടി സംസാരിച്ചു. "ശരിയാണ്, അങ്ങനെതന്നെയാണ്."

ജെറാസിം കണ്ണടച്ചു. പെട്ടെന്നുതന്നെ സ്വയമുണർന്ന് തന്റെയരികിൽ നിഷ്കളങ്കയായി വാലാട്ടി കാതുകൂർപ്പിച്ച് നില്ക്കുന്ന മുമുവിനെ ചൂണ്ടി, വല്ലാത്തൊരു ഭാവത്തിൽ മുമുവിന്റെ കഴുത്തിൽ കുരുക്കിട്ടു കൊല്ലുന്ന സാഹസം ഏറ്റെടുക്കുകയാണെന്ന് തന്റെ നെഞ്ചിൽ തൊട്ടു ആംഗ്യം കാണിച്ചു.

"പക്ഷേ, നീ ഞങ്ങളെ ചതിക്കും," ഗവ്റില ഉത്തരംപോലെ തലയാട്ടി പിന്നാക്കം തിരിഞ്ഞു.

ജെറാസിം പരിഹാസത്തോടെ അയാളെ നോക്കി വീണ്ടും നെഞ്ചത്തടിച്ച് ഉച്ചത്തിൽ വാതിലടച്ചു.

അവർ അന്യോന്യം നിശ്ശബ്ദരായി നോക്കി.

"എന്താണിതിനർത്ഥം?' ഗവ്റില പറഞ്ഞുതുടങ്ങി. "അവൻ സ്വയം അതിനകത്ത് അടച്ചിട്ടു!"

"അവനങ്ങനെ ചെയ്തോട്ടെ ഗവ്റില ആൻഡ്രിച്ച്" സ്റ്റെപ്പാൻ ഉപദേശിച്ചു. "അവൻ സത്യം ചെയ്ത കാര്യം പ്രാവർത്തികമാക്കുകതന്നെ ചെയ്യും. നിങ്ങൾക്കറിയാമല്ലോ, അവനങ്ങനെയാണ്. അവനൊരു പ്രതിജ്ഞയെടുത്താൽ അത് നിസ്സംശയമായും ചെയ്തിരിക്കും. അവൻ നമ്മെപ്പോലെ അല്ല. സത്യം സത്യമായിരിക്കും അവന്, തീർച്ചയായും അതെ."

"അതെ." അവരെല്ലാവരും തലയാട്ടി സമ്മതിച്ചുകൊണ്ട് ഒന്നിച്ചു പറഞ്ഞു. "അതെ. അങ്ങനെതന്നെയാണ്."

അങ്കിൾ ടെയ്ൽ തന്റെ ജനൽ തുറന്നു പിടിച്ചുകൊണ്ട് കൂടെക്കൂടി പറഞ്ഞു. "അതെ!"

"ശരി. ആയിരിക്കാം. നമുക്കു നോക്കാം" ഗവ്റില പറഞ്ഞു; "ഏതായാലും കാവല്ക്കാരെ മാറ്റിനിർത്തണ്ട. ഏയ്, ഇറോഷ്ക" അയാൾ കൂട്ടിച്ചേർത്തു. ഒരു മഞ്ഞക്കോട്ടണിഞ്ഞ തോട്ടക്കാരനെന്നു സ്വയം ഭാവിക്കുന്ന സാധുവിനെ നോക്കി പറഞ്ഞു: "നീയെന്താണ് ചെയ്യേണ്ടതെന്നറിയുമോ? ഒരു വടിയും പിടിച്ച് ഇവിടെയിരിക്കണം. എന്തെങ്കിലും സംഭവിച്ചാൽ ഉടനെ എന്റെയടുത്ത് ഓടിയെത്തണം!"

ഇറോഷ്ക ഒരു വടിയുമെടുത്ത് കോണിപ്പടിയുടെ ചുവട്ടിലായി ഇരുന്നു. കൂടിനിന്നവരൊക്കെ പിരിഞ്ഞുപോയി, ഉൽക്കണ്ഠാകുലരായ ചില കുട്ടികളൊഴിച്ച്. ഗവ്റില, യജമാനത്തിയുടെ അരികിൽ ചെന്നു പറഞ്ഞതുപോലെയൊക്കെ ചെയ്തതായി പറയാൻ ലുബോവ് ലുബിമോവ്നയെ ഏല്പിച്ചു. ആവശ്യമാണെന്നുവന്നാൽ പൊലീസിനെ വിളിക്കാ

നായി ഒരാളെ ഏർപ്പാടു ചെയ്തു. വൃദ്ധ തന്റെ ടൗവലിൽ ഒരു കെട്ടുണ്ടാക്കി അതിൽ യൂഡികൊളോൺ പുരട്ടി മണപ്പിച്ച് നെറ്റിയിൽ തടവിക്കൊണ്ട് കുറച്ച് കാപ്പി കുടിച്ച് മയക്കം വിട്ടുപോകാതെ വീണ്ടും ഉറക്കത്തിലേക്കു വീണു. കോലാഹലങ്ങൾക്കുശേഷം ഒരു മണിക്കൂർ സമയം കഴിഞ്ഞപ്പോൾ ജെറാസിം വാതിൽ തുറന്ന് പുറത്തുവന്നു. അവൻ തന്റെ നല്ല കോട്ടെടുത്തണിഞ്ഞ് മുമുവിനെ ഒരു ചരടിൽ കുരുക്കി പുറത്തേക്കു കൊണ്ടുപോയി. ഇറോഷ്ക അവൻ കടന്നുപോകുമ്പോൾ കൂടെത്തന്നെ നടന്നുനീങ്ങി. ജെറാസിം ഗെയ്റ്റിനരികിലേക്കു നടന്നു. അപ്പോൾ അവിടെയുണ്ടായിരുന്ന ചെറിയ കുട്ടികളെല്ലാം വളരെ നിശ്ശബ്ദരായി മുറ്റത്ത് അതു തുറിച്ചുനോക്കിനിന്നു. അവൻ തിരിഞ്ഞുനില്ക്കാതെ നേരേ തെരുവിലേക്കു തന്റെ തൊപ്പി വലിച്ചെറിഞ്ഞു. ഇറോഷ്കയോട് ജെറാസിമിനോടൊപ്പം ചെന്ന് ഒരു ചാരനെപ്പോലെ എല്ലാ നീക്കങ്ങളും നിരീക്ഷിക്കാൻ ഗവ്റില പറഞ്ഞു. ജെറാസിം തന്റെ നായയെയുംകൊണ്ട് ഒരു ഹോട്ടലിലേക്കു കയറിപ്പോകുന്നതും തിരിച്ചു പുറത്തുവരുന്നതുമൊക്കെ ദൂരെനിന്ന് നോക്കിക്കണ്ട് ഇറോഷ്ക കാത്തുനിന്നു.

ആ ഹോട്ടൽ ജെറാസിമിന് വളരെ പരിചിതമായിരുന്നു. അവന്റെ ആംഗ്യ ഭാഷയറിയാവുന്ന അവരോട് കാബേജ് സൂപ്പിൽ മാംസമിട്ട് നല്കാൻ ഓർഡർ കൊടുത്ത് അവൻ മേശയിൽ കൈവെച്ച് താഴെയിരുന്നു. മുമു അവന്റെ കസേരയ്ക്കടുത്തും. അവളുടെ കുസൃതിയാർന്ന കണ്ണുകൾകൊണ്ട് ജെറാസിമിനെ നോക്കുന്നുണ്ടായിരുന്നു. അവളുടെ കോട്ട് നല്ല തിളക്കമുള്ളതായതിനാൽ അവളെ അപ്പോൾ ചീകിമിനുക്കിയതേ ഉള്ളൂവെന്ന് കാണുന്ന ഒരാൾക്കു തോന്നും. ജോലിക്കാരൻ ജെറാസിമിനു മുമ്പിൽ സൂപ്പ് കൊണ്ടുവെച്ചു. അവൻ ബ്രഡ്ഡും മാംസവും ചെറിയ കഷണങ്ങളാക്കി കശക്കിയിട്ട് മുമുവിനു താഴേക്കു വെച്ചുകൊടുത്തു. മുമു അവളുടെ രീതിയിൽ അതു തിന്നാനായി തുടങ്ങി. ജെറാസിം അവളെ ഒരുനിമിഷം നോക്കിനിന്നു. രണ്ടുവലിയ കണ്ണീർക്കണങ്ങൾ അവന്റെ കണ്ണുകളിൽനിന്ന് ഉരുണ്ടുരുണ്ട് ഒന്നു മുമുവിന്റെ നെറ്റിയിലേക്കും മറ്റേത് സൂപ്പിലേക്കും പതിച്ചു. അവൻ തന്റെ മുഖം കൈകൾകൊണ്ട് മറച്ചു. മുമു പാതി ഭക്ഷണം കഴിച്ച് അവിടെനിന്ന് വന്ന് ചിറി നക്കിക്കൊണ്ടിരുന്നു. ജെറാസിം അവളെയെടുത്ത് സൂപ്പിന്റെ പണം നല്കി പുറത്തുപോയി. കാര്യസ്ഥന്റെ കണ്ണുകൾ അവനെ പിന്തുടരുന്നുണ്ടായിരുന്നു. ഇറോഷ്ക ജെറാസിമിനെ കണ്ടപ്പോൾ ഒരു മൂലയിലൊളിച്ചുനിന്ന് അവനെ മുന്നിൽ കടക്കാനനുവദിച്ച് വീണ്ടും അവനെ പിന്തുടർന്നു.

ഒരു ചരടിൽ കുരുങ്ങിയ മുമുവിനെയുംകൊണ്ട് ജെറാസിം ഒട്ടും തിടുക്കമില്ലാതെ നടന്നു. തെരുവിന്റെ മൂലയിലെത്തി അവൻ സാധാരണപോലെ നിന്നു. ഉടൻതന്നെ ക്രിമിയൻ ഫോർഡിലേക്ക് ഉറച്ച ചുവടുകൾ വെച്ചു. വഴിക്ക് ഒരു ലോഡ്ജ് പണിതുകൊണ്ടിരിക്കുന്ന വീട്ടിലേക്ക് നടന്നുചെന്ന് അവിടെനിന്ന് രണ്ട് ഇഷ്ടികകൾ കൈയിലെടുത്തു. ക്രിമി

യൻഫോർഡിന്റെ തീരത്തേക്കു ചെന്ന് രണ്ടു ചെറിയ ബോട്ടുകളുള്ള സ്ഥലത്തെ ലക്ഷ്യമാക്കി നടന്നു. (ആദ്യംതന്നെ അവൻ അതു നോക്കി വെച്ചിരുന്നു.) അതിലൊന്നിലേക്ക് മുമുവിനെയുംകൊണ്ട് അവൻ ചാടിക്കയറി. മുടന്തുള്ള, പ്രായംചെന്ന ഒരു മനുഷ്യൻ ഷെഡ്ഡിൽനിന്ന് ഓടി വന്ന് ബഹളംവെച്ചു. പക്ഷേ, ജെറാസിം തലയാട്ടുകമാത്രം ചെയ്ത്, വീണ്ടും ആവേശത്തോടെ തുഴയാൻതുടങ്ങി. വലിയ തിരകൾക്കെതിരെ അവൻ 200 യാർഡുകളോളം ദൂരെയെത്തി. വൃദ്ധൻ കുറച്ചിടകൂടി അതു നോക്കിനിന്ന് പിറകിൽ ഇടതുകൈകൊണ്ടും പിന്നെ വലതുകൈ കൊണ്ടും ചൊറിഞ്ഞുകൊണ്ട് തിരിച്ച് ഷെഡ്ഡിലേക്ക് ഏന്തിയേന്തി പോയി.

ജെറാസിം ആഞ്ഞുതുഴഞ്ഞുകൊണ്ടേയിരുന്നു. പെട്ടെന്നുതന്നെ മോസ്കോ അവനു വളരെ പിന്നിലായി. തീരത്തിന്റെ ഇരുഭാഗങ്ങളിലും പുൽമൈതാനങ്ങളുണ്ടായിരുന്നു. ചന്തസ്ഥലങ്ങളും വയലുകളും കുറ്റിക്കാടുകളും കർഷകരുടെ കുടിലുകളും പ്രത്യക്ഷപ്പെടാൻ തുടങ്ങി. അവിടം നാട്ടിൻപുറത്തിന്റെ സുഗന്ധം പേറിനിന്നിരുന്നു. അവൻ തുഴകൾ താഴേക്കെറിഞ്ഞ് ഉണങ്ങിയ ഒരു സീറ്റിൽ കൈപിന്നിൽ കെട്ടിയിരുന്നതിനാൽ അനങ്ങാതെ നോക്കിയിരിക്കുന്ന മുമുവിനു നേരേ തലതാഴ്ത്തി. (ബോട്ടിന്റെ അടിഭാഗത്ത് നിറയെ വെള്ളമായിരുന്നു.) അപ്പോൾ ബോട്ട് ഒഴുക്കിൽപ്പെട്ട് ടൗണിലേക്ക് അടുത്തുകൊണ്ടിരിക്കുകയായിരുന്നു. ഒടുവിൽ വല്ലാത്തൊരു മുഖഭാവത്തോടെ ജെറാസിം ധൃതിപ്പെട്ട് ഇറങ്ങി. അവൻ കൊണ്ടുവന്ന രണ്ട് ഇഷ്ടികകൾ കൂടെ കരുതിയ ചരടിൽകെട്ടി ഒരു കുരുക്കുണ്ടാക്കി അത് മുമുവിന്റെ കഴുത്തിലിട്ടു. എന്നിട്ട്, അവസാനമായി ഒരിക്കൽക്കൂടി അവളെ നോക്കി നദിയിലേക്കിട്ടു.... അവൾ അവനെ യാതൊരു ഭയവും കൂടാതെ പൂർണ്ണവിശ്വാസത്തോടെ തന്റെ വാലാട്ടിക്കൊണ്ട് നോക്കുകയായിരുന്നു അപ്പോൾ. പുരികംചുളിച്ച് കൈകൾ ദേഷ്യത്തോടെ കൂട്ടി ഞെരിച്ചുകൊണ്ട് ജെറാസിം ദൂരേക്കു നടന്നുനീങ്ങി. മുമു വെള്ളത്തിൽ വീണതിന്റെ പരുക്കൻ ശബ്ദമോ വെള്ളം ചിതറിത്തെറിച്ചതോ ഒന്നും അവൻ കേട്ടില്ല. അവനുമുമ്പിൽ ആ ശബ്ദമുഖരിതമായ ദിവസവും നിശ്ശബ്ദമായി കടന്നുപോയി. ആ രാത്രി നമുക്ക് ഒട്ടും നിശ്ശബ്ദത നിറഞ്ഞതല്ലായിരുന്നെങ്കിലും അവൻ വീണ്ടും കണ്ണുകൾ തുറന്നു. നദിയിൽ അലകൾ ഒന്നിനു പിറകെ ഒന്നായി ഒഴുകിക്കൊണ്ടിരുന്നു. ബോട്ടിന്റെ അരികിൽ വന്ന് അവ മുട്ടിത്തകർന്ന് ദൂരെ കരയിലേക്കു വൃത്തമിട്ടു പൊയ്ക്കൊണ്ടിരുന്നു.

ഇറോഷ്കയുടെ ദൃഷ്ടിയിൽനിന്ന് ജെറാസിം തിരോധാനം ചെയ്തശേഷം അവൻ വീട്ടിൽ തിരിച്ചെത്തി. അതുവരെ താൻ കണ്ടതെല്ലാം വിശദീകരിച്ചു.

“നന്നായി, അത്” സ്റ്റെപ്പാൻ അഭിപ്രായപ്പെട്ടു. “അവൻ അവളെ മുക്കിക്കൊന്നു. ഇനി കാര്യങ്ങൾ എളുപ്പമായി. അവനൊരു സത്യം ചെയ്താൽ അത്....”

ആ ദിവസം ജെറാസിമിനെ ആരും പുറത്തുകണ്ടില്ല. രാത്രി വീട്ടിൽ

നിന്ന് ഭക്ഷണം കഴിച്ചില്ല. മേശയ്ക്കരികിൽ എല്ലാവരും വന്നിരുന്നു. അവനൊഴിച്ച് ബാക്കിയെല്ലാവരും അത്താഴത്തിനിരുന്നു.

"ജെറാസിം എന്തൊരു അത്ഭുതജീവിയാണ്!" തടിച്ച അലക്കുകാരി പറഞ്ഞു.

"ഒരു നായയ്ക്കുവേണ്ടി വേവലാതിപ്പെടുകയാണ്, എനിക്കുറപ്പുണ്ട്."

"പക്ഷേ, ജെറാസിം ഇവിടെത്തന്നെയുണ്ട്." ഉടൻതന്നെ സ്റ്റെപ്പാൻ സ്പൂണിൽ കഞ്ഞി കോരിക്കൊണ്ട് ഉച്ചത്തിൽ പറഞ്ഞു.

"എങ്ങനെ, എപ്പോൾ?"

"രണ്ടു മണിക്കൂർ മുമ്പ്.... അവനിവിടെനിന്ന് പോയ ഉടനെ ഞാൻ ഗെയ്റ്റിലേക്കോടി. അപ്പോൾ അവൻ മുറ്റത്തേക്കു നടന്നുവരികയായിരുന്നു. നായയെപ്പറ്റി അവനോട് ഞാൻ ചോദിക്കാനാഞ്ഞു. പക്ഷേ, അവൻ അത്ര നല്ല മാനസികാവസ്ഥയിലായിരുന്നില്ല. 'ഞാൻ പോകട്ടെ,' എന്നു പറഞ്ഞുകൊണ്ട് അവന്റെ വഴിയിൽ തടസ്സമാകാതെ എന്നെ കഴുത്തിനു പിടിച്ചുതള്ളി. "ഓഹ്...." സ്റ്റെപ്പാൻ ചിരിക്കാൻപോലും കഴിയാതെ തലയ്ക്കു പിന്നിൽ തടവിക്കൊണ്ടുനിന്നു. "അതെ" അവൻ കൂട്ടിച്ചേർത്തു: "അവന്റെ മുഷ്ടി അവന്റെ സ്വന്തം തന്നെ. ആർക്കും അതിനെ തടയാനാവില്ല."

സ്റ്റെപ്പാനു നേരേ നോക്കി എല്ലാവരും ചിരിച്ചു. എന്നിട്ട് അത്താഴത്തിനുശേഷം കിടക്കാനായി പിരിഞ്ഞു.

ഇതിനിടയിൽ, ചുമലിൽ ഒരു ബാഗും കൈയിലൊരു വടിയുമായി ഒരു ആജാനുബാഹു ടി-ഹൈ റോഡിനെ ലക്ഷ്യമാക്കി ചുവടുകൾ വെക്കുന്നുണ്ടായിരുന്നു. അതു മറ്റാരുമല്ലായിരുന്നു, ജെറാസിമായിരുന്നു. ചുറ്റിലും നോക്കാതെ ഗൃഹാതുരത്തത്തോടെ അവൻ അവന്റെ സ്വന്തം ഗ്രാമത്തിലേക്ക്, അവന്റെ മാതൃരാജ്യത്തേക്ക് ധൃതിവെക്കുകയായിരുന്നു. മുമുവിനെ മുക്കിക്കൊന്നശേഷം അവൻ നേരേ മച്ചിന്മുകളിൽ ഓടിക്കയറി ഒരു പഴയ തുണിയിൽ കുറച്ചുസാധനങ്ങൾ പെറുക്കിനിറച്ച്, ഒരു വലിയ ഭാണ്ഡമാക്കി ചുമലിലേക്ക് ചുഴറ്റിയെറിഞ്ഞ് പോകാനായി തയ്യാറെടുത്തു. 200 മൈലുകൾക്കിപ്പുറമുള്ള മോസ്കോവിലേക്കു അവനെ കൊണ്ടുവന്ന റോഡ് വളരെ വ്യക്തമായി അവൻ മനസ്സിലാക്കിവെച്ചിട്ടുണ്ടായിരുന്നു. ഗ്രാമത്തിൽനിന്ന് യജമാനത്തി കൊണ്ടുവന്ന വടി. അതുമായി ആ റോഡിലൂടെ അവൻ ആർക്കും കീഴടക്കാനാവാതെ തന്റെ ലക്ഷ്യത്തിലേക്കു നടന്നുനീങ്ങി. അവൻ നിരാശനും അതേസമയം സന്തോഷത്തോടെയും ഒരുറച്ച തീരുമാനമെടുത്തവനായിരുന്നു. അവൻ മുന്നോട്ടു നടന്നുനീങ്ങുകയാണ്, ചുമലുകൾ പിന്നോട്ടാക്കി നെഞ്ചു വിരിച്ച് കണ്ണുകൾ മുന്നോട്ട് അത്യാവേശത്തോടെ ലക്ഷ്യത്തിലുറ്റുകൊണ്ട്. വീട്ടിൽ തന്നെയും കാത്തിരിക്കുന്ന തന്റെ വൃദ്ധയായ അമ്മയെ കാണാൻ അവൻ തിടുക്കപ്പെട്ടു. അന്യനാടുകളിലെ അലച്ചിലുകൾക്കുശേഷം അവരോടൊപ്പം വന്നു താമസിക്കാൻ അമ്മ വിളിച്ചുകൊണ്ടേയിരുന്നു. വേനല്ക്കാലരാത്രി, പതിവുപോലെ ചൂടുള്ളതായിരുന്നു. ഒരു

ഭാഗത്ത് സൂര്യനസ്തമിച്ചുകഴിഞ്ഞിരുന്നു. പക്ഷേ, ചക്രവാളം തികച്ചും പ്രകാശമുള്ളതും ചുവപ്പുരശ്മികൾ പടർന്നതും പോകുന്ന പകലിന്റെ അടയാളമെന്നതുപോലെയുമിരുന്നു. മറുഭാഗത്ത് നീലകലർന്ന ചാരത്തിൽ സന്ധ്യാപ്രകാശം പൊട്ടിപ്പുറപ്പെട്ടുകഴിഞ്ഞിരുന്നു. സന്ധ്യയുടെ കാൽ ഭാഗത്തോളം കടന്നുപോയിരിക്കുന്നു. നൂറോളം തിത്തിരിപ്പക്ഷികൾ തന്റെ ചുറ്റിലുംകൂടി. കാക്കകൾ അന്യോന്യം കൂടുകളിലേക്ക് ചേക്കേ അവന്റെ കാലുകൾ അവനെ മുന്നോട്ടു നയിക്കുന്നുണ്ടായിരുന്നു. പക്ഷേ, അവൻ വയലിൽനിന്നും പൊങ്ങിവരുന്ന ധാന്യം വിളഞ്ഞുനില്ക്കുന്നതിന്റെ പരിചിതഗന്ധം അനുഭവിക്കുന്നുണ്ടായിരുന്നു. അവിടെ വീശിയ കാറ്റിനെ അനുഭവപ്പെട്ടു. അവനെ എതിരേല്ക്കുന്ന കാറ്റ് (വീട്ടിൽനിന്നുള്ള കാറ്റ്) അവന്റെ മുഖം വാത്സല്യത്തോടെ തഴുകി അവന്റെ തലമുടിയിലും താടിയിലും തത്തിക്കളിച്ചു. അവന്റെ വീട്ടിലേക്കുള്ള വെള്ളനിരത്ത് ഒരു അമ്പുപോലെ മുന്നിൽ കാണായി. എണ്ണമറ്റ നക്ഷത്രങ്ങൾ ആകാശത്തിൽ തെളിഞ്ഞു, അവന്റെ വഴിയിൽ വെളിച്ചം വിതറിക്കൊണ്ട്. ഒരു ശക്തനും തന്റേടിയുമായ സിംഹത്തെപ്പോലെ അവൻ തന്റെ ഉറച്ച ചുവടുകൾ മുന്നോട്ടുവെച്ചു. ഉദിച്ചുയരുന്ന സൂര്യൻ ചുവന്ന രശ്മികൾ യാത്രികനിൽ ചൊരിയുമ്പോൾ, അവനും മോസ്കോയ്ക്കും ഇടയിൽ മുപ്പതു മൈലുകൾ ഉണ്ടായിരുന്നു.

കുറച്ചുദിവസങ്ങൾക്കുശേഷം, ജെറാസിം തന്റെ കൊച്ചുകുടിലിൽ ചെന്നുചേർന്നു. ഇത് അവിടെ താമസിച്ചിരുന്ന പട്ടാളക്കാരന്റെ ഭാര്യയിൽ അത്ഭുതമുളവാക്കി. കുടിലിലെ വിശുദ്ധചിത്രങ്ങളിൽ താണു വന്ദിച്ചതിനുശേഷം അവൻ ഗ്രാമത്തലവന്റെ അരികിലെത്തി. കണ്ടയുടൻതന്നെ അദ്ദേഹം ആശ്ചര്യഭരിതനായെങ്കിലും പുല്ലുവെട്ടൽ തുടർന്നു. പുല്ലരിയലിൽ പണ്ടേ ഒന്നാംസ്ഥാനത്തായിരുന്ന അവന് അദ്ദേഹം അവിടെവെച്ചു തന്നെ ഒരു അരിവാൾ കൈയിൽ കൊടുത്തു. തന്റെ പഴയ രീതിയിൽത്തന്നെ ആ ജോലി ചെയ്യാൻ അവൻ തയ്യാറായി. പുല്ലരിയലും അടിച്ചു വാരി കൂട്ടലുമെല്ലാം ക്ഷണനേരംകൊണ്ട് ചെയ്തുതീർത്ത അവനെ മറ്റുകർഷകർ സ്തബ്ധരായി നോക്കിനിന്നു.

മോസ്കോവിൽനിന്നുള്ള ജെറാസിമിന്റെ പലായനത്തിനുശേഷം അവർക്കവന്റെ അഭാവം വല്ലാതെ നഷ്ടബോധമുണ്ടാക്കി. അവർ മച്ചിൽ പോയി അവന്റെ സാധനങ്ങളൊക്കെ പരിശോധിച്ചു. എന്നിട്ട് ഗവ്റിലയോട് ചെന്നുപറഞ്ഞു. അയാളും ചെന്നുനോക്കി. തോൾ വെട്ടിച്ചുകൊണ്ട്, ഒന്നുകിൽ ആ ഊമ എങ്ങോട്ടോ കടന്നുകളഞ്ഞിരിക്കാമെന്നും അല്ലെങ്കിൽ ആ നായയ്ക്കൊപ്പം മുങ്ങിച്ചത്തിരിക്കുമെന്നും അനുമാനിച്ചു. അവർ വൃദ്ധയെയും പൊലീസിനെയും വിവരമറിയിച്ചു. യജമാനത്തി മാനസികാസ്വാസ്ഥ്യത്താൽ കണ്ണീർ തൂവിക്കൊണ്ടിരുന്നു. അവനെന്തു പറ്റിയെന്നറിയാനായി ആജ്ഞ കൊടുത്തു. അവർക്കൊരിക്കലും ആ നായയെ നശിപ്പിക്കണമെന്നുണ്ടായിരുന്നില്ല എന്നവർ പ്രഖ്യാപിച്ചു. ഗവ്റിലയെ അവർ കണക്കറ്റ് ശകാരിച്ചു. അന്നു മുഴുവൻ അയാൾക്ക് ഒന്നും ചെയ്യാ

നായില്ല. അങ്കിൾ ടെയ്‌ലിനോട് ജെറാസിമിനെ അന്വേഷിച്ചു ചെല്ലാനായി കല്പിച്ചു. ഒടുവിൽ, ജെറാസിം ആ രാജ്യത്തുതന്നെ ഉള്ളതായി വാർത്ത വന്നു. വൃദ്ധ ഒരുവിധത്തിൽ സമാധാനപ്പെട്ടു. ഉടൻതന്നെ അവനെ എങ്ങനെയെങ്കിലും മോസ്കോയിലേക്ക് തിരിച്ചെത്തിക്കാൻ അവർ കല്പനകൊടുത്തു. അതിനുശേഷം എന്തുകൊണ്ടോ അവർക്ക് അങ്ങനെയൊരു നന്ദികെട്ട ജന്തുവിനെ ആവശ്യമില്ലെന്നുമറിയിച്ചു. അല്പ സമയത്തിനകം തന്നെ അവർ അന്തരിക്കുകയും ചെയ്തു. യജമാനത്തിയുടെ അനന്തരാവകാശികൾ ജെറാസിമിനോട് ഒട്ടും ദയ കാണിച്ചില്ല. അയാളുടെ മറ്റുള്ള സേവകർക്ക് ഒരു കൊല്ലത്തോളം വേതനം നല്കി അവരെയൊക്കെ അവിടന്ന് പറഞ്ഞുവിട്ടു.

തന്റെ കുടിലിൽ വളരെ നല്ല നിലയിൽത്തന്നെ ജെറാസിം ജീവിക്കുന്നുണ്ടായിരുന്നു. അവൻ മുമ്പെന്നത്തെപ്പോലെ ശക്തനും തന്റേടിയുമായിരുന്നു. ആദ്യത്തെപ്പോലെത്തന്നെ ഉറച്ച വിശ്വാസത്തോടെയും ഗൗരവത്തോടെയും നാലാൾക്കുള്ള ജോലി ഒറ്റയ്ക്കു ചെയ്ത് ജീവിച്ചു. പക്ഷേ, അവന്റെ അയൽപക്കക്കാർ, മോസ്കോവിൽനിന്നു വന്നതിൽപ്പിന്നെ അവൻ സ്ത്രീകളോട് വെറുപ്പുകാണിക്കുകയും അവരെ ശ്രദ്ധിച്ചിട്ടില്ലെന്നും അവരെ ഒന്ന് നോക്കുകപോലും ചെയ്തിട്ടില്ലെന്നും പറഞ്ഞു. പിന്നീടിതുവരെ ഒറ്റ നായയെയും അവൻ വളർത്തിയിട്ടില്ലെന്നും അവർ ശ്രദ്ധിച്ചിട്ടുണ്ടായിരുന്നു.

ഏതായാലും അവനു ഭാഗ്യമുണ്ടായിരുന്നു. അത് സ്ത്രീകളിൽ നിന്നോ നായയിൽനിന്നോ കിട്ടിയതല്ല. അല്ലെങ്കിലും അവനെന്തിനാണ് നായ? അവന്റെ തോട്ടത്തിൽ മോഷ്ടിക്കാനായി ഒരു കള്ളനും കടന്നു ചെല്ലാൻ ധൈര്യപ്പെട്ടിരുന്നില്ല. അങ്ങനെയായിരുന്നു ആ ഊമയുടെ അതിമാനുഷികമായ ശക്തിയെപ്പറ്റിയുള്ള പ്രസിദ്ധി.

വെടി

അലക്സാണ്ടർ പുഷ്കിൻ

ഞങ്ങൾ 'ന' കാരാദ്യനാമത്തോടുകൂടിയ ഒരു ചെറിയ പട്ടണത്തിലെത്തി. സൈന്യത്തിലെ ഒരു ഓഫീസറുടെ ജീവിതമെന്താണെന്ന് സുവിദിതമാണല്ലോ. പ്രഭാതത്തിൽ ഡ്രിൽ, കുതിര സവാരി അല്ലെങ്കിൽ ഏതെങ്കിലും ഒരു ജൂത റെസ്റ്റോറന്റിൽനിന്നും കേണലുമൊത്തുള്ള ഭക്ഷണം, വൈകുന്നേരം മദ്യപാനവും കാർഡ്സ് കളിയും. 'എൻ-' എന്ന പട്ടണത്തിൽ സ്വതന്ത്രമായി പോയിവരാനുള്ള ഒരൊറ്റ വീടോ വിവാഹപ്രായമെത്തിയ ഒരൊറ്റ പെൺകുട്ടിയോ ഉണ്ടായിരുന്നില്ല. ആർക്കും മറ്റുള്ളവരുടെ മുറിയിൽ യഥേഷ്ടം പ്രവേശിക്കാം; അവിടെ യൂണിഫോമുകളല്ലാതെ മറ്റൊന്നും കാണാനുണ്ടാവാറില്ല.

ഞങ്ങളുടെയിടയിൽ ഒരേയൊരു സാധാരണ പൗരനെ മാത്രമേ അനുവദിച്ചിരുന്നുള്ളൂ. മുപ്പത്തഞ്ചോളം പ്രായമുണ്ടായിരുന്ന അയാളെ ഞങ്ങൾ ഒരു കാരണവരെപ്പോലെയാണ് കണ്ടിരുന്നത്. അദ്ദേഹത്തിന്റെ അനുഭവസമ്പത്ത് ഞങ്ങളിൽ വല്ലാതെ സ്വാധീനിക്കപ്പെട്ടു. അദ്ദേഹത്തിന്റെ മിതഭാഷിത്വസമ്പ്രദായം, ദൃഢമായ കൃത്യനിർവ്വഹണം, തീവ്രമായ വാഗ്മിത്വം ഇവയൊക്കെ ഞങ്ങളുടെ ഇളയ മനസ്സിൽ ഒരു വലിയ ഉദ്ബോധനമുളവാക്കി. അയാളുടെ അനുഭവങ്ങളിൽ ചില നിഗൂഢതകളുണ്ടായിരുന്നു. അയാളെ കണ്ടാലും വിദേശീയമായ പേരുകേട്ടാലും ഒരു റഷ്യനാണെന്നു തോന്നും. അയാൾ പണ്ട് ഹസാർഡിൽ മികവോടെ ജോലി ചെയ്തിരുന്ന ആളായിരുന്നു. ജോലിയിൽനിന്ന് വിരമിച്ച് ഇങ്ങനെയൊരു വൃത്തികെട്ട ഗ്രാമത്തിൽ ദരിദ്രമായാണെങ്കിലും അതേസമയം ആഡംബരപൂർണ്ണമായും ജീവിക്കാൻ അദ്ദേഹത്തിനു പ്രചോദകമായതെന്താണെന്ന് ആർക്കുമറിയില്ല. ജീർണ്ണിച്ച കോട്ടും കാൽനടയുമൊക്കെയാണെങ്കിലും ഞങ്ങളുടെ റെജിമെന്റിലെ ഓഫീസർമാരൊക്കെ അയാ

ളുടെ മേശയ്ക്കു ചുറ്റും ക്ഷണിക്കപ്പെട്ട അതിഥികളായി എത്തിയിരുന്നു. റിട്ടയർ ചെയ്ത ഒരു പട്ടാളക്കാരൻ പാകംചെയ്ത രണ്ടോ മൂന്നോ വിഭവങ്ങളേ അയാളുടെ മേശയിലുണ്ടാകുമായിരുന്നുള്ളൂ. പക്ഷേ, ഷാമ്പെയ്ൻ വെള്ളംപോലെ ഒഴുകിയിരുന്നു. അയാളുടെ ജീവിത ചുറ്റുപാടുകളെന്താണെന്നും ഇത്രത്തോളം പണം എവിടന്നു കിട്ടുന്നുവെന്നും ആർക്കുമറിയില്ല, ചോദിക്കാനാരും ധൈര്യപ്പെട്ടിട്ടുമില്ല. പട്ടാളജോലികളെപ്പറ്റിയുള്ള ചില പുസ്തകങ്ങളും കുറച്ചു നോവലുകളുമടക്കം ഒരു പുസ്തകശേഖരം അയാൾക്കുണ്ടായിരുന്നു. ഞങ്ങൾക്കൊക്കെ പുസ്തകം വായിക്കാൻ സന്തോഷത്തോടെ തരുമായിരുന്നു. എങ്കിലും അതൊരിക്കലും തിരിച്ചു ചോദിക്കാറില്ല. അതേപോലെ തന്നെ അയാൾ കടംവാങ്ങിയ പുസ്തകം ഉടമയ്ക്ക് അയാളും തിരിച്ചു കൊടുക്കാറില്ല. പിസ്റ്റൾകൊണ്ട് വെടിവെക്കുകയെന്നതായിരുന്നു അയാളുടെ പ്രധാന വിനോദം. അയാളുടെ മുറിയിലെ ചുമരുകൾ ബുള്ളറ്റുകൾ തുളഞ്ഞുകയറി നിറയെ ദ്വാരങ്ങളുള്ള ഒരു തേൻകൂടുപോലെ കാണപ്പെട്ടു. ആ എളിയ കുടിലിൽ വലിയൊരു പിസ്റ്റൾ ശേഖരം മാത്രമായിരുന്നു ആഡംബര വസ്തു. അയാളുടെ പ്രിയപ്പെട്ട ആയുധപ്രയോഗത്തിലുള്ള കഴിവ് അവിശ്വസനീയമായിരുന്നു. ഒരാളുടെ തലയിലുള്ള തൊപ്പി തെറിപ്പിക്കാൻ മറ്റൊരാൾക്കും ഇത്രയേറെ ചങ്കൂറ്റം കാണില്ല. ദ്വന്ദ്വയുദ്ധങ്ങളെപ്പറ്റിയായിരുന്നു ഇടയ്ക്കൊക്കെ ഞങ്ങളുടെ സംഭാഷണം. സിൽവിയോ - ഞാൻ അയാളെ അങ്ങനെയാണ് വിളിച്ചിരുന്നത് - ഇതിൽ സഹകരിച്ചില്ല. എപ്പോഴെങ്കിലും ദ്വന്ദ്വയുദ്ധത്തിലേർപ്പെട്ടിട്ടുണ്ടോ എന്നു ചോദിച്ചതിന് ഒരു വരണ്ട ഉത്തരമായിരുന്നു കിട്ടിയത്. പക്ഷേ, അത് പ്രത്യേകിച്ചൊന്നും വരുത്തിയില്ല. അയാൾക്ക് അത്തരത്തിലുള്ള ചോദ്യങ്ങൾ ഇഷ്ടപ്പെടില്ലെന്ന് ഉറപ്പാണ്. അയാൾക്ക് തന്റെ ഭീകരശക്തിയിൽ ആരെങ്കിലും ഇരയായോ എന്ന ദുഃഖകരമായ ഓർമ്മ മനസ്സിലുണ്ടായിരിക്കാമെന്ന് ഞങ്ങൾക്കു തോന്നി. അത്തരത്തിലുള്ള ഒരു ഭീരുവായി സംശയിക്കാൻ ഞങ്ങൾക്കാർക്കും കഴിഞ്ഞില്ല. ചിലരുടെ നോട്ടം മാത്രം അത്തരം സംശയങ്ങൾ ആട്ടിയോടിക്കാൻ മതിയാകും. പക്ഷേ, ഞങ്ങളെയൊക്കെ സ്തംഭിപ്പിച്ച അവിചാരിതമായ ഒരു സംഭവമുണ്ടായി.

ഒരുദിവസം സിൽവിയോയുമൊത്ത് ഞങ്ങളുടെ പത്തോളം ഓഫീസർമാർ ഭക്ഷണം കഴിക്കുകയായിരുന്നു. സാധാരണപോലെ നന്നായി മദ്യപിച്ചിട്ടുമുണ്ടായിരുന്നു. ഭക്ഷണത്തിനുശേഷം ഞങ്ങൾ ആതിഥേയനെ കാർഡ്സ്കളിയിൽ ബാങ്കറാകാൻ ക്ഷണിച്ചു. കുറേ നേരത്തേക്ക് അയാൾ ആ ക്ഷണം നിരസിച്ചു. പക്ഷേ, ഒടുവിൽ കാർഡ്സ് കൊണ്ടുവരാൻ ആവശ്യപ്പെട്ടു. മേശയിൽ പണംവെച്ച് അയാൾ താഴെ കളിക്കാനൊരുങ്ങി. അയാളുടെ ചുറ്റും ഞങ്ങൾ കളിക്കാൻ സ്ഥലം പിടിച്ച് കളി ആരംഭിച്ചു. കളിക്കുമ്പോൾ തികഞ്ഞ നിശ്ശബ്ദത പാലിക്കുകയെന്നത് സിൽവിയോയുടെ സമ്പ്രദായമായിരുന്നു. ഒരിക്കലും തർക്കിക്കുകയോ വിവരണങ്ങൾ നല്കുകയോ ചെയ്തില്ല കളിക്കുമ്പോൾ. കണക്കു തെറ്റു

പറ്റിയാൽ പന്ഥറിന്, അയാൾ ഉടനെ വ്യത്യാസം വന്നത് കൊടുക്കും. അല്ലെങ്കിൽ അധികമുള്ളത് കണക്കാക്കിവെക്കും. ഞങ്ങൾക്ക് അയാളുടെ ഈ സമ്പ്രദായം പരിചിതമായിരുന്നതിനാൽ അയാളുടെ രീതിയിൽ പോകാൻ അനുവദിച്ചിരുന്നു. പക്ഷേ, ഈ സന്ദർഭത്തിൽ ഞങ്ങളുടെ റെജിമെന്റിലേക്ക് ഈയിടെയായി സ്ഥലംമാറ്റം കിട്ടിവന്ന ഒരു ഓഫീസർ കൂടെയുണ്ടായിരുന്നു. കളിക്കിടയിൽ അയാൾ ഒന്നിലധികം പോയിന്റുകൾ അറിയാതെ നേടിപ്പോയി. എന്നാൽ സിൽവിയോ ചോക്കെടുത്ത് സാധാരണപോലെ ശരിയായ കണക്ക് കൂട്ടിയിട്ടു. ഓഫീസർ അയാൾക്കു പറ്റിയ തെറ്റിനു വിശദീകരണം നടത്തണമെന്നാലോചിച്ചു. സിൽവിയോ അപ്പോഴും തന്റെ മൗനം തുടർന്നു. ഓഫീസർക്ക് ക്ഷമകെട്ട് ഒരു ബ്രഷെടുത്ത് തെറ്റെന്നു അയാൾ കണക്കാക്കിയത് മായ്ച്ചുകളഞ്ഞു. ചോക്കെടുത്ത് ശരിയാക്കി കണക്ക് സിൽവിയോ വീണ്ടുമെഴുതി. മദ്യപിച്ച ക്ഷോഭിച്ച ഓഫീസർക്ക് ഈ കളിയും കൂട്ടുകാരുടെ ചിരിയും പരിഹസിക്കലാണെന്നു തോന്നി. ദേഷ്യത്തോടെ മേശയിൽനിന്ന് പിച്ചളയുടെ ഒരു മെഴുകുതിരി സ്റ്റാൻഡ് വലിച്ചെടുത്ത് സിൽവിയോയുടെ നേർക്കു ചുഴറ്റിയെറിഞ്ഞു. അവനതു തന്ത്രപരമായി ഒഴിവാക്കിക്കൊണ്ട് വിജയിച്ചു. ഞങ്ങളൊക്കെ സംഭ്രാന്തിപൂണ്ടു. സിൽവിയോ എഴുന്നേറ്റ് ദേഷ്യത്താൽ വെളുത്ത് സ്ഫുരിക്കുന്ന കണ്ണുകളോടെ പറഞ്ഞു:

"പ്രിയപ്പെട്ട സർ, പുറത്തു പോകാൻ ദയവുണ്ടാകണം. ഇങ്ങനെ സംഭവിച്ചത് എന്റെ വീട്ടിലായതിൽ ദൈവത്തിനു നന്ദി."

അതിന്റെ പരിണാമമെന്താകുമെന്ന് ഞങ്ങൾക്കാർക്കും തമാശയ്ക്കുപോലും സംശയമുണ്ടായിരുന്നില്ല. ഞങ്ങൾ പുതിയ ചങ്ങാതിയെ ഒരു ചത്ത മനുഷ്യനെപ്പോലെ കണ്ടു. ഉടനെ ഓഫീസർ പിൻവാങ്ങി. ബാങ്കർ ഇഷ്ടപ്പെടുന്നതുപോലെ ഈ കുറ്റത്തിനു മറുപടി നല്കാൻ തയ്യാറാണെന്ന് അയാൾ പറഞ്ഞു. കളി കുറച്ചുനേരം നീണ്ടുനിന്നെങ്കിലും ഞങ്ങളുടെ ബാങ്കറിന് കളിയിൽ ഒട്ടും താല്പര്യമില്ലെന്നു കാണപ്പെട്ടു. ഞങ്ങൾ ഓരോരുത്തരായി കളിയിൽനിന്ന് പിൻവാങ്ങി തങ്ങളുടെ ക്വാർട്ടേഴ്സുകളിലേക്കു പോയി. അടുത്തുതന്നെ റെജിമെന്റിൽ ഒരു ഒഴിവ് വന്നേക്കാമെന്ന് അല്പം വാക്കുകളിൽ പറഞ്ഞുകൊണ്ട്.

പിറ്റേദിവസം, ലെഫ്റ്റനന്റ് ഇപ്പോഴും ജീവിച്ചിരിപ്പുണ്ടോയെന്ന് കുതിരസവാരി ക്ലാസിൽ വെച്ച് ഞങ്ങളന്യോന്യം ചോദിച്ചു. അയാൾ ഞങ്ങളുടെ മുന്നിൽ പ്രത്യക്ഷപ്പെടുന്നതുവരെ ഇതേ സംശയമുണ്ടായിരുന്നു. ഈ ചോദ്യംതന്നെ ഞങ്ങൾ അയാളോടും ചോദിച്ചു. സിൽവിയോയിൽനിന്നും ഇതുവരെ യാതൊന്നും കേട്ടിട്ടില്ലെന്നയാൾ പറഞ്ഞു. ഇത് ഞങ്ങളെ വല്ലാതെ അമ്പരപ്പിച്ചു. ഞങ്ങൾ സിൽവിയോയുടെ വീട്ടിൽ ചെന്നപ്പോൾ അയാൾ ഗെയ്റ്റിൽ ഒരു ആസിനെ ഒട്ടിച്ചുവെച്ച് മുറ്റത്തു നിന്ന് തുരുതുരാ വെടിവെക്കുന്നതാണ് കണ്ടത്. അയാൾ ഞങ്ങളെ സാധാരണ പോലെ സ്വീകരിച്ചു. പക്ഷേ, കഴിഞ്ഞ ദിവസം വൈകുന്നേരത്തെപ്പറ്റി ഒരക്ഷരം മിണ്ടിയില്ല. മൂന്നു ദിവസത്തിനുശേഷവും ലെഫ്റ്റ

നന്റ് ജീവിച്ചിരുന്നു. 'സിൽവിയോയ്ക്ക് ഒരു യുദ്ധത്തിനൊരുങ്ങാൻ ഭാവമില്ല?' എന്നു ഞങ്ങൾ പരസ്പരം ആശ്ചര്യപ്പെട്ടു.

സിൽവിയോ പൊരുതിയില്ല. അയാൾ ചില മുടന്തൻ ന്യായങ്ങളാൽ സംതൃപ്തിപ്പെട്ടു. ആക്രമിച്ചവനുമായി വേഗംതന്നെ പൊരുത്തപ്പെട്ടു.

ഇത് ഞങ്ങൾ ചെറുപ്പക്കാരായ കൂട്ടുകാരിൽ അയാളോടുള്ള മതിപ്പിന് ഇടിച്ചിൽ തട്ടിച്ചു. ഭീരുത്വം ചെറുപ്പക്കാർക്ക് ക്ഷമിക്കാൻ പറ്റാത്തതാണ്. ധൈര്യമാണ് മാനുഷികഗുണങ്ങളിൽവെച്ച് മികച്ചതെന്നു കരുതുന്നവരാണവർ. പക്ഷേ, കാലക്രമേണ എല്ലാം മറക്കപ്പെട്ടു. സിൽവിയോ മുമ്പത്തെപ്പോലെ തന്റെ സ്വാധീനം വീണ്ടെടുത്തു.

എനിക്കുമാത്രം പഴയ ബന്ധത്തോടെ അയാളെ സമീപിക്കാൻ കഴിഞ്ഞില്ല. പ്രകൃത്യായുള്ള ഭാവനയിൽ, ജീവിതം ഒരു പ്രഹേളികയായി മാറിയ ആ മനുഷ്യനോട് ഞാൻ അത്രയേറെ അടുത്തിരുന്നു. അയാളെ നിഗൂഢമായ ഒരു നാടകത്തിലെ വീരകഥാപാത്രത്തെപ്പോലെ തോന്നിച്ചിരുന്നു. അയാൾക്കെന്നെ വലിയ ഇഷ്ടമായിരുന്നു. തന്റെ സ്വതഃസിദ്ധമായ നർമ്മംനിറഞ്ഞ രീതിയിൽ എന്നോടു മാത്രമേ അദ്ദേഹം സംസാരിച്ചിരുന്നുള്ളൂ. അനുയോജ്യമായ രീതിയിൽ പല വിഷയങ്ങളെപ്പറ്റിയും ലളിതമായി അയാൾ സംസാരിച്ചിരുന്നു. പക്ഷേ, അന്നത്തെ സന്ധ്യയിലെ ആ നിർഭാഗ്യകരമായ സംഭവത്തിനുശേഷം അയാളുടെ കീർത്തിക്ക് മങ്ങലേറ്റിട്ടുണ്ടെന്ന തോന്നൽ മനസ്സിൽ ഒരു കറയായിത്തന്നെ നില്ക്കട്ടെയെന്ന് ഞാൻ കരുതി. ഇത് അയാളുമായി ആദ്യത്തെപ്പോലെ തുറന്നു പെരുമാറുന്നതിൽനിന്ന് എന്നെ വിലക്കി. എനിക്കയാളെ കാണുന്നതുപോലും ലജ്ജയുള്ളതായി. സിൽവിയോ കൂർമ്മബുദ്ധിയും അനുഭവസമ്പത്തുള്ളയാളുമായതിനാൽ എന്റെ ഈ പെരുമാറ്റം അയാൾ ശ്രദ്ധിക്കാതിരുന്നില്ല. കാരണം ഊഹിക്കുകയും ചെയ്തു. ഇതയാളെ വല്ലാതെ വേദനിപ്പിക്കുകയും ചെയ്തു. ഞാനുമായി ഒരു വിശദീകരണത്തിനു ശ്രമിച്ചു. പക്ഷേ, ഞാനതൊക്കെ നിരസിച്ചു. പിന്നീട് സിൽവിയോ തന്നെ ആ ശ്രമമുപേക്ഷിച്ചു. അതിനുശേഷം എന്റെ കൂട്ടുകാരുമൊത്തു മാത്രമേ അയാൾ എന്നെ കണ്ടുള്ളൂ. അങ്ങനെ ഞങ്ങളുടെ രഹസ്യസംഭാഷണത്തിന് തിരശ്ശീല വീണു.

തലസ്ഥാനത്തുനിന്നും ഇവിടെ വന്നവർ പലതരത്തിലുള്ള വിഷയങ്ങളുമായി എത്തിപ്പെട്ടവരാണ്. അവർക്ക് ഗ്രാമത്തിലെയും പട്ടണത്തിലെയും പല കാര്യങ്ങളെപ്പറ്റിയുമറിയാൻ താല്പര്യമുണ്ടാകും. അതിനു തെളിവാണ് പോസ്റ്റിനുള്ള അവരുടെ കാത്തിരിപ്പ്. ചൊവ്വാഴ്ചകളിലും വെള്ളിയാഴ്ചകളിലും കത്തുകൾക്കായും വർത്തമാനപ്പത്രങ്ങൾക്കായും പണത്തിനായും കാത്തിരിക്കുന്ന ഓഫീസർമാരെക്കൊണ്ട് ഞങ്ങളുടെ റെജിമെന്റ് നിറയും. സാധാരണയായി പൊതിക്കെട്ടുകൾ അപ്പോൾത്തന്നെ പൊട്ടിക്കാറുണ്ട്. വാർത്തകൾ അവിടെവെച്ചുതന്നെ അന്യോന്യം കൈമാറാറുണ്ട്. അങ്ങനെ റെജിമെന്റ് വളരെ ചൈതന്യവത്തായിത്തീരാറുണ്ട്. സിൽവിയോ അയാൾക്കുള്ള കത്തുകൾക്ക് ഞങ്ങളുടെ റെജി

മെന്റ് അഡ്രസാണ് കൊടുത്തിരിക്കുന്നത്. അതുകൊണ്ടുതന്നെ അയാളും അവ സ്വീകരിക്കാൻ ഇവിടെയെത്താറുണ്ട്.

ഒരുദിവസം ഒരു കത്തു വാങ്ങി പൊട്ടിച്ചുനോക്കി വളരെ അക്ഷമനായി കാണപ്പെട്ടു. ഉള്ളടക്കം വായിക്കുമ്പോൾ അയാളുടെ കണ്ണുകൾ തീപ്പൊരിപോലെ ജ്വലിക്കുന്നുണ്ടായിരുന്നു. മറ്റുള്ള ഓഫീസർമാരൊക്കെ അവരവരുടെ കത്തുകളിൽ മുഴുകിയിരുന്നു.

"മാന്യരേ," സിൽവിയോ പറഞ്ഞു. "എന്റെ ഉടനെയുള്ള വിടവാങ്ങലിനു സാഹചര്യം കൈവന്നിരിക്കുന്നു. എനിക്ക് ഇന്നുരാത്രിതന്നെ ഇവിടന്ന് പുറപ്പെടണം. എന്റെ കൂടെയുള്ള അവസാനത്തെ അത്താഴം നിങ്ങളാരും തിരസ്കരിക്കില്ലെന്ന് കരുതുന്നു. ഞാൻ നിങ്ങളെയും പ്രതീക്ഷിക്കുന്നു." അയാൾ എന്റെ നേരേ തിരിഞ്ഞ് കൂട്ടിച്ചേർത്തു. "നിങ്ങളും തീർച്ചയായും വരുമെന്ന് ഞാൻ പ്രതീക്ഷിക്കുന്നു."

ഇത്രയും പറഞ്ഞുകൊണ്ട് അയാൾ ധൃതിയിൽ ഞങ്ങളിൽനിന്ന് പിരിഞ്ഞു. ഞങ്ങൾ സിൽവിയോയുടെ ക്വാർട്ടേഴ്സിൽ ഒത്തുചേരാമെന്നു സമ്മതിച്ച് ഞങ്ങളും ക്വാർട്ടേഴ്സുകളിലേക്കു മടങ്ങി.

നിശ്ചയിച്ച സമയത്തുതന്നെ ഞങ്ങൾ സിൽവിയോയുടെ വീട്ടിലെത്തിയപ്പോൾ റെജിമെന്റിലെ ഏതാണ്ട് മുഴുവൻ ജീവനക്കാരെയും അവിടെ കാണപ്പെട്ടു. സിൽവിയോ അയാളുടെ സാമാനങ്ങളൊക്കെ കെട്ടിപ്പൊതിഞ്ഞുവെച്ചിരുന്നു. ബുള്ളറ്റുകൾ തുളച്ച ചുമരുകളൊഴികെ അവിടെ യാതൊന്നും അവശേഷിച്ചിരുന്നില്ല. പതിവുപോലെ മേശയ്ക്കു താഴെ ഞങ്ങളിരുന്നു. അയാൾ എല്ലാവരോടും വളരെ മാന്യമായാണ് പെരുമാറിയത്. ഓരോ നിമിഷത്തിലും കുപ്പികൾ പൊട്ടുകയും വീഞ്ഞ് ധാരമുറിയാതെ ഗ്ലാസുകളിൽ പതഞ്ഞൊഴുകുകയും ചെയ്തു. ഞങ്ങൾ അയാൾക്ക് വളരെ ഊഷ്മളമായ ഒരു യാത്രയയപ്പ് നല്കി. ഭാവിയിൽ എല്ലാവിധ സന്തോഷങ്ങളും കൈവരട്ടെയെന്ന് ഞങ്ങൾ ആത്മാർത്ഥമായി നേർന്നു. മേശയ്ക്കുചുറ്റുംനിന്ന് ഞങ്ങളെഴുന്നേറ്റുപോയി. സമയം വളരെ വൈകിയിരുന്നു. എല്ലാവരും യാത്രാമംഗളമാശംസിച്ചശേഷം പിരിയാൻ തയ്യാറെടുക്കുമ്പോൾ സിൽവിയോ എന്റെ കൈപിടിച്ചുനിർത്തി.

"എനിക്ക് നിങ്ങളോട് സംസാരിക്കണം" അയാൾ പതിഞ്ഞ ശബ്ദത്തിൽ പറഞ്ഞു. ഞാൻ പിറകേയായി നിന്നു.

അതിഥികളെല്ലാം പിരിഞ്ഞുപോയപ്പോൾ ഞങ്ങൾ രണ്ടുപേർ തനിച്ചായി. അന്യോന്യം അഭിമുഖമായി ഇരുന്ന് മൗനമായി ഞങ്ങൾ പൈപ്പുകൾ കത്തിച്ചു. സിൽവിയോ വല്ലാതെ അസ്വസ്ഥനായതുപോലെ കാണപ്പെട്ടു. മുമ്പുകണ്ട കളിതമാശകളുടെയൊന്നും യാതൊരു ലക്ഷണവും അയാളിൽ കാണപ്പെട്ടില്ല. രൂക്ഷമായി വിളറിവെളുത്ത മുഖവും കത്തിജ്വലിക്കുന്ന കണ്ണുകളും വായിൽനിന്നു വരുന്ന കടുത്ത പുകയും അയാളുടെ പൈശാചികരൂപം വ്യക്തമാക്കി. അല്പനിമിഷങ്ങൾക്കുശേഷം സിൽവിയോ മൗനം ഭഞ്ജിച്ചു.

"ഒരുപക്ഷേ, നമ്മൾ തമ്മിൽ ഇനിയൊരിക്കലും കണ്ടുമുട്ടിയെന്നു

വരില്ല" അയാൾ പറഞ്ഞു.
"നമ്മൾ പിരിയുന്നതിനുമുമ്പ് എനിക്ക് താങ്കളോട് ചിലത് വിശദീകരിക്കാനുണ്ട്. മറ്റുള്ളവരുടെ അഭിപ്രായങ്ങൾ ഞാൻ വളരെ കുറച്ചേ മുഖവിലയ്ക്കെടുക്കാറുള്ളൂ എന്ന് നിങ്ങൾ ശ്രദ്ധിച്ചിട്ടുണ്ടാവും. പക്ഷേ, നിങ്ങളെ എനിക്കിഷ്ടമാണ്. നിങ്ങളുടെ മനസ്സിൽ ഒരു തെറ്റായ ധാരണ അവശേഷിപ്പിച്ചുകൊണ്ട് പിരിഞ്ഞുപോകുന്നതിൽ എനിക്ക് മനഃപ്രയാസമുണ്ട്"

അയാൾ അല്പംനിർത്തി പൈപ്പിലെ ചാരം തട്ടിക്കളഞ്ഞു. ഞാൻ നിലത്തിരുന്ന് അയാളെ മൂകമായി ഉറ്റുനോക്കി.
"നിങ്ങൾക്ക് വിചിത്രമായി തോന്നിയിട്ടുണ്ടാകും." അയാൾ തുടർന്നു. "ആ മദ്യപനായ വിഡ്ഢി 'ആർ' - യോട് പ്രതികാരം ചെയ്യാത്തതെന്താണെന്ന് നിങ്ങൾക്കറിയാം. അതും ആയുധംകൊണ്ട്. അവന്റെ ജീവൻ എന്റെ കൈകളിലായിരുന്നു. എന്റേത് അത്ര വലിയ അപകടത്തിലുമായിരുന്നില്ല. കാരുണ്യംകൊണ്ടുള്ള ക്ഷമയായിരിക്കുമെന്ന് നിങ്ങൾക്ക് അപലപിക്കാം. പക്ഷേ, ഞാൻ കളവു പറയില്ല. എനിക്ക് 'ആറി'നെ ശിക്ഷിക്കാമായിരുന്നു, എന്റെ ജീവനു യാതൊരു അപായവുംകൂടാതെ. ഞാനൊരിക്കലും അയാളോട് പൊറുക്കില്ലായിരുന്നു."

ഞാൻ സിൽവിയോയെ ആശ്ചര്യത്തോടെ നോക്കി. അയാളുടെ അത്തരത്തിലുള്ളൊരു കുറ്റസമ്മതം എന്നെ അമ്പരപ്പിച്ചു. സിൽവിയോ തുടർന്നു:

"അങ്ങനെതന്നെയായിരുന്നു. എന്റെ മരണത്തിലേക്ക് എന്നെ വിട്ടുകൊടുക്കാൻ എനിക്കവകാശമില്ല. ആറുകൊല്ലംമുമ്പ് എന്റെ മുഖത്തൊരടി കിട്ടിയതാണ്. എന്റെ, എന്റെ ശത്രു ഇപ്പോഴും ജീവിച്ചിരിക്കുന്നു."

എന്റെ ജിജ്ഞാസ ഒന്നുകൂടി ഇരട്ടിച്ചു.

"നിങ്ങളയാളോട് ഏറ്റുമുട്ടിയില്ലേ?" ഞാൻ ചോദിച്ചു. "സാഹചര്യങ്ങൾ നിങ്ങളെ സ്വാഭാവികമായും വേർപെടുത്തിയിരിക്കും അല്ലേ?"
"ഞാനയാളോട് ഏറ്റുമുട്ടി." സിൽവിയോ മറുപടി പറഞ്ഞു. "ഞങ്ങളുടെ ദ്വന്ദ്വയുദ്ധത്തിനെപ്പറ്റി ഒരു സോവനീർതന്നെയുണ്ട്."

സിൽവിയോ എഴുന്നേറ്റ് ഒരു കാർഡ്ബോർഡുപെട്ടിയിൽനിന്ന് ചുവന്ന എംബ്രോയ്ഡറി ചെയ്ത സ്വർണ്ണത്തൊങ്ങലോടെയുള്ള തൊപ്പി (ഫ്രഞ്ചുകാർ 'ബോണറ്റ് ഡി പൊലീസ്' എന്നു വിളിക്കുന്നു) എടുത്തണിഞ്ഞു. അതിൽ നെറ്റിക്ക് ഒരിഞ്ചു മുകളിലായി ഒരു ഉണ്ട കൊണ്ടതിന്റെ അടയാളമുണ്ടായിരുന്നു.

"നിങ്ങൾക്കറിയാമോ?" സിൽവിയോ തുടർന്നു.
"ഹസാർറെജിമെന്റിൽ ഞാനൊരു കുതിരപ്പടയാളിയായിരുന്നു. എന്റെ സ്വഭാവം വളരെ നന്നായി നിങ്ങൾക്കറിയാമല്ലോ. നേതൃത്വം വഹിക്കാനാണ് ഞാൻ ശീലിച്ചത്. എന്റെ ചെറുപ്പകാലത്ത് അതിലായിരുന്നു എനിക്കഭിനിവേശം. അക്രമവാസനയായിരുന്നു അന്നത്തെ പരിഷ്കാരം. ഞാനായിരുന്നു ആർമ്മിയിലെ നിഷ്ഠൂരനായകൻ. ഞങ്ങൾ ഞങ്ങളുടെ

മദ്യപാനത്തെപ്പറ്റി പ്രശംസിച്ചു സംസാരിച്ചിരുന്നു. ബൂർട്ട്സോഫിനെപ്പോലെ (താന്തോന്നിത്തത്തിനു കുപ്രസിദ്ധിയാർജ്ജിച്ച കുതിരപ്പട്ടാള ഓഫീസർ) ഞങ്ങൾ മദ്യപിച്ച് സംഘട്ടനമുണ്ടാക്കി. ഡെനിസ് ദേവവിസോഫിനെപ്പോലെ (അലക്സാണ്ടറിന്റെ കാലത്തെപ്പറ്റി പുകഴ്ത്തിപ്പാടിയ ഒരു പട്ടാളകവി) ഞാൻ പാടി. ഞങ്ങളുടെ റെജിമെന്റിൽ ദ്വന്ദ്വയുദ്ധം ഒരു പതിവായിരുന്നു. എല്ലാറ്റിലും ഞാൻ ഒന്നാമതോ രണ്ടാമതോ ആയിരിക്കും. എന്റെ കൂട്ടുകാർ എന്നെ ആരാധിച്ചു. മാറിമാറിവരുന്ന റെജിമെന്റൽ കമാണ്ടർമാർ എന്നെ തീർത്തും ഒരു ദുർവൃത്തനായി കണക്കാക്കി.

ഞാനെന്റെ ജോലിയിൽ ശാന്തമായി തൃപ്തിയോടെ ശ്രദ്ധിച്ചുവന്ന കാലത്താണ് പ്രൗഢിയും സമ്പത്തുമുള്ള കുടുംബത്തിൽനിന്ന് ഒരു ചെറുപ്പക്കാരൻ - പേര് ഞാൻ പറയുന്നില്ല - ഞങ്ങളുടെ റെജിമെന്റിൽ ചേർന്നത്. ഇത്രയും ഭാഗ്യവാനായ ഒരുത്തനെ ഞാനെന്റെ ജീവിതത്തിൽ കണ്ടുമുട്ടിയിട്ടില്ല. ബുദ്ധിശക്തി, സൗന്ദര്യം, അതിരില്ലാത്ത ആഹ്ലാദം, വീണ്ടുവിചാരമില്ലാത്ത ധീരത, കീർത്തി, അളക്കാനാവാത്തത്ര സമ്പത്ത്- ഇതൊക്കെയുള്ള നിങ്ങളുടെ യൗവനം നിങ്ങൾതന്നെ ഒന്നു ഭാവന ചെയ്തു നോക്കൂ. അയാൾ ഞങ്ങളുടെയിടയിൽ അത് പ്രകടിപ്പിക്കുകയും ചെയ്തു. ക്രമേണ എന്റെ മേധാവിത്വത്തിന് ഇടിച്ചിൽ തട്ടി. എന്റെ ഔദ്യോഗിക പദവിയുടെ പ്രതാപം കാരണം അയാളെന്നോട് ചങ്ങാത്തം കൂടാൻ വന്നു. പക്ഷേ, ഞാൻ അയാൾക്ക് തണുത്ത സ്വീകരണമാണ് കൊടുത്തത്. യാതൊരു ദുഃഖവുമില്ലാതെ അയാൾ എന്നിൽനിന്ന് വിട്ടുനിന്നു. ഞാൻ അയാളിൽ വെറുതേ ഒരുതരം ശത്രുത വെച്ചുപുലർത്തി. അയാൾക്ക് റെജിമെന്റിലെ സ്വാധീനവും സ്ത്രീകളോടുള്ള സമ്പർക്കവും എന്നെ നിരാശയിലാഴ്ത്തി. അവനുമായി ഞാൻ ഒരു സംഘട്ടനത്തിനൊരുങ്ങി. എന്റെ കൊച്ചുകവിതകൾക്ക് അയാൾ തന്റെ കൊച്ചുകവിതകളിലൂടെ മറുപടി തന്നു. അത് സ്വാഭാവികമായി തോന്നി. ഞാൻ വെറുപ്പു കാണിക്കുമ്പോൾ നർമ്മരസികനായിരുന്ന അയാൾ തമാശകൾ ചൊരിയുമായിരുന്നു. യാദൃച്ഛികമായി ഇതെന്റെ മനസ്സിനെ കീറിമുറിച്ചു. സ്ത്രീകളുടെ ശ്രദ്ധതിരിക്കാനായി പോളിഷ് ഉടമയുടെ വകയായി ബോൾ നൃത്തമുണ്ടായപ്പോൾ അയാൾക്ക് പ്രത്യേകിച്ച് പ്രഭുവിന്റെ ഭാര്യയുമായി അടുപ്പമുള്ളതായി കണ്ടു. ഞാനുമായി അടുപ്പത്തിലായിരുന്ന അവരെപ്പറ്റി ഞാൻ ആഭാസകരമായവിധത്തിൽ അയാളുടെ ചെവിയിൽ പറഞ്ഞു. അയാൾ രോഷംപൂണ്ട് എന്റെ കവിളത്ത് ആഞ്ഞടിച്ചു. ഞങ്ങൾ വാളെടുത്തു. സ്ത്രീകൾ ബോധരഹിതരായി. അങ്ങനെ ഞങ്ങൾ വേർപിരിഞ്ഞു. അതേ രാത്രി ഞങ്ങൾ യുദ്ധമാരംഭിച്ചു.

പ്രഭാതം പൊട്ടിവിടരുന്നതേയുണ്ടായിരുന്നുള്ളൂ. ഞാൻ നിർദ്ദേശിച്ച സ്ഥലത്ത് മൂന്നു കീഴുദ്യോഗസ്ഥരുമായി കാത്തുനിന്നു. പറഞ്ഞറിയിക്കാനാവാത്തത്ര ഉൽക്കണ്ഠയുമായി ഞാനെന്റെ എതിരാളിയെ പ്രതീക്ഷിച്ചു. വസന്തകാലസൂര്യൻ ഉദിച്ചുയർന്നു. ചൂടു തുടങ്ങി. ദൂരെനിന്ന് അയാൾ

നടന്നുവരുന്നതു ഞാൻ കണ്ടു. ഒരു ഉദ്യോഗസ്ഥനുമൊത്ത് അയാൾ കാൽനടയായാണ് വന്നത്. ഞങ്ങൾ അയാളെ എതിരേല്ക്കാൻ മുന്നോട്ടു നീങ്ങി. അയാൾ തൊപ്പി നിറയെ കറുത്ത ചെറിപ്പഴങ്ങളുമായി ഞങ്ങളുടെ നേരേയടുത്തു. നിമിഷങ്ങൾക്കുള്ളിൽ അയാൾ പന്ത്രണ്ടടികൾ അടുത്തു. ഞാനായിരുന്നു ആദ്യം വെടിവെക്കേണ്ടിയിരുന്നത്. പക്ഷേ, എന്റെ വെപ്രാളം കൂടിയതിനാൽ എന്റെ കൈ നേരെ നില്ക്കാതെ സ്വയം ശാന്തനാകാൻ വേണ്ടി ഞാനയാളെ ഒന്നാമതു വെടിവെക്കാൻ സമ്മതിച്ചു. എന്റെ എതിരാളിക്ക് ഇതു സമ്മതമായില്ല. കൂടുതൽ വെടിയുതിർക്കണമെന്നായിരുന്നു ഞങ്ങളുടെ തീരുമാനം. ആദ്യത്തെ ഭാഗ്യനമ്പർ അയാൾക്കായിരുന്നു വീണത്. അയാൾ ഉന്നം നോക്കി, അയാളുടെ ബുള്ളറ്റ് എന്റെ തൊപ്പിക്കു മീതെ പോയി. എന്റെ ഊഴമായിരുന്നു പിന്നീട്. അയാളുടെ ജീവൻ എന്റെ കൈകളിലായി. എന്തെങ്കിലും അസ്വാസ്ഥ്യത്തിന്റെ ലാഞ്ഛനയുണ്ടോ എന്നറിയാൻ ഞാൻ ഔത്സുക്യത്തോടെ അയാളെ നോക്കി. അയാൾ തന്റെ തൊപ്പിയിൽനിന്ന് ചെറിപ്പഴം പെറുക്കിയെടുത്ത് കുരുതുപ്പിക്കൊണ്ട് എന്റെ പിസ്റ്റളിനു മുന്നിൽ നില്ക്കുകയായിരുന്നു. കുരു ഏകദേശം എന്റെ കാല്ക്കലായി വന്നു വീഴത്തക്കവിധത്തിൽ തുപ്പി. അയാളുടെ അനാസ്ഥ എന്നെ അതിരില്ലാതെ അലട്ടി. 'യാതൊരു വിലയും കല്പിക്കാത്ത അവന്റെ ജീവനെടുത്തിട്ടെന്തു ഫലം?' ഞാൻ ചിന്തിച്ചു. പകയുള്ള ഒരു ചിന്ത എന്നിലുദിച്ചു. ഞാനെന്റെ പിസ്റ്റൾ താഴ്ത്തി.

"നിങ്ങൾ മരണത്തിനു കീഴടങ്ങാൻ ഇപ്പോൾ തയ്യാറല്ലെന്നു തോന്നുന്നു." ഞാനയാളോട് പറഞ്ഞു. 'നിങ്ങൾ പ്രാതൽ കഴിക്കാനാഗ്രഹിക്കുന്നു. ഞാനതു വിലക്കുന്നില്ല.'

"നിങ്ങളെന്നെ തീരെ വിലക്കില്ലേ?" അയാൾ ചോദിച്ചു. "വെടിവെക്കാനുള്ള നല്ല ബുദ്ധി കാണിക്കൂ. അല്ലെങ്കിൽ നിങ്ങളുടെ ഇഷ്ടംപോലെ. വെടി നിങ്ങളുടേതാണ്. ഞാൻ എപ്പോഴും നിങ്ങളുടെ അധീനത്തിലായിരിക്കും."

ഇന്നത്തെ ദിവസം ഞാൻ വെടിവെക്കാനുദ്ദേശിക്കുന്നില്ലെന്ന് നിമിഷങ്ങൾക്കുള്ളിൽ ഞാൻ പറഞ്ഞു. അങ്ങനെ അന്നത്തെ ദ്വന്ദ്വയുദ്ധം സമാപിച്ചു.

"ഞാൻ ജോലി രാജിവെച്ച് ഈ സ്ഥലത്തേക്കു വന്നു. പിന്നീടിന്നുവരെ ഞാൻ പ്രതികാരത്തെപ്പറ്റി ചിന്തിച്ചിട്ടില്ല. എന്നാലിപ്പോൾ എന്റെ അവസരം വന്നു."

സിൽവിയോ അദ്ദേഹത്തിന്റെ പോക്കറ്റിൽനിന്ന് അന്നു രാവിലെ കിട്ടിയ കത്ത് പുറത്തെടുത്ത് എനിക്കു വായിക്കാൻ തന്നു. അതിൽ ഒരാൾ (അതയാൾ ബിസിനസ് ഏജന്റാണെന്നു തോന്നുന്നു.) മോസ്കോയിൽനിന്ന് വന്ന ഒരു പ്രത്യേക വ്യക്തി സുന്ദരിയായ ഒരു ചെറിയ പെൺകുട്ടിയെ കല്യാണം കഴിക്കാൻ പോകുന്നുവെന്ന് എഴുതിയിരിക്കുന്നു.

"നിങ്ങൾക്ക് ഊഹിക്കാൻ കഴിയും" സിൽവിയോ പറഞ്ഞു. "ആ

പ്രത്യേക വ്യക്തി ആരാണെന്ന്. ഞാൻ മോസ്കോയിലേക്കു പോവുകയാണ്. പണ്ട് ചെറി കഴിക്കുന്നപോലെയുള്ള നിസ്സംഗത ഇപ്പോൾ കല്യാണം കഴിക്കാൻ നേരത്ത് അയാൾക്ക് കാണിക്കാൻ പറ്റുമോ എന്നു നമുക്കു നോക്കാം."

ഈ വാക്കുകളും പറഞ്ഞ് സിൽവിയോ എഴുന്നേറ്റ് അയാളുടെ തൊപ്പി തലയിലേക്കു വലിച്ചെറിഞ്ഞ്, കൂട്ടിലടച്ചിട്ട പുലിയെപ്പോലെ അങ്ങോട്ടുമിങ്ങോട്ടും ചുവടുകൾ വെച്ചു. നിശ്ശബ്ദനായി ഞാൻ അയാൾ പറയുന്നതു മുഴുവൻ കേട്ടു. എതിരിടാനുള്ള ത്വര എന്നെ അസ്വസ്ഥനാക്കി.

ഒരു വേലക്കാരൻ കടന്നുവന്ന് കുതിരകൾ തയ്യാറാണെന്ന് പറഞ്ഞു. സിൽവിയോ എന്റെ കൈ കൂട്ടിപ്പിടിച്ചു, ഞങ്ങൾ ആലിംഗനം ചെയ്തു. രണ്ടു പെട്ടികളുമായി, ഒന്നിൽ പിസ്റ്റളുകളുടെ ശേഖരവും മറ്റൊന്നിൽ തന്റെ സ്വന്തം സാധനങ്ങളുമായി അയാൾ കയറിയിരുന്നു. ഞങ്ങൾ ഒരിക്കൽക്കൂടി യാത്ര പറഞ്ഞു. കുതിരകൾ കുതിച്ചുപാഞ്ഞു.

II

വളരെയേറെക്കാലം കടന്നുപോയി. എന്റെ കുടുംബപരിതഃസ്ഥിതികൾ എന്നെ ഈ ദരിദ്രഗ്രാമമായ 'എം'-ൽ സ്ഥിരതാമസമാക്കാൻ നിർബ്ബന്ധിതനാക്കി. കാർഷികവൃത്തിയുമായി ബന്ധപ്പെട്ട് ഞാൻ ഇവിടെ പ്രവർത്തിച്ചു. എന്റെ ശബ്ദായമാനവും അശ്രദ്ധവുമായ കഴിഞ്ഞകാല ജീവിതത്തെപ്പറ്റി നൊമ്പരപ്പെടാതിരിക്കാൻ ഞാൻ ശ്രദ്ധിച്ചു. ശരത്കാലത്തിലെയും വസന്തകാലത്തിലെയും സായന്തനങ്ങളിൽ പരിപൂർണ്ണമായി ഏകാകിയായി പൊരുത്തപ്പെടാനാണ് വല്ലാതെ കുഴങ്ങിയത്. ഭക്ഷണസമയമാകുന്നതുവരെ ഞാൻ എങ്ങനെയൊക്കെയോ ചെലവഴിച്ചു. ബെയ്ലിഫുമായി സംസാരിക്കുകയോ ജോലി പരിശോധനയ്ക്കായി സവാരി ചെയ്യുകയോ പുതിയ കെട്ടിടങ്ങൾ സന്ദർശിക്കുകയോ ഒക്കെ ചെയ്യും. പക്ഷേ, എത്രയും പെട്ടെന്നുതന്നെ ഇരുട്ടാകാൻ തുടങ്ങും. എന്തു ചെയ്യാൻ കഴിയുമെന്ന് എനിക്കുതന്നെ അറിയാറില്ല. ഞാൻ മുമ്പ് വായിച്ചു മനഃപാഠമാക്കിയ ചില പുസ്തകങ്ങൾ അലമാരയിലും സ്റ്റോർമുറിയിലും കണ്ടെത്തി. എല്ലാ കഥകളും എന്റെ വീട്ടുടമസ്ഥൻ കിരിലോവ്ന ഓർമ്മയിൽനിന്നെടുത്ത് പറഞ്ഞുതന്ന് വീണ്ടും വീണ്ടും കേട്ടവയായിരുന്നു. കർഷകസ്ത്രീകളുടെ പാട്ട് എന്നെ ദുഃഖത്തിലാഴ്ത്തി. ഞാൻ മദ്യപിക്കാനൊരു ശ്രമം നടത്തിനോക്കി. പക്ഷേ, അതെനിക്കു തലവേദനയായി ഭവിച്ചു. മനോവ്യഥയാൽ ഞാനൊരു മുഴുക്കുടിയനാകുമോ എന്നു പോലും ഭയന്നു. ദുഃഖിതരായ ധാരാളം മദ്യപന്മാരെ ഞാനെന്റെ ജില്ലയിൽ ഉദാഹരണമായി കണ്ടിട്ടുണ്ട്.

എനിക്ക് അയൽപക്കത്ത് അടുത്ത കൂട്ടുകാരൊന്നുമുണ്ടായിരുന്നില്ല. നൊമ്പരങ്ങളും നെടുനിശ്വാസങ്ങളുമായി സംസാരിക്കുന്ന ചില പഴഞ്ചന്മാരല്ലാതെ, അവരുടെയിടയിൽ ഏകാന്തതയ്ക്കായിരുന്നു മുൻതൂക്കം.

ഒടുവിൽ ഏറ്റവും നേരത്തേ കിടക്കാനും ഉച്ചഭക്ഷണം ഏറ്റവുമൊടുവിൽ കഴിക്കാനും ഞാൻ തീരുമാനിച്ചു. അങ്ങനെ വൈകുന്നേരത്തെ കുറച്ചാക്കി പകൽ സമയം നീട്ടുകയും ചെയ്തു. ഈ പദ്ധതി ഫലം ചെയ്തെന്ന് എനിക്കു തോന്നി.

എന്റെ വീടിന് അല്പംമാറി 'ബി' എന്ന പ്രഭ്വിയുടെ ഒരു എസ്റ്റേറ്റുണ്ടായിരുന്നു. കാര്യസ്ഥനൊഴിച്ച് അവിടെ മറ്റാരും താമസമുണ്ടായിരുന്നില്ല. വിവാഹജീവിതത്തിന്റെ ആദ്യനാളുകളിൽ ഒരിക്കൽ മാത്രമേ അവർ അവിടം സന്ദർശിച്ചിട്ടുള്ളൂ. അതും ഒരു മാസത്തിൽ കൂടുതൽ ഉണ്ടായിരുന്നില്ല. പക്ഷേ, എന്റെ ഏകാന്തജീവിതത്തിന്റെ രണ്ടാമത്തെ വസന്തകാലത്ത്, പ്രഭ്വി തന്റെ ഭർത്താവുമൊത്ത് അവധിക്കാലം ചെലവഴിക്കാനായി അവരുടെ എസ്റ്റേറ്റിൽ എത്തുമെന്ന് അറിയിപ്പുണ്ടായി. ആ അറിയിപ്പ് സത്യമായിരുന്നു. കാരണം അവർ ജൂണിനുമുന്നേ അവിടെയെത്തി.

ഗ്രാമീണരായ അവിടത്തെ ജനങ്ങൾക്ക് ഒരു ഉത്സവപ്രതീതിയുണ്ടാക്കി, ധനികരായ അയൽക്കാരുടെ വരവ്. ഭൂവുടമകളും ഗൃഹസ്ഥരും രണ്ടു മാസത്തോളവും മൂന്നു വർഷത്തിനുശേഷവും വീണ്ടും ഈ വാർത്തയെപ്പറ്റി തമ്മിൽത്തമ്മിൽ പറഞ്ഞുകൊണ്ടിരുന്നു. എന്നെ സംബന്ധിച്ച് ചെറുപ്പക്കാരിയും സുന്ദരിയുമായ അയൽക്കാരിയുടെ വരവിൽ എന്തോ വല്ലാത്തൊരു താല്പര്യം ജനിച്ചു. അവരെക്കാണാൻ എന്റെ ഉള്ളമുഴറി. ഭർത്താവൊന്നിച്ചുള്ള അവരുടെ വരവിന്റെ ആദ്യത്തെ ഞായറാഴ്ചതന്നെ 'എ' എന്ന ഗ്രാമത്തിൽചെന്ന് ഒരു വിനീത ജോലിക്കാരനെന്ന നിലയിലും ഒരു അയൽക്കാരനെന്ന നിലയിലും പ്രഭ്വിക്കും ഭർത്താവിനും എന്റെ ആദരമറിയിച്ചു. ഒരു ഭൃത്യൻ വന്ന് എന്നെ അവരുടെ വായനമുറിയിലേക്കു നയിച്ചു. എന്നെ അവിടെയിരുത്തി എന്റെ വരവറിയിക്കാനായി അകത്തേക്കു പോയി. ആ വിശാലമായ മുറി എല്ലാവിധ ആഡംബര വസ്തുക്കളെയുംകൊണ്ട് അലങ്കൃതമായിരുന്നു. ചുവരിലെ അറകളിലെല്ലാം പുസ്തകങ്ങളും പിച്ചളപ്രതിമകളും നിറച്ചിരുന്നു. ഷെൽഫുകളിലൊന്നിൽ വലിയൊരു കണ്ണാടിയും. തറയിൽ ഒരു പച്ചപ്പരവതാനി വിരിച്ചിരുന്നു. ആഡംബരങ്ങളൊന്നുമില്ലാതെ ഞാൻ ഒരു മൂലയിൽ പ്രഭ്വിയുടെയും ഭർത്താവിന്റെയും വരവും കാത്ത് ഉദ്വേഗത്തോടെ ഇരുന്നു, ഒരു മന്ത്രിയെയും കാത്തിരിക്കുന്ന പരാതിക്കാരനെപ്പോലെ. വാതിൽതുറന്ന് ഒരു മുപ്പത്തഞ്ചു വയസ്സ് തോന്നിക്കുന്ന സുന്ദരനായ ഒരാൾ മുറിയിലേക്കു കടന്നുവന്നു. പ്രഭു വളരെ സൗഹൃദഭാവത്തോടെ എന്നെ സമീപിച്ചു. ഞാൻ മനഃസാന്നിദ്ധ്യം കൈവിടാതിരിക്കാൻ പ്രയത്നിച്ച് എന്നെ സ്വയം പരിചയപ്പെടുത്താൻ തുനിഞ്ഞു. എന്നാൽ, അയാൾ എന്നെ പ്രതീക്ഷിച്ചിരുന്നു. ഞങ്ങളിരുവരും ഇരുന്നു. എന്റെ അവലക്ഷണംപിടിച്ച സഭാകമ്പം ദൂരീകരിക്കുന്ന തരത്തിൽ ഹൃദ്യവും അനായാസമായതുമായിരുന്നു അദ്ദേഹത്തിന്റെ സംസാരരീതി. ഞാൻ ആത്മസംയമനം നേടാൻ പ്രയത്നിച്ചുകൊണ്ടിരിക്കെ അവിടേക്ക് പെട്ടെന്നുള്ള പ്രഭ്വിയുടെ കടന്നു

വരവ് വീണ്ടും എന്നെ ആശയക്കുഴപ്പത്തിലാക്കി. അവർ തീർത്തും ഒരു സുന്ദരിതന്നെ! പ്രഭു എന്നെ അവർക്കു പരിചയപ്പെടുത്തി. ഞാൻ അനായാസമായി പെരുമാറാൻ ശ്രമിക്കുംതോറും ഞാൻ വീണ്ടും വീണ്ടും ദുർബ്ബലനായി. പൂർവ്വസ്ഥിതിയിലേക്കെത്താൻ സമയംതന്ന് അവർ എന്നെ നല്ലൊരു അയൽക്കാരനായി കരുതി തമ്മിൽത്തമ്മിൽ സംസാരിച്ചു. ഇതിനിടയിൽ ഞാൻ മുറിയിൽ ചുറ്റിനടന്ന് ചിത്രങ്ങളും പുസ്തകങ്ങളും നിരീക്ഷിച്ചു. എനിക്ക് ചിത്രങ്ങളെ വിലയിരുത്താൻ പൊതുവേ കഴിവില്ലെങ്കിലും അതിലൊന്ന് വല്ലാതെ എന്റെ ശ്രദ്ധയാകർഷിച്ചു. അത് സ്വിറ്റ്സർലാണ്ടിലെ ചില ദൃശ്യങ്ങളായിരുന്നു. പക്ഷേ, ആ ചിത്രമായിരുന്നില്ല എന്നെ പിടിച്ചുനിർത്തിയത്. ഒന്നിനുമേൽ ഒന്നായി രണ്ടു ബുള്ളറ്റുകൾ തുളച്ചുകയറിക്കണ്ട ആ കാൻവാസായിരുന്നു.

"സമർത്ഥമായ വെടിവെപ്പ്!" ഞാൻ പ്രഭുവിനോടായി പറഞ്ഞു.

"അതെ." അദ്ദേഹം മറുപടി തന്നു. "വിശിഷ്ടമായ ഒരു വെടിവെപ്പ്. നിങ്ങൾക്ക് നന്നായി വെടിവെക്കാനറിയുമോ?" അദ്ദേഹം ചോദിച്ചു.

"തരക്കേടില്ലാതെ" ഞാൻ പറഞ്ഞു. അങ്ങനെ എനിക്ക് വളരെ പരിചിതമായിരുന്ന ഒരു വിഷയത്തെപ്പറ്റിയായി പിന്നത്തെ സംസാരം. "എന്റെ പിസ്റ്റൾകൊണ്ട് മുപ്പതടി ദൂരത്തുള്ള കാർഡിനെ വെടിവെച്ചു കൊള്ളിക്കാൻ കഴിയുമായിരുന്നു. എന്നാലത് ഞാനുപയോഗിക്കുന്ന പിസ്റ്റൾ കൊണ്ടായിരിക്കണം."

"അതെയോ?" പ്രഭ്വി വലിയ താല്പര്യത്തോടെ ചോദിച്ചു. "മുപ്പതടികൾ കാർഡിൽ തൊടുക്കാൻ നിങ്ങൾക്കു കഴിയുമെന്നോ?"

"ചില ദിവസങ്ങളിൽ" പ്രഭു പറഞ്ഞു. "ഞങ്ങൾ ശ്രമിച്ചു നോക്കാറുണ്ട്. എന്റെ നല്ലകാലത്ത് ഞാൻ മോശമില്ലാതെ വെടിവെക്കാറുണ്ടായിരുന്നു. പക്ഷേ, ഇപ്പോൾ ഞാൻ പിസ്റ്റൾ കൈകൊണ്ടു തൊട്ടിട്ട് നാലു വർഷത്തിലേറെയായി."

"ഓഹ്!" ഞാൻ പറഞ്ഞു. "അങ്ങനെയാണെങ്കിൽ.... ഞാനിത് പരിശീലനംകൊണ്ടു മനസ്സിലാക്കിയതാണ്. എന്റെ റെജിമെന്റിൽ എന്നെയായിരുന്നു നന്നായി വെടിവെക്കുന്നതായി കണക്കാക്കിയിരുന്നത്. ഒരു മാസത്തിലേറെക്കാലം പിസ്റ്റൾ തൊടാൻ പറ്റാത്ത സാഹചര്യത്തിൽ തിരിച്ചുവരാനിരിക്കെ, നിങ്ങൾ പറഞ്ഞത് വിശ്വസിക്കുന്നു. ആദ്യമായി ഞാൻ വെടിവെക്കാനാരംഭിച്ചപ്പോൾ, ഒരു കുപ്പി നാലു പ്രാവശ്യവും വഴങ്ങാതെ അവസാനം ഇരുപതു ചുവടുകളിലാണ് വിജയിക്കാനായത്. ഞങ്ങളുടെ ക്യാപ്റ്റൻ ഒരു രസികനായിരുന്നു. അയാൾ എന്റെ അരികിൽ വന്ന്, 'സുഹൃത്തേ, ആ കുപ്പിക്കു നേരേ നിങ്ങളുടെ കൈ പൊങ്ങില്ല' എന്നു പറഞ്ഞു. പ്രഭോ, അങ്ങ് പ്രാക്ടീസ് നിർത്തരുത്. പതുക്കെപ്പതുക്കെ കൈ വഴങ്ങിക്കൊള്ളും. ഭക്ഷണത്തിനു മുമ്പായി ഞാൻ മൂന്നു തവണയെങ്കിലും വെടിവെക്കാനായി ശ്രമിച്ചിരുന്നു. ബ്രാണ്ടി കുടിക്കും പോലെ അതൊരു സമ്പ്രദായമായിരുന്നു."

"ആഹ്.... എന്റെ പൊന്നേ...." പ്രഭ്വി വിളിച്ചു. "ദൈവത്തെയോർത്ത്

അതിനെപ്പറ്റി പറയല്ലേ. അതു കേൾക്കുന്നതേ അസഹ്യമാണ്."

"ഇല്ല." പ്രഭു പറഞ്ഞു. "ഞാനെല്ലാം ബന്ധപ്പെടുത്തുകയാണ്. അയാളുടെ ചങ്ങാതിയെ ഞാനെങ്ങനെയാണ് അവമാനിച്ചതെന്നും സിൽവിയോ സ്വയം പ്രതികാരം ചെയ്തതെങ്ങനെയെന്നും അയാൾക്കറിയാം."

പ്രഭു ഒരു കസേര എന്റെ മുന്നിലേക്കു വലിച്ചിട്ടു. ഞാൻ താല്പര്യത്തോടെ അയാൾ പറയാൻ പോകുന്ന കഥ കേൾക്കാനായി കാതോർത്തു.

"അഞ്ചു കൊല്ലംമുമ്പ് ഞാൻ വിവാഹിതനായി. ആദ്യമാസം ഹണിമൂൺ. ഞാനിവിടെ ഈ ഗ്രാമത്തിൽ ചെലവഴിച്ചു. എന്റെ ജീവിതത്തിലെ ഏറ്റവും സന്തോഷംനിറഞ്ഞ നാളുകൾ തന്നതിന് ഈ വീടിനോട് ഞാൻ കടപ്പെട്ടിരിക്കുന്നു. അതിന്റെ ദുഃഖകരമായ ഓർമ്മകൾക്കൊപ്പം."

"ഒരുദിവസം വൈകുന്നേരം ഞങ്ങൾ കുതിരപ്പുറത്ത് സവാരി ചെയ്യുകയായിരുന്നു. ഭാര്യയുടെ കുതിര അല്പം വിറളിപിടിച്ചതായിരുന്നു. ഭയപ്പെട്ട അവൾ കടിഞ്ഞാൺ എന്റെ കൈയിൽ തന്ന് കാൽനടയായി വീട്ടിലേക്കു തിരിച്ചുപോയി. ഞാൻ മുമ്പിലായി സവാരിചെയ്തു. വീട്ടിന്റെ മുറ്റത്തെത്തിയപ്പോൾ അവിടെ ഒരു യാത്രാവണ്ടി നില്ക്കുന്നതായി കണ്ടു. എന്റെ വായനമുറിയിൽ ഒരാൾ എനിക്കായി കാത്തിരിക്കുന്നുണ്ടെന്നറിഞ്ഞു. പേരു വെളിപ്പെടുത്തിയിട്ടില്ലാത്ത അയാൾക്ക് എന്നോടെന്തോ ഇടപാടുകളുണ്ടത്രേ. ഞാൻ മുറിയിൽ കടന്നപ്പോൾ ഇരുട്ടിൽ ഒരാളെ കണ്ടു. അയാൾ പൊടികൊണ്ടു മൂടി, വളരെ നാളായി ക്ഷൗരം ചെയ്യാതെ കാണപ്പെട്ടു. അഗ്നികുണ്ഡത്തിനരികേ അയാൾ കാത്തുനില്ക്കുന്നുണ്ടായിരുന്നു. അയാളുടെ മുഖച്ഛായ ഓർത്തെടുക്കാൻ ഞാൻ ശ്രമിച്ചുകൊണ്ട് അയാളെ സമീപിച്ചു.

'പ്രഭു, അങ്ങെന്നെ ഓർക്കുന്നില്ലേ?' വിറയ്ക്കുന്ന സ്വരത്തിൽ അയാൾ ചോദിച്ചു.

'സിൽവിയോ!' ഞാൻ ഉച്ചത്തിൽ പറഞ്ഞു. എന്റെ രോമങ്ങൾ എഴുന്നുനില്ക്കുന്നതായി എനിക്കനുഭവപ്പെട്ടു.

'തീർച്ചയായും' അയാൾ തുടർന്നു. 'എനിക്ക് ഒരു വെടിയുണ്ട തീർക്കാനുണ്ട്. എന്റെ പിസ്റ്റളിനെ മോചിപ്പിക്കണം. താങ്കൾ തയ്യാറാണോ?'

അയാളുടെ പോക്കറ്റിന്റെ ഒരു ഭാഗത്തായി പിസ്റ്റൾ തള്ളിനില്ക്കുന്നുണ്ടായിരുന്നു. ഞാനെന്റെ അവസാനനിമിഷങ്ങളെണ്ണി. ഒരു മൂലയിൽ നിന്ന് ഭാര്യ വരുന്നതിനുമുമ്പ് വെടിവെക്കാൻ അയാളോട് അപേക്ഷിച്ചു. ഒന്നു സംശയിച്ചുനിന്നശേഷം വെളിച്ചത്തിനായി ആവശ്യപ്പെട്ടു. മെഴുകുതിരിയുംകൊണ്ട് ആരും അകത്തു കടക്കരുതെന്ന് ആജ്ഞാപിച്ചുകൊണ്ട് ഞാൻ വാതിലടച്ചു. വെടിവെക്കാനായി അയാളോടപേക്ഷിച്ചു. അയാൾ പിസ്റ്റൾ വലിച്ചെടുത്ത് എന്റെ നേർക്കായി ഉന്നംവെച്ചു. ഞാൻ നിമിഷങ്ങളെണ്ണി... ഞാൻ ഭാര്യയെക്കുറിച്ചോർത്തു. ഒരു ഭീകരനിമിഷം കടന്നു

പോയി.... സിൽവിയോ കൈ താഴ്ത്തി.

'ഞാൻ പശ്ചാത്തപിക്കുന്നു' അയാൾ പറഞ്ഞു.

കാരണം ഈ പിസ്റ്റൾ ചെറിക്കുരുക്കൾ കൊണ്ടു നിറച്ചതല്ല. നല്ല കടുത്ത വെടിയുണ്ടകളാണിതിൽ. ഇതൊരു വെറും ദ്വന്ദ്വയുദ്ധമായിരിക്കില്ല, മരണമായിരിക്കും എന്നെനിക്കു തോന്നുന്നു. ആയുധമില്ലാത്ത ഒരാളോട് എതിരിട്ട് എനിക്കു പരിചയമില്ല. നമുക്കാദ്യംതന്നെ തുടങ്ങാം. ആരാദ്യം വെടിവെക്കണമെന്ന് നമുക്ക് നറുക്കിട്ട് തീരുമാനിക്കാം.

എന്റെ തലതിരിയുന്നതായി തോന്നി.... ഞാനെന്തെങ്കിലും എതിർപ്പുന്നയിച്ചാലോ എന്നു ചിന്തിച്ചു.... ഒടുവിൽ അയാൾ മറ്റൊരു പിസ്റ്റൾ നിറച്ചു. രണ്ടു കഷണം കടലാസുകൾ തെറുത്തു. അതയാൾ തൊപ്പിയിൽവെച്ചു. അതിലൂടെ വെടിവെച്ചു. വീണ്ടും എനിക്ക് ആദ്യത്തെ നമ്പർ കിട്ടി.

'പ്രഭു, നിങ്ങളൊരു അസാദ്ധ്യഭാഗ്യവാൻ തന്നെ!' ഒരു ചിരിയോടെ അയാൾ പറഞ്ഞത് ഞാനൊരിക്കലും മറക്കില്ല.

"എനിക്കെന്താണ് സംഭവിച്ചതെന്നറിയില്ല. എന്നെക്കൊണ്ടിത് ചെയ്യിക്കാൻ അയാൾക്കെങ്ങനെ കഴിഞ്ഞു... ഏതായാലും ഞാൻ വെടിവെച്ചു. ആ ചിത്രം താഴെയിട്ടു."

കീറിയ ആ ചിത്രം ചൂണ്ടിക്കാട്ടി പ്രഭു പറഞ്ഞു. "അദ്ദേഹത്തിന്റെ മുഖം ജ്വലിച്ചു. പ്രഭ്വി അവരുടെ കൈയിലെ തൂവാലയെക്കാൾ വിളറി വെളുത്തു. എനിക്ക് ആശ്ചര്യമടക്കാനായില്ല.

"ഞാൻ വെടിവെച്ചു" പ്രഭു തുടർന്നു, "ദൈവകൃപയാൽ എന്റെ ഉന്നം തെറ്റി. സിൽവിയോ പിന്നീട്... ആ സമയം അയാൾ തികച്ചും ഒരു ഭീകരരൂപിയായി കൈകളുയർത്തി എന്റെ നേരേ ഉന്നംവെച്ചു. പെട്ടെന്ന് മുറി തുറന്ന് മാഷ അവിടേക്ക് ഓടിയെത്തി. അത്യുച്ചത്തിലലറിക്കൊണ്ട് അയാൾ എന്റെ കഴുത്തിനു നേരേയെത്തി. അവളുടെ സാന്നിദ്ധ്യത്തിൽ ഞാൻ ധൈര്യം വീണ്ടെടുത്തു.

"എന്റെ പൊന്നേ" ഞാൻ അവളോടു പറഞ്ഞു, "ഞങ്ങൾ തമാശ കളിക്കുകയാണെന്ന് നിനക്ക് കണ്ടുകൂടേ? നീയെത്ര ഭയന്നു? പോയി ഒരു ഗ്ലാസ് വെള്ളമെടുത്തു കുടിച്ച് തിരിച്ചു വരൂ. എന്റെ പഴയ സുഹൃത്തിനെയും സഹപ്രവർത്തകനെയും ഞാൻ നിനക്ക് പരിചയപ്പെടുത്താം." മാഷ അപ്പോഴും സംശയിച്ചു നിന്നു.

"പറയൂ, എന്റെ ഭർത്താവ് സത്യം തന്നെയാണോ പറയുന്നത്?" അവൾ സിൽവിയോക്കു നേരേ തിരിഞ്ഞ് ചോദിച്ചു. "നിങ്ങൾ സത്യമായും തമാശ കളിക്കുകയാണോ?"

"അവൻ എപ്പോഴും തമാശ കളിക്കാരനാണ് പ്രഭ്വി' സിൽവിയോ മറുപടി പറഞ്ഞു. ഒരിക്കൽ തമാശയായി അവനെന്റെ മുഖത്തടിച്ചു. മറ്റൊരിക്കൽ തമാശയായി എന്റെ തൊപ്പി വെടിവെച്ചു തെറിപ്പിച്ചു. ഇപ്പോൾ എന്നെ വെടിവെച്ചപ്പോൾ ഉന്നംതെറ്റി. ഇതൊക്കെ, തമാശയാണ്. ഇപ്പോൾ ഞാൻ തമാശയിൽ താല്പര്യപ്പെടുന്നു."

ഇതും പറഞ്ഞ് അയാൾ എന്റെ നേരേ തോക്കുയർത്തി. അവളുടെ മുമ്പിൽ വെച്ചുതന്നെ. മാഷ അയാളുടെ കാല്ക്കൽ വീണു.

"എണീക്കൂ മാഷാ, നിനക്ക് നാണമില്ലേ?" ദേഷ്യത്തോടെ ഞാൻ അലറി. "സാർ, ഒരു സാധുസ്ത്രീയോട് തമാശ കളിക്കുന്നത് നിർത്തൂ നിങ്ങൾ വെടിവെക്കുന്നോ ഇല്ലയോ?"

"ഞാൻ വെടിവെക്കില്ല." സിൽവിയോ മറുപടി പറഞ്ഞു."

"എനിക്കു തൃപ്തിയായി. ഞാൻ നിന്റെ പരിഭ്രാന്തി, അലർച്ച ഒക്കെ കണ്ടു. നീ എന്നെ വെടിവെക്കൂ. അത് നിർബ്ബന്ധമാണ്. നീയെന്നെ ഓർമ്മിക്കുന്നില്ലേ. ഞാൻ നിന്നെ ബുദ്ധിപൂർവ്വം വെറുതേ വിടുകയാണ്."

"എന്നിട്ട് അയാൾ പോകാനായി പുറപ്പെട്ടു. പക്ഷേ, വാതില്ക്കലെത്തി അല്പനേരംനിന്ന് എന്റെ വെടിയുണ്ട തുളഞ്ഞുകയറിയ ചിത്രം നോക്കി, കടന്നുപോയി. ഉന്നംവെക്കാതെ അയാൾ അപ്രത്യക്ഷനായി. എന്റെ ഭാര്യ ബോധരഹിതയായി. ജോലിക്കാർ അയാളെ തടയാൻ ശ്രമിച്ചില്ല. കാരണം, അയാളെ കണ്ട മാത്രയിൽത്തന്നെ അവർ ഭീതിദരായിരുന്നു. പടികളിറങ്ങി താഴെചെന്ന് വണ്ടിക്കാരനെ വിളിച്ച് എനിക്കു സ്വബോധം കൈവരുന്നതിനുമുമ്പേ അയാൾ പൊയ്ക്കഴിഞ്ഞു."

പ്രഭു നിശ്ശബ്ദനായി. ഈ രീതിയിലാണ് ഈ കഥയുടെ അവസാനം ഞാൻ മനസ്സിലാക്കിയത്. തുടക്കം എന്നെ വളരെ ആകർഷിച്ചു. അതിലെ വീരനായകനെ ഞാൻ പിന്നീടൊരിക്കലും കണ്ടതേയില്ല. അലക്സാണ്ടർ ഇപ്സിലാന്റിയുടെ കീഴിലുള്ള സേനയിൽ ഉദ്യോഗസ്ഥനായിരിക്കെ, സ്കൗലാനയിലെ ഒരു യുദ്ധത്തിൽവെച്ച് സിൽവിയോ കൊല്ലപ്പെട്ടെന്ന് പറയപ്പെട്ടു.

സെന്റ് ജോൺസിന്റെ സായന്തനം

നിക്കോളായ് വാസ്‌ലേവിയച്ച് ഗൊഗോൾ

(ഡിക്കാങ്കം പള്ളിയിലെ വികാരി പറഞ്ഞ കഥ)

തോമാ ഗ്രിഗറോവിച്ച് വളരെ അസാധാരണനായ ഒരു സ്വഭാവക്കാരനായിരുന്നു. അയാളുടെ അന്ത്യംവരെ ഒരു കാര്യത്തെക്കുറിച്ചും രണ്ടു തവണ ആഗ്രഹിച്ചിരുന്നില്ല. ഒരു കാര്യത്തെക്കുറിച്ച് ചോദിച്ചാൽ പുതിയതായി അതു നോക്കിക്കണ്ട് പുതിയ കാര്യങ്ങളും കൂട്ടിച്ചേർത്ത് അതിൽ ചില വ്യതിയാനങ്ങൾ വരുത്തി നമുക്കു മനസ്സിലാക്കാൻ പ്രയാസമുള്ള വിധത്തിലാക്കിത്തീർക്കും. ഒരിക്കൽ, മാന്യന്മാരിലൊരാൾ (സാധാരണക്കാരുടെ പേരു പറയാൻ ബുദ്ധിമുട്ടുള്ള അവർ എഴുത്തുകാരോ അല്ലാത്തവരോ വാർഷികോത്സവത്തിലെ അന്യായപലിശക്കാരനെയോ പോലെ എല്ലാ ആഡംബരവസ്ത്രങ്ങളും നിന്നു വിലപേശുകയും മോഷ്ടിക്കുകയും ചെയ്തു. ഒരു എ ബി സി പുസ്തകത്തേക്കാൾ കട്ടികുറഞ്ഞ വോല്യങ്ങളാക്കി പുറത്തിറക്കും). (എല്ലാ മാസങ്ങളിലും അല്ലെങ്കിൽ ഓരോ ആഴ്ചകളിലും.) ഇത്തരത്തിൽ ഒരു മാന്യൻ തോമയെക്കുറിച്ച് ഇക്കഥ പറഞ്ഞതു മുഴുവനായി ഞാൻ മറന്നുപോയി. പച്ചക്കുപ്പായമണിഞ്ഞ ആ ചെറുപ്പക്കാരൻ ഞാനാദ്യം സൂചിപ്പിച്ച, നിങ്ങൾ വായിച്ച കഥയിലെ പോൾടാവയിൽനിന്നും വന്നു. ഒരു കൊച്ചു പുസ്തകവുമായിവന്ന് അതിനു നടുവിലായി തുറന്നു ഞങ്ങളെ കാണിച്ചു. തോമാ മൂക്കിനു താഴേ കണ്ണടവെച്ച് സൂക്ഷിച്ചുനോക്കി. അത് ചരടുകൊണ്ട് കെട്ടാനും മെഴുകുവെച്ചടയ്ക്കാനും താൻ മറന്നുപോയെന്ന് അയാൾ ഓർത്തു. എനിക്കത് അയാൾ തിരിച്ചുതന്നു. എഴുതാനും വായിക്കാനും അറിയാവുന്നതുപോലെ കണ്ണടവെക്കാതെ ഞാനതു വായിച്ചു. രണ്ടു പേജുകൾ മറിച്ചില്ല, അതിനുമുമ്പ് അയാൾ എന്റെ കൈപിടിച്ച് എന്നെ തടഞ്ഞു:

"നിർത്തൂ! നിങ്ങളെന്താണ് വായിക്കുന്നതെന്ന് എന്നോടാദ്യം പറയൂ."

അങ്ങനെയൊരു ചോദ്യംകേട്ട് ഞാനൊന്നമ്പരന്നു സ്തബ്ധനായി.

"എന്ത്? ഞാനെന്താണ് വായിക്കുന്നതെന്നോ തോമാ ഗ്രിഗറോവിച്ച്? അതാണോ നിങ്ങൾ ചോദിച്ചത്? ഇതല്ലേ നിങ്ങൾ പറഞ്ഞ വാക്കുകൾ?"

"ഇതെന്റെ വാക്കുകളാണെന്ന് ആരാണ് നിന്നോട് പറഞ്ഞത്?"

"എന്തേ? ഇതിൽ കൂടുതലെന്താണ് വേണ്ടത്? ഇവിടെ ഇങ്ങനെ അച്ചടിച്ചിട്ടില്ലേ: 'ഏതോ ഒരു വികാരി....'

"അതച്ചടിച്ചവന്റെ തലയിൽ തുപ്പണം. കളവുപറയുകയാണ്, മോസ് കോയിലെ കള്ളൻ!...."

"ഞാനതു പറയണോ? ഒരാൾക്ക് തന്റേടം നഷ്ടപ്പെട്ടതുപോലെ യായിരുന്നു അത്. കേൾക്കൂ. ഞാനത് ഇവിടുന്നുതന്നെ പറയാം."

ഞങ്ങൾ മേശയുടെ നേരേ നടന്നു. അയാൾ പറയാൻ തുടങ്ങി.

എന്റെ മുത്തച്ഛൻ (സ്വർഗ്ഗീയ സാമ്രാജ്യം തന്നെയായിരുന്നു അദ്ദേഹ ത്തിന്!) ഗോതമ്പുറോളുകളും മാകോവ്നികി (ധാന്യക്കുരു തേനിൽ പാകം ചെയ്തെടുത്ത് ചതുരകേക്കുകളാക്കി ഉണക്കിയത്) യും തേനിൽ ചേർത്താണ് കഴിക്കുക പതിവ്. അദ്ദേഹത്തിന് അത്ഭുതകരങ്ങളായ കഥ കൾ പറയാനുള്ള കഴിവുണ്ടായിരുന്നു. ഒരു കഥ പറയാൻ തുടങ്ങിയാൽ, ആ ദിവസം മുഴുവൻ ഇളകാതെ അവിടെയിരുന്ന് കേട്ടുകൊണ്ടേയിരി ക്കണം. വർത്തമാനകാല കഥ പറച്ചിലുമായി യാതൊരു ബന്ധവുമുണ്ടാ യിരിക്കില്ല അതിന്. കളവുപറയാൻ തുടങ്ങുമ്പോൾ, മൂന്നു ദിവസമായി ഭക്ഷണം കഴിക്കാനില്ലായിരുന്നു എന്നൊക്കെ പറയാൻ തുടങ്ങുമ്പോൾ നിങ്ങൾ തൊപ്പിയുമെടുത്ത് സ്ഥലം വിട്ടിട്ടുണ്ടാകും. ഇപ്പോൾ ഞാനോർ ംക്കുന്നു എന്റെ വൃദ്ധയായ അമ്മ അപ്പോൾ ജീവിച്ചിരിപ്പുണ്ടായിരുന്നു. മഞ്ഞുകാലസന്ധ്യകളിൽ തണുപ്പരിച്ചരിച്ചു വാതിലിനു പുറത്തെത്തു മ്പോൾ, കുടിലിന്റെ ഇടുങ്ങിയ വാതിലിനരികിൽ ഏകാകിനിയായി മുടി പ്പിന്നിനു മുമ്പിലായി ഇരിക്കുമ്പോൾ നീണ്ട ഒരു നൂൽ അവരുടെ കൈക ളിലുണ്ടാകുമായിരുന്നു. തൊട്ടിൽ കാലുകൊണ്ടാട്ടി പാടിയ ഒരു മൂളി പ്പാട്ട് ഇപ്പോൾ കേട്ടതുപോലെ ഞാനോർക്കുന്നു. അപ്പോൾ എന്തോ കണ്ട് പേടിച്ചതുപോലെ നെയ്വിളക്ക് വിറച്ചുകൊണ്ട് മങ്ങിമങ്ങിക്കത്തി കുടിലി ലാകെ വെളിച്ചം പകർന്നു. തക്ലി അപ്പോഴും മൂളിക്കൊണ്ടിരുന്നു. ഞങ്ങൾ കുട്ടികളെല്ലാവരും സംഘം ചേർന്ന് മുത്തച്ഛൻ പറയുന്നതു കേട്ടുകൊണ്ടി രിക്കുകയായിരുന്നു. ഏറെ പ്രായമായതിനാൽ അദ്ദേഹം അഞ്ചുവർഷത്തി ലേറെയായി അടുപ്പിനരികിലേക്ക് ഇഴഞ്ഞാണെത്തിയത്. പക്ഷേ, പോറോ സിയൻ കൊസ്സാക്കുകളുടെ കടന്നാക്രമണത്തെപ്പറ്റിയും പോൾട്ടാർ കോഴുക്കിന്റെ പോദ്കോവയുടെ ധീരകൃത്യങ്ങളെപ്പറ്റിയും സഗൈഭാചിനി യുടെ അത്ഭുതകഥകളും ഞങ്ങളെ പ്രേതകഥകളെപ്പോലെ ഏറെ യൊന്നും രസിപ്പിക്കുന്നതായിരുന്നില്ല. ഞങ്ങളുടെ മനോമണ്ഡലങ്ങളിൽ ഞെട്ടിക്കുന്ന പഴയ ധീരകഥകൾ കോരിത്തരിപ്പുളവാക്കിയിരുന്നു. ഭീകര കഥകളിലെല്ലാം അത്ഭുതങ്ങൾ നിറഞ്ഞിരുന്നു. രാത്രി എന്തെങ്കിലും കാര്യത്തിനായി കുടിലിനുപുറത്തു പോകേണ്ടിവന്നാൽ, മറ്റേതോ ലോക

ത്തുനിന്നും വന്ന ഒരു സന്ദർശകൻ കിടക്കയിൽ കിടക്കുന്നുണ്ടെന്നു തോന്നാറുണ്ട്. ഇതെനിക്കു രണ്ടാമതൊന്നുകൂടി പറയാനാവില്ല. ഏതോ ദുഷ്ടശക്തികൾ പന്തുപോലെ മനസ്സിലേക്ക് ഉരുണ്ടുരുണ്ടുവരും. പക്ഷേ, മുത്തച്ഛന്റെ കഥകളുടെ മുഖ്യവസ്തുതയെന്തെന്നാൽ അദ്ദേഹം ജീവിതത്തിലൊരിക്കൽപ്പോലും കളവു പറഞ്ഞിട്ടില്ലെന്നതാണ്. അദ്ദേഹം പറഞ്ഞതെന്താണോ അതുതന്നെയാവും യാഥാർത്ഥ്യം.

ഇതു സംബന്ധിച്ച് അദ്ദേഹത്തിന്റെ അത്യത്ഭുതകരമായ ഒരു കഥ പറയാം. പല മഹാന്മാരും കോടതികളിലെ ആധാരങ്ങൾ വായിക്കാൻ കഴിയുന്നവരാണെങ്കിൽപ്പോലും പ്രാർത്ഥനാപുസ്തകത്തിന്റെ ആദ്യാക്ഷരം പോലും വായിക്കാനാവാതെ അപഹസിക്കപ്പെടും. അതാണ് ജ്ഞാനം. എന്തുപറഞ്ഞാലും ഇങ്ങനെയുള്ള ആളുകൾ പരിഹസിക്കും. ഇത്തരം അവിശ്വസനീയ കാര്യങ്ങൾ ലോകത്തിനുപുറത്തും സംഭവിക്കാറുണ്ട്. പിന്നെയെന്താണ്? (എന്തെന്നാൽ, നിങ്ങൾക്കെന്നെ വിശ്വസിക്കാൻ കഴിഞ്ഞിട്ടില്ലെങ്കിൽ ദൈവവും പരിശുദ്ധ കന്യാമറിയവും എന്നെ സ്നേഹിക്കാതിരിക്കട്ടെ.) ഒരിക്കൽ, മന്ത്രവാദിനികളെപ്പറ്റി വല്ലതും പറഞ്ഞിട്ടുണ്ടെങ്കിൽ പിന്നെയെന്ത്? എല്ലാം ഇങ്ങനെ തലതിരിക്കുന്നവയാണെങ്കിൽ – മന്ത്രവാദിനികളെ ആരും വിശ്വസിക്കില്ല. അതെ, ദൈവകൃപകൊണ്ടാണ് ഞാനിതുവരെയും ഈ ലോകത്തു ജീവിച്ചത്! മതനിന്ദകരെ ഞാൻ കണ്ടിട്ടുണ്ട്; കുമ്പസാരക്കൂട്ടിൽ നിസ്സാരമായി കളവുപറഞ്ഞുകൊണ്ട്... അവർ മന്ത്രവാദിനികളുടെ നിലനില്പ് നിഷേധിക്കും. പക്ഷേ, അവരെന്തെങ്കിലും സ്വപ്നം കണ്ടോട്ടെ. അതെന്താണെന്നു പറയരുത്. അവരെപ്പറ്റി പറയുന്നതിലർത്ഥമില്ല.

സെന്റ് ജോൺസിന്റെ സായന്തനം

ഒരു നൂറുകൊല്ലം മുമ്പ് ഈ കൊച്ചുഗ്രാമം തികച്ചുമൊരു കുഗ്രാമമായിരുന്നുവെന്ന് ആർക്കും മനസ്സിലായിക്കാണില്ല. വയലിന്റെ പല ഭാഗത്തുമായി ചെത്തിത്തേക്കാത്തതോ മേയാത്തതോ ആയ ദരിദ്രമായ കുടിലുകളുണ്ടായിരുന്നു. മൃഗങ്ങൾക്കും വണ്ടികൾക്കും വിശ്രമിക്കാൻ ഒരു അടച്ചുറപ്പില്ലാത്ത ഷെഡ്ഡുപോലുമുണ്ടായിരുന്നില്ല. അതൊക്കെ പണക്കാർക്കു മാത്രമുള്ള ജീവിതമായിരുന്നു. നിങ്ങൾ നമ്മുടെ പാവപ്പെട്ട സഹോദരരെപ്പറ്റി ചിന്തിച്ചു നോക്കുകയാണെങ്കിൽ ഇതൊരു കൂടുമാത്രമായിരിക്കും പുറത്തേക്കുവരുന്ന പുകകൊണ്ടു മാത്രമാണ് അവിടെ ദൈവസൃഷ്ടികളായ മനുഷ്യർ ജീവിക്കുന്നുണ്ടെന്ന് മനസ്സിലാകുന്നത്. എന്തുകൊണ്ടാണവർ അങ്ങനെ ജീവിക്കുന്നതെന്നു നിങ്ങൾ ചോദിക്കുമോ? അത് ദാരിദ്ര്യംകൊണ്ടു മാത്രമല്ലായിരുന്നു. അവിടെ എല്ലാവരും കൊസ്സാക്കുകളെപ്പോലെ ജീവിതം നയിക്കുന്നു. വിദേശസ്ഥലങ്ങൾ പിടിച്ചടക്കാൻ അവർ തുനിഞ്ഞില്ല. അതുകൊണ്ടുതന്നെ അവർക്ക് നല്ലൊരു വീട് പണിയാൻ യാതൊരു പാങ്ങുമുണ്ടായിരുന്നില്ല. എത്രയോ ജനങ്ങൾ ലോകത്തുടനീളം അലഞ്ഞുനടക്കുന്നുണ്ട് – ക്രിമിയനുകൾ, പോളുകൾ, ലിത്വിയനുകൾ – സ്വന്തം നാട്ടുകാർ തന്നെയും എല്ലാം പിടിച്ചടക്കാൻ അല

യേണ്ടിവന്നു. അവർക്കെന്തും സാധിക്കുമായിരുന്നു.

കാഴ്ചയിൽ ഏതാണ്ടൊരു പിശാചിനെപ്പോലെ തോന്നിക്കുന്ന ഒരു മനുഷ്യരൂപമുണ്ടായിരുന്നു ഈ കുഗ്രാമത്തിൽ എവിടന്ന്, എന്തിനു വന്നൂവെന്ന് ആർക്കുമറിയില്ല. അയാൾ പരുങ്ങിപ്പരുങ്ങി നടക്കും. മദ്യപിക്കും, നിലനില്പിന്റെ യാതൊരു അടയാളവും അവശേഷിപ്പിക്കാതെ പെട്ടെന്ന് വായുവിലലിഞ്ഞുപോകുന്നതുപോലെ കാണാതാകും. പിന്നീട് വീണ്ടും ആകാശത്തുനിന്നും പൊട്ടിവീണതുപോലെ അയാൾ പ്രത്യക്ഷപ്പെടും, ഗ്രാമത്തിലെ തെരുവുകൾതോറും പറന്നുനടക്കും, അടയാളങ്ങളൊന്നും ബാക്കിവെക്കാതെ. ദികങ്കയിൽനിന്ന് നൂറുകാതമകലെ അയാൾ കണ്ടുമുട്ടുന്ന കൊസ്സാക്കുകളിൽനിന്നും പാട്ടുകളും തമാശകളും പണവും ധാരാളം ശേഖരിക്കും. എന്നും വെള്ളംപോലെ വോഡ്ക ഒഴുകും. സുന്ദരികളായ പെൺകുട്ടികളെ റിബണും കാതിലകളും മുത്തുകളും കൊടുത്ത് പാട്ടിലാക്കും. അയാളിൽനിന്ന് സമ്മാനങ്ങൾ സ്വീകരിക്കാൻ പെൺകുട്ടികൾ തീർച്ചയായും ഒന്നു വിസമ്മതിക്കാറുണ്ട്. ദൈവത്തിനറിയാം, അശുദ്ധമായ കൈകളിൽനിന്നാണോ അവ വരുന്നതെന്ന്. എന്റെ മുത്തച്ഛന്റെ ആന്റി ഒരു മദ്യശാല നടത്തിയിരുന്നു. ബാസാവ്രിക് (ആ പിശാചിനെ അങ്ങനെയാണ് വിളിക്കാറ്) മദ്യപിച്ച് പറയാറുണ്ട്, അയാളിൽനിന്ന് സമ്മാനം സ്വീകരിക്കാൻ ലോകത്ത് ഒന്നിനും സാദ്ധ്യമാവില്ലെന്ന്. പിന്നെയെങ്ങനെ സ്വീകരിക്കാതിരിക്കും? അയാളുടെ കൂട്ടുപുരികം ചുളിക്കുമ്പോൾ എല്ലാവരുടെയും മുഖത്ത് ഭീതിപരക്കും. ചരിഞ്ഞുള്ള നോട്ടം ചിലപ്പോൾ നിങ്ങളുടെ കാല്പാദത്തിലേക്കാവാം, എവിടെയാണെന്ന് ദൈവത്തിനറിയാം. പക്ഷേ, ആ സമ്മാനം നിങ്ങൾ സ്വീകരിച്ചാൽ അടുത്തരാത്രിയിൽ ചതുപ്പുനിലത്തുനിന്ന് തലയിൽ കൊമ്പുകളുമായി ഒരു പിശാച് വന്ന് നിങ്ങളെ വിളിച്ച് കഴുത്ത് ഞെരിക്കാൻ തുടങ്ങും. അല്ലെങ്കിൽ നിങ്ങളുടെ വിരലുകൾ കടിക്കും. മുടിയിൽ പിടിച്ചുവലിച്ചിഴയ്ക്കും. അത്തരം സമ്മാനം സ്വീകരിച്ചവരിൽ ദൈവം കൃപ കാണിക്കട്ടെ. എന്നാൽ ഇവിടെയൊരു ബുദ്ധിമുട്ടുണ്ട്. അവരിൽനിന്ന് രക്ഷനേടാൻ സാധിക്കില്ല. അവ വെള്ളത്തിലെറിഞ്ഞാൽ പൈശാചികമായ ആ റിങ്ങോ നെക്ലസോ ഉപരിതലത്തിലൂടെ ഒഴുകിവന്ന് വീണ്ടും നിങ്ങളുടെ കൈകളിലെത്തും.

എന്റെ ഓർമ്മ ശരിയാണെങ്കിൽ, ആ ഗ്രാമത്തിൽ സെയ്ന്റ് പന്തേലി എന്ന ഒരു പള്ളിയും അവിടെ നല്ല ഓർമ്മശക്തിയുള്ള ഫാദർ അത്തനാസി എന്ന ഒരു പുരോഹിതനുമുണ്ടായിരുന്നു. ബാസാവ്രിക് ഒരിക്കലും പള്ളിയിലെത്തിയിരുന്നില്ല; ഈസ്റ്ററിനുപോലും. അതിനയാൾ ശകാരം കേൾക്കലും പിഴ ചുമത്തലുമുണ്ടായിരുന്നു. ചുരുക്കിപ്പറഞ്ഞാൽ അയാൾ സ്വജീവിതത്തിൽനിന്നും ഒളിച്ചോടുകയായിരുന്നു. 'ഹാർക്ക്യെ പനോച്ചേ!' (സർ) ഒരു ഇടിമുഴക്കം പോലെ അയാൾ മറുപടി പറഞ്ഞു. "മറ്റുള്ളവരുടെ കാര്യങ്ങളിൽ ഇടപെടാതെ നിങ്ങൾ നിങ്ങളുടെ സ്വന്തം കാര്യങ്ങൾ നോക്കിക്കോളൂ. ആടിന്റെ കഴുത്ത് കിട്ടിയില്ലെങ്കിൽ കുട്യയിൽ നിങ്ങളുടെ..." (അരിയോ ഗോതമ്പുപൊടിയോ തേനും ഉണക്കമുന്തിരിയും ചേർത്തുണ്ടാ

ക്കുന്ന പദാർത്ഥം. തിരുവത്താഴത്തിനുപയോഗിക്കാറുള്ളത്.) മാനസാന്തരപ്പെടാത്ത ഇയാളെ എന്തുചെയ്യാൻ? ബാസാവ്രിക്കുമായി അടുപ്പമുള്ള ആളെ മനുഷ്യകുലത്തിൽപ്പെടാത്തവരായും ക്രിസ്തുവിന്റെ പള്ളിക്കെതിരേയുള്ള കാത്തലിക്കുമായിരിക്കുമെന്ന് ഫാദർ അത്തനാസി പ്രഖ്യാപിച്ചു.

കോർസ് എന്നു പേരായ ഒരു കൊസ്സാക്ക് ഈ ഗ്രാമത്തിൽ താമസിച്ചിരുന്നു. അവന്റെ മാതാപിതാക്കളെപ്പറ്റി ആർക്കും ഒരോർമ്മയുമില്ലാതിരുന്നതിനാലാവണം, തൊഴിലാളിയായ അവനെ 'അനാഥാലയത്തിലെ പീറ്റർ' എന്നാണ് വിളിച്ചുവന്നിരുന്നത്. പകർച്ചവ്യാധിമൂലമാണ് മാതാപിതാക്കൾ അവന്റെ രണ്ടാം വയസ്സിൽ മരിച്ചു പോയതെന്നായിരുന്നു പള്ളിവൃത്താന്തം. പക്ഷേ, എന്റെ മുത്തശ്ശന്റെ ആന്റി ഇതേക്കുറിച്ച് ഗൗനിക്കാതെ അവർ അവന് രക്ഷിതാക്കളെ നേടിക്കൊടുക്കാനായി തന്റെ സ്വാധീനം മുഴുവനും ഉപയോഗിച്ചു. കഴിഞ്ഞകൊല്ലത്തെ മഞ്ഞുകാലം നമുക്കെല്ലാമെന്നതുപോലെ പാവം കൊച്ചുപീറ്ററിനും അവന്റെ മാതാപിതാക്കളെ ആവശ്യമായിരുന്നു. അവന്റെ അച്ഛൻ സപ്പാറോഴേ ആയിരുന്നുവെന്നും തുർക്കികൾ അയാളെ ജയിലിലടച്ചുവെന്നും അയാളവിടെ എന്തെല്ലാം പീഡനങ്ങൾ സഹിച്ചിരിക്കാമെന്ന് ദൈവത്തിനറിയാമെന്നും ഏതോ ദിവ്യാത്ഭുതംകൊണ്ട് ഒരു ഹിജഡയെപ്പോലെ വേഷം മാറി അവിടുന്ന് രക്ഷപ്പെട്ടുവെന്നും അവർ പറഞ്ഞു. കുഞ്ഞായ പീറ്ററിനെ ചെറുപ്പക്കാരായ ജോലിക്കാരാണ് വളർത്തിയത്. ഒരു പുതിയ കോട്ടും ഒരു ചുവന്ന അരപ്പട്ടയും കറുത്ത ആട്ടിൻതോൽകൊണ്ടുള്ള തൊപ്പിയും തലയിൽ ഒന്നാന്തരമൊരു നീലക്കിരീടവും തൂങ്ങിക്കിടക്കുന്ന ടർക്കിഷ് വാളും ഒരു കൈയിൽ ചമ്മട്ടിയും മറുകൈയിൽ ഭംഗിയുള്ള ഒരു കുഴലും ഒക്കെക്കൂടി ധരിച്ചുനില്ക്കുന്ന അവൻ ഏതൊരു ചെറുപ്പക്കാരനെയും കവച്ചുവെക്കുമെന്ന് അവർ പറയാറുണ്ട്. പക്ഷേ, പാവം പീറ്ററിന് ജൂതന്റെ സ്വർണ്ണനാണയങ്ങളുള്ള പോക്കറ്റിനേക്കാൾ തുളകളുള്ള ചാരനിറത്തിലുള്ള ട്രൗസറേയുണ്ടായിരുന്നുള്ളൂ. അതായിരുന്നില്ല ഏറെ വിഷമം. കോർസിനു നമ്മൾ കണ്ടിട്ടുള്ളതിൽ വെച്ചേറ്റവും സുന്ദരിയായ ഒരു മകളുണ്ടായിരുന്നുവെന്നതായിരുന്നു ഏറെ കഷ്ടം. മുത്തച്ഛന്റെ മരിച്ചുപോയ ആന്റി എപ്പോഴും പറയാറുണ്ട് - ഒരു സ്ത്രീക്ക് വിദ്വേഷമില്ലാതെയും നീചമായും സൗന്ദര്യത്തെ സ്വീകരിക്കാൻ കഴിയും. കൊസ്സാക്ക് കന്യകകളും കവിളുകൾ പോപ്പിപ്പഴംപോലെ ചുവന്നുതുടുത്തിരിക്കും. മഞ്ഞുതുള്ളിയിൽ കുളിച്ചാലെന്നതുപോലെ, ഇതളുകൾ വിടരുമ്പോലെ അവ തിളങ്ങിയിരിക്കും. ഈയിടെ വാങ്ങാൻ കിട്ടുന്ന ചരടുകൾപോലെ പുരികങ്ങളുള്ള അവർ ഉദയസൂര്യനെപ്പോലെ കാമവിലാസകളായിരിക്കും. മോസ്കോയിലുള്ളവർ കൊട്ടകളുമായി ഗ്രാമം സന്ദർശിക്കുന്നതുപോലെ അവളുടെ കണ്ണുകളിലേക്ക് ഒളിഞ്ഞുനോക്കി. ഒറ്റനോട്ടത്തിൽത്തന്നെ അവളുടെ മുഖം കണ്ടാൽ ഒന്നു ചുംബിക്കാൻ തോന്നിപ്പോകും. അവളിൽനിന്ന് കുയിലിനെപ്പോലെ സംഗീതം വഴിയും. അവളുടെ തലമുടി കാക്കച്ചിറകുപോലെ കറുത്തിരുണ്ടതായിരുന്നു, ചണനാരുപോലെ മൃദുലമായിരുന്നു. (കന്യകമാർ ക്ലബ്ബിൽ വരുമ്പോൾ അവ

രുടെ മുടി വൃത്തിയായി, ഭംഗിയായി കെട്ടിവെക്കാറില്ല.) റഷ്യയിലെ മുന്തിയ കുപ്പായത്തിനുമുകളിലേക്ക് അതങ്ങനെ ചുരുണ്ടിറങ്ങിക്കിടന്നു. ഏഹ്! പള്ളിയിൽ മറ്റൊരു ഗായകസംഘവുമായി ചേർന്നില്ല. ഞാനവളെ ചുംബിച്ചില്ലായിരുന്നെങ്കിൽ, എന്റെ നെറുകയിൽ പഴയ കമ്പിളി പൊതിഞ്ഞെങ്കിൽ, മുള്ളുള്ളതുപോലെ തോന്നുമായിരുന്നു. ശരി, ചെറുപ്പക്കാരായ യുവതീയുവാക്കൾ അടുത്തടുത്തു താമസിച്ചാലെന്തു സംഭവിക്കുമെന്ന് നിങ്ങൾക്കറിയാമല്ലോ. പിഡോർക്ക അവളുടെ പീട്രസുമായി സല്ലപിച്ചതിന്റെ അടയാളം സന്ധ്യാപ്രകാശത്തിൽ കണ്ട ചുവന്ന ബൂട്ട്സുകൾ കാണിച്ചുതന്നു. പക്ഷേ, കോർസ് അവളെ ഒരിക്കലും അമിതമായി സംശയിക്കാറില്ല. എന്നാൽ, ഒരു ദിവസം - ഏതോ ദുർബുദ്ധി തലയിലുദിച്ചതാണെന്നു തോന്നുന്നു - പീട്രസ് വഴിയിൽവെച്ച് ആ കൊസ്സാക്ക് യുവതിയുടെ ചുവന്ന ചുണ്ടുകൾ ചുംബിക്കാൻ തുനിഞ്ഞത്. ആദ്യം നന്നായി തോന്നിയില്ലെങ്കിലും ആ ദുഃശക്തി വിശുദ്ധ കുരിശിൽനിന്നുള്ള അശുഭസൂചകമാവാം. പെട്ടെന്ന് ആ നരച്ച താടിക്കാരൻ ഒരു വിഡ്ഢിയെപ്പോലെ വാതിൽ തുറന്നതും ഒന്നിച്ചായി. കോർസ് ആകെ സംഭ്രമിച്ച് മുഖം താഴ്ത്തി വീഴാതിരിക്കാൻ വാതിലിൽ ഒരു താങ്ങിനായി മുറുകെപ്പിടിച്ചു. നിർഭാഗ്യകരമായ ആ ചുംബനം അവനെയാകെ സ്തംഭിപ്പിച്ചു. ഒരു മതിലിൽ ആഞ്ഞടിക്കുന്നതിനെക്കാൾ ആശ്ചര്യകരമായിരുന്നു. നമ്മുടെ കാലത്ത് മൂഷക്ക് മദ്യപിച്ച് വാഹനമോടിക്കുന്നതുപോലെ. അയാൾ പൂർവ്വസ്ഥിതിയിലേക്കെത്തി ചുമരിൽനിന്ന് മുത്തച്ഛന്റെ നായാട്ടു ചമ്മട്ടിയെടുത്ത് പീട്രസിന്റെ ചന്തിക്കടിക്കാൻ തുടങ്ങി. പിഡോർക്കയുടെ ആറു വയസ്സുള്ള സഹോദരൻ ഇവാസ്, എങ്ങുനിന്നോ ഓടിവന്ന് തന്റെ കൊച്ചു കൈകൾകൊണ്ട് അച്ഛന്റെ കാലിൽ പിടിച്ചലറിക്കൊണ്ട്, “ഡാഡി, ഡാഡി പീട്രസിനെ അടിക്കല്ലേ” എന്നു കരഞ്ഞു പറഞ്ഞു. എന്തു ചെയ്യാൻ? ഒരച്ഛന്റെ മനം കല്ലുകൊണ്ടുണ്ടാക്കിയതല്ലല്ലോ... ചമ്മട്ടി ചുമരിൽത്തന്നെ ഞാത്തിയിട്ട് അയാൾ വീടിനുപുറത്തേക്കു നടന്നു.

“നിന്നെയിനി കുടിലിന്റെ ജനലിനരികിലോ മറ്റോ കാണാനിടയായാൽ നോക്ക് പെട്രോ, നിന്റെ കറുത്ത മീശയവിടെ കാണില്ല. കറുത്ത മുടിയും കാണില്ല. അല്ലെങ്കിൽ എന്റെ പേര് ടെറെനിറ്റി കോർസ് എന്നായിരിക്കില്ല.” ഇങ്ങനെ പറഞ്ഞുകൊണ്ട് അവന്റെ പിടലിക്ക് ഒരു കിഴുക്ക് കൊടുത്തു. ഇരുട്ടാകുന്നതിനുമുമ്പ് പീട്രസ് മുൻപിൻ വിചാരമില്ലാതെ അവിടെനിന്ന് ഇറങ്ങിപ്പോയി. അങ്ങനെ അവരുടെ ചുംബനത്തിനവസാനമായി. ആ ദുഃഖമൊക്കെ ശമിച്ച കാലത്ത് ഗ്രാമത്തിലാകെ ഒരു കിംവദന്തി പരന്നു. കിലുകിലെ കിലുങ്ങുന്ന പോക്കറ്റും തന്റെ മീശയും ഖഡ്ഗവും കുതിരമുള്ളുമൊക്കെ സ്വർണ്ണംകൊണ്ടലങ്കരിച്ച ഏതോ ഒരു പോൾ എല്ലാ ദിവസവും പള്ളിയിലേക്കു പോകാറുണ്ടെന്നും അയാൾ കോർസിന്റെ വീട്ടിലും ഇടയ്ക്കിടെ പോകാറുണ്ടെന്നുമായിരുന്നു അത്. സുന്ദരിയായ ഒരു പെൺകുട്ടിയുള്ള അച്ഛൻ പുറത്തു പോകുന്നതെന്തെന്ന് നന്നായറിയാം. അങ്ങനെയിരിക്കെ ഒരു ദിവസം പിഡോർക്ക കണ്ണീർ തൂവി

ക്കൊണ്ട് ഇവാസിന്റെ കൈകൾ കൂട്ടിപ്പിടിച്ച് പറഞ്ഞു:

“ഇവാസ്, എന്റെ മോനേ, ഇവാസ്, എത്രയും പെട്ടെന്ന് നീ പീട്രസിന്റെ അടുക്കലേക്ക് ഓടിപ്പോകൂ. എന്നിട്ട് അവനോടു പറയൂ, ഞാനവന്റെ ബ്രൗൺ കണ്ണുകളെ സ്നേഹിക്കുന്നുവെന്ന്. എനിക്കവന്റെ വെളുത്ത മുഖം ഉമ്മവെക്കണമെന്ന്. പക്ഷേ, എന്റെ വിധി അതിനനുവദിക്കുമെന്നു തോന്നുന്നില്ല. എന്റെ കണ്ണുനീർകൊണ്ട് ഒരു പട്ടുതൂവാല നനഞ്ഞുകുതിർന്നു. ഞാനാകെ തകർന്നിരിക്കുന്നു. എന്റെ അച്ഛൻതന്നെയാണ് എന്റെ ശത്രു. ഞാനിഷ്ടപ്പെടാത്ത പോളിനെ ഒരിക്കലും ഞാൻ കല്യാണം കഴിക്കില്ല. അവരെല്ലാവരും ഒരു കല്യാണത്തിനൊരുങ്ങുകയാണ് എന്നു പറയൂ. പക്ഷേ, എന്റെ വിവാഹവാദ്യം ഇവിടെ മുഴങ്ങില്ല. മറിച്ച്, കുഴലിനും കുരലാരത്തിനും പകരം ഇവിടെ പുരോഹിതന്മാർ വേദമന്ത്രങ്ങൾ ചൊല്ലും. എന്റെ പ്രതിശ്രുതവരന്റെ കൂടെ ഞാൻ നൃത്തമാടില്ല. അവനെ പുറത്തുവലിച്ചെറിയും ഞാൻ. ഇവിടെ ഇരുട്ട്, ഇരുട്ടുമാത്രം തിങ്ങിനില്ക്കും. പുകയുയരുന്നതിനുപകരം ഇവിടെ ഒരു കുരിശുയരും.”

നിന്നയിടത്തുനിന്നും ഇളകാനാകാതെ പെട്രോ സ്തംഭിച്ചുനില്ക്കുകയായിരുന്നു, ആ നിഷ്കളങ്കനായ കുട്ടി പിഡോർക്കയുടെ ഈ വാക്കുകൾ പറയുമ്പോൾ.

“നിർഭാഗ്യവാനായ ഞാൻ ക്രിമയയിലേക്കോ തുർക്കിയിലേക്കോ പോകാനാലോചിക്കുകയാണ്, സ്വർണ്ണം ശേഖരിച്ച് എന്റെ സുന്ദരിയുടെ അരികിലെത്താൻ. പക്ഷേ, അതു നടക്കുന്ന ലക്ഷണം കാണുന്നില്ല. ദുഷ്ടന്മാരുടെ കണ്ണുകൾ നമ്മെത്തേടിയെത്തി കണ്ടുപിടിക്കും. എന്റെ മത്സ്യകന്യകേ, എന്റെയും കല്യാണമടുത്തു. എനിക്കും വാദ്യഘോഷങ്ങളുയരില്ല. കറുത്ത കാക്കകൾ പോപ്പിനു പകരം മീതേ പറക്കും. വയലായിരിക്കും എന്റെ പാർപ്പിടം. ഇരുണ്ട നീല മേഘങ്ങളായിരിക്കും എന്റെ മേല്ക്കൂര. എന്റെ ബ്രൗൺ കണ്ണുകൾ കഴുകന്മാർ കൊത്തിപ്പറിക്കും. മഴ ഈ കൊസ്സാക്കിന്റെ എല്ലുകൾ കഴുകിക്കളയും. ചുഴലിക്കാറ്റ് അവ ഉണക്കും. പക്ഷേ, ഞാനെന്താണ്? ആരോട്, എന്തിന് ഞാൻ പരാതിപ്പെടണം? ഒന്നറിയാം; ദൈവത്തിന്റെ ഇച്ഛ അതാണ്. ഞാൻ നഷ്ടപ്പെട്ടാൽ അതങ്ങനെതന്നെയാവും.” എന്നിട്ടവൻ നേരേ മദ്യശാലയിലേക്കു പോയി.

എന്റെ മുത്തച്ഛന്റെ ആന്റി പീട്രസിനെ മദ്യശാലയിൽ കണ്ടപ്പോൾ വല്ലാതെ അതിശയിച്ചുപോയി. നല്ല മനുഷ്യന്മാർ കുർബ്ബാനയ്ക്കായി പള്ളിയിൽ പോകുന്ന വേളയിൽ, ഒരു സ്വപ്നം കാണുന്ന കണക്ക് അവർ അവനെ തുറിച്ചുനോക്കി, പാതി വിളറിയ നിലയിൽ അവൻ ഒരു ജഗ്ഗ് ബ്രാണ്ടി ആവശ്യപ്പെട്ടപ്പോൾ. പക്ഷേ, ആ പാവം അവന്റെ ദുഃഖം കുടഞ്ഞുകളയാൻ വൃഥാ വെമ്പി. വോഡ്ക നാവിൽ തൊട്ടപ്പോൾ അത് കാഞ്ഞിരത്തെക്കാൾ കയ്ക്കുന്നതായി അവനു തോന്നി. അവൻ ജഗ്ഗ് തറയിലേക്കു വലിച്ചെറിഞ്ഞു. “നീ ആവശ്യത്തിലേറെ ദുഃഖിക്കുന്നുണ്ട്.” അവന്റെ പിന്നിൽ ഒരു ശബ്ദം മുറുമുറുത്തു. അവൻ ചുറ്റുംനോക്കി – ബാസാവ്രിക്! ഹൗ എന്തൊരു മുഖം! അവന്റെ തലമുടി ഒരു ബ്രഷു

പോലെ... അവന്റെ കണ്ണുകൾ കാളക്കൂറ്റന്റെ കണ്ണുകൾപോലെ.... "എനിക്കറിയാം നിനക്കെന്താണ് ഇല്ലാത്തതെന്ന്. അതിവിടെ ഇതാ..." അവൻ അരഞ്ഞാണത്തിൽ തൂങ്ങിക്കിടന്ന ലെതർ പേഴ്സ് കിലുക്കിക്കൊണ്ട് പറഞ്ഞ് പൈശാചികമായി ചിരിച്ചു. പെട്രോ കിടുകിടാ വിറച്ചു. "അവൻ, അവൻ, അതെ. എങ്ങനെ തിളങ്ങുന്നു! കിലുങ്ങുന്നു! ഈ കൂമ്പാരത്തിനോട് ഞാനൊന്നേ ചോദിക്കുന്നുള്ളൂ. ഇത് നീചമാണ്!" പെട്രോ അതിശയിച്ചു. "അതെനിക്കു തരൂ. ഞാനെന്തിനും തയ്യാറാണ്!" അവർ തമ്മിൽ കൈയിലടിച്ചു.

"പെട്രോ, നോക്ക്, നിനക്കിപ്പോൾ പക്വത കൈവന്നിരിക്കുന്നു. നാളെ റവറന്റ് ജോണിന്റെ മാമോദീസാദിനമാണ്. ഈയൊരൊറ്റ രാത്രി മാത്രമേ ഇക്കൊല്ലം അവശേഷിക്കുന്നുള്ളൂ. ഒട്ടും താമസിക്കരുത്. അർദ്ധരാത്രി ഞാൻ മലയിടുക്കിനടുത്ത് നിന്നെ കാത്തിരിക്കും."

കോഴിക്കുഞ്ഞുങ്ങൾ തങ്ങൾക്കു ധാന്യവും കൊണ്ടുവരുന്ന സ്ത്രീയെ ആകാംക്ഷയോടെ കാത്തിരിക്കുന്നത് എനിക്കു വിശ്വസിക്കാനായില്ല. യഥാർത്ഥത്തിൽ, മരങ്ങളുടെ നിഴൽ നീണ്ടുപോകുന്നതും സൂര്യൻ അസ്തമനത്തിനായി ചുവന്നു തുടുക്കുന്നതും നോക്കിക്കൊണ്ടിരിക്കുമ്പോൾ അവൻ അക്ഷമനായി കാണപ്പെട്ടു. എത്ര ദീർഘനേരം! ദൈവത്തിന്റെ ഈ ദിവസത്തിന്റെ അറ്റം എവിടെയോ നഷ്ടപ്പെട്ടിരിക്കുന്നു. ഇപ്പോൾ സൂര്യനസ്തമിച്ചിരിക്കുന്നു. ആകാശം ഒരു ഭാഗം ചുവന്നുവന്ന് ഏതാണ്ട് അന്ധകാരമയമായി. വയലേലകളിൽ തണുപ്പരിച്ചരിച്ചിറങ്ങി. കൂടുതൽ ഇരുണ്ടിരുണ്ടുവന്ന് ഒടുവിൽ പൂർണ്ണാന്ധകാരത്തിലെത്തി. അവസാനം...! അവന്റെ ഹൃദയം തുടിച്ചു. അവൻ തന്റെ യാത്രയാരംഭിച്ചു. ശ്രദ്ധയോടെ കുറ്റിക്കാടുകൾക്കിടയിലൂടെ ഇറങ്ങി കുത്തനെയുള്ള 'ബിയർസ് മലയിടുക്ക്' എന്നു പറയപ്പെടുന്ന ഗുഹയിലൂടെ അവൻ നീങ്ങി. ബാസാവ്രിക് അവിടെ കാത്തുനില്ക്കുന്നുണ്ടായിരുന്നു. കുറ്റാക്കുറ്റിരുട്ടായിരുന്നു അവിടം. ഒരു നാഴിക മുന്നിൽവരെ യാതൊന്നും കാണാൻ പറ്റാത്തവിധം അന്ധകാരമയം! ചതുപ്പുനിലങ്ങളിലൂടെ നുഴഞ്ഞു കയറിയും മുൾപ്പടർപ്പ് പറ്റിപ്പിടിച്ചും വേരോടെ പിഴുതെറിഞ്ഞും അവർ തമ്മിൽത്തമ്മിൽ കൈ കൂട്ടിപ്പിടിച്ച് ഓരോ അടിയും വെച്ചു. ഒടുവിൽ അവരൊരു തുറസ്സായ സ്ഥലത്തെത്തി. പെട്രോ ചുറ്റും നോക്കി. അവൻ മുമ്പെങ്ങും ആ സ്ഥലത്തു വന്നിട്ടില്ല. ബാസാവ്രിക് അവിടെ നിന്നു.

"നിന്റെ മുന്നിലുള്ള ഈ മൂന്നു ചെറുകുന്നുകൾ നീ മുമ്പു കണ്ടിട്ടുണ്ടോ? അവിടെ അതിനു മുകളിൽ നല്ല ഭംഗിയുള്ള പല തരത്തിലുള്ള പൂക്കളുണ്ടാവും. പക്ഷേ, ഒന്നിനെപ്പോലും ഇറുത്തെടുക്കാതിരിക്കാൻ ഏതോ ഒരു ശക്തി ശ്രദ്ധിക്കുന്നുണ്ടാവും. ഈ പൂക്കൾ പറിച്ചെടുത്തശേഷം നമുക്കു പിന്നിൽ എന്താണ് നടക്കുന്നതെന്ന് പിന്നോട്ടു തിരിഞ്ഞു നോക്കരുത്!..."

പലതും ചോദിക്കാനുണ്ടായിരുന്നെങ്കിലും അപ്പോഴേക്കും അവനവിടെ ഉണ്ടായിരുന്നില്ല. ആ മൂന്നു കുന്നുകൾക്കുനേരേ അവൻ നടന്നു. എവിടെയാണാ പൂക്കൾ? അവനൊന്നും കണ്ടില്ല. ചുറ്റിലും പുല്ല് വളർന്നു നിറഞ്ഞിരിക്കുന്നു. അവിടത്തെ ആഡംബരങ്ങളിൽ അവൻ വീർപ്പുമുട്ടി.

എപ്പോഴോ ഒരു മിന്നൽ മിന്നി. അവനു മുന്നിൽ ഒരു കൂട്ടം പൂക്കൾ! മനോഹരം! എല്ലാം അത്ഭുതകരം! മറ്റെങ്ങും കാണാത്തവ! ചില തണ്ടും ഇലകളും കാണാമായിരുന്നു. പെട്രോവിനു തന്റെ കണ്ണുകൾ വിശ്വസിക്കാനായില്ല. അവൻ കൈകൾ രണ്ടും വശത്തേക്കു പിടിച്ച് അവയ്ക്കു മുന്നിൽ നോക്കിനിന്നു.

"ഇതെന്തൊരത്ഭുതമാണ്? ഒരാൾക്ക് ഈ കാട്ടുചെടികൾ ദിവസത്തിൽ ഒരു പത്തുപ്രാവശ്യമെങ്കിലും കാണാനിടയായിട്ടുണ്ടാവും. ഇവിടെ എന്തൊരത്ഭുതമാണിവയ്ക്ക്. ഏതോ പിശാച് തന്നെ നോക്കി ചിരിക്കുന്നുണ്ടോ?"

നോക്കൂ! ഈ ചെറിയ പൂമൊട്ടുകൾ കടുംചുവപ്പുനിറമാർന്നുവരികയും അവ ജീവനുള്ളതുപോലെ ചലിക്കുകയും ചെയ്യുന്നു! സത്യം പറഞ്ഞാൽ ഇതൊരത്ഭുതംതന്നെ! അവ ഇളകുകയും വലുതായി വലുതായി വരികയും ഒരു കനൽക്കട്ടപോലെ ചുവക്കുകയും ചെയ്യുന്നു. ചെറുനക്ഷത്രങ്ങൾ മിന്നിത്തിളങ്ങുന്നു. എന്തോ ഒന്നു പൊട്ടിത്തെറിക്കുന്നു. അവന്റെ കണ്ണുകൾ മിഴിക്കുമ്പോഴേക്ക് പൂവുകൾ വിടരുന്നു. 'ഇപ്പോഴാണ് ആ സമയം' പെട്രോ ചിന്തിച്ചു. അവൻ കൈനീട്ടി. അവന്റെ പിന്നിൽ നൂറോളം പരുക്കൻ കൈകൾ പൂക്കൾക്കായി നീട്ടിയതായി തോന്നി. എല്ലാം പൂവിനുവേണ്ടി അങ്ങോട്ടുമിങ്ങോട്ടും ഓടുന്നു. അവൻ കണ്ണുകൾ പാതിയടച്ചു, ഒരു തണ്ടൊടിച്ചു. അവന്റെ കൈകളിൽ പൂവ് അവശേഷിച്ചു. പെട്ടെന്ന് എല്ലാം സ്തംഭിച്ചിരിക്കുന്നു. ബാസാവ്രിക് ഒരു മുട്ടിമേൽ നീലിച്ച് ശവംപോലെ ഇരിക്കുന്നു. അവന്റെ വിരൽപോലും അനങ്ങുന്നില്ല. അവനുമാത്രം കാണപ്പെടുന്നതുപോലെ എന്തോ ഒന്നിൽ അവന്റെ കണ്ണുകളുടക്കിയിരിക്കുന്നു. ശബ്ദിക്കാനാവാതെ വായ പകുതി തുറന്നുവെച്ചിരിക്കുന്നു. എല്ലാം നിശ്ചലം! ഹൂ! ഇത് ഭയങ്കരംതന്നെ! പിന്നീട് ഒരു വിസിൽ വിളികേട്ടു.... പെട്രോവിന്റെ ഹൃദയം ഒന്നു തണുത്തപോലെ.... അപ്പോൾ പുല്ലുകൾ മന്ത്രിക്കുന്നതായും പൂക്കൾ തമ്മിൽത്തമ്മിൽ ചെറിയ വെള്ളിമണികൾപോലെ മൃദുസ്വരത്തിൽ സംസാരിക്കുന്നതായും മരങ്ങൾ സന്തോഷത്തിനാൽ ആടി മർമ്മരം പൊഴിക്കുന്നതായും അവനു തോന്നി. ബാസാവ്രിക്കിന്റെ മുഖത്ത് പെട്ടെന്ന് ജീവൻവെച്ചതുപോലെയായി. അവന്റെ കണ്ണുകൾ ജ്വലിച്ചു. "ആ മന്ത്രവാദിനി ഇപ്പോൾ തിരിച്ചുപോയതേയുള്ളൂ." അവൻ പല്ലുകളിറുമ്മി. "പെട്രോ, ഇവിടെ നോക്കൂ. നിന്റെ മുന്നിൽ ഒരു നിമിഷത്തേക്ക് ഒരു സുന്ദരി വന്നുനില്ക്കും. അവളുടെ ആജ്ഞപ്രകാരം പ്രവർത്തിച്ചില്ലെങ്കിൽ നീ നശിച്ചുപോകും." പിന്നീടവൻ മുൾച്ചെടി ഒരു കമ്പാക്കി മാറ്റി. അവൻ പറയാറുള്ള കോഴിക്കാലുകൾ പോലുള്ള ചെടികൾ മുന്നിൽ നില്ക്കുന്നുണ്ടായിരുന്നു. ബാസാവ്രിക് തന്റെ കൈകൊണ്ട് വെട്ടിയപ്പോൾ മതിലുകൾ വിറച്ചു. ഒരു വലിയ കറുത്ത നായ അവരുടെ അരികിലേക്ക് ഓടിവന്നു. എന്നിട്ട് ഒരു ആവലാതിയോടെ അതൊരു പൂച്ചയുടെ രൂപം പ്രാപിച്ച് അവന്റെ നേരേ കൈകൾ നീട്ടി. "ദേഷ്യപ്പെടാതെ, ദേഷ്യപ്പെടാത്തെ, വൃദ്ധസാത്താനേ" ബാസാവ്രിക് പറഞ്ഞു, ഏതോ ഒരു നല്ല മനുഷ്യൻ പറയാനേല്പിച്ചതുപോലെ. നോക്കൂ, ഒരു പൂച്ചയ്ക്കുപ

കരം വരണ്ട ആപ്പിളുപോലെ ജരബാധിച്ച മുഖവുമായി കൂനിക്കൂടിയ ഒരു വൃദ്ധസ്ത്രീയെ കാണപ്പെട്ടു. അവരുടെ മൂക്കും കവിളും കത്രിക പോലെ... 'ഞെട്ടിപ്പിക്കുന്ന സൗന്ദര്യം!' പെട്രോ ചിന്തിച്ചു. അവന്റെ പിറകിലൂടെ തണുപ്പരിച്ചു. മന്ത്രവാദിനി അവന്റെ കൈകളിൽനിന്ന് പൂക്കൾ പറിച്ചെടുത്ത്, കുനിഞ്ഞുനിന്ന് കുറെനേരം അതിനുമുകളിൽ മന്ത്രിച്ച് ഏതോ ഒരുതരം ജലം തളിച്ചു. അവരുടെ വായിൽനിന്ന് തീപ്പൊരി പാറി ചുണ്ടുകളിൽ പ്രത്യക്ഷപ്പെട്ടു.

"അവ ദൂരെയെറിയൂ-" അവർ പെട്രോവിനു തിരിച്ചുനല്കിക്കൊണ്ട് പറഞ്ഞു.

പെട്രോ അവ വലിച്ചെറിഞ്ഞു. എന്തൊരത്ഭുതമായിരുന്നു ഇവിടെ? പൂക്കൾ നേരേ ഭൂമിയിൽ വന്നുപതിക്കാതെ വളരെ നേരം ഇരുട്ടിൽ ഒരു അഗ്നിഗോളം കണക്കെ മിന്നിത്തിളങ്ങി വായുവിൽ ഒരു ബോട്ടുപോലെ നീന്തിക്കളിച്ച് ഒടുവിൽ അത് ചെറുതായിച്ചെറുതായി ദൂരെ പോയിവീണു. ഒരു ചെറിയ നക്ഷത്രം ഒരു പോപ്പിക്കുരുവിനെക്കാൾ ചെറുതായി കാണാനാവാത്തത്ര ചെറുതായി.

ബാസാവ്രിക് ഒരു മൺവെട്ടിയെടുത്ത് അവനു കൊടുത്തു. "ഇവിടെ!" വൃദ്ധ ഒരു നിർജ്ജീവസ്വരത്തിൽ കരഞ്ഞു. "ഇവിടെ കുഴിക്കൂ പെട്രോ! കോർസ് സ്വപ്നം കാണുന്നതിനേക്കാൾ കൂടുതൽ സ്വർണ്ണം നിനക്കിവിടെ കാണാം!"

പെട്രോ കൈകൾ തമ്മിൽത്തട്ടി, കൈക്കോട്ട് കൈക്കലാക്കി കാലുകൾ ചേർത്തുവെച്ച് നിലത്തേക്കാഞ്ഞു. രണ്ട്, മൂന്ന്, നാലാം തവണ.... അവിടെയെന്തോ ഉറപ്പുള്ളതായി തോന്നി. കൈക്കോട്ട് കിലുകിലാശബ്ദം പുറപ്പെടുവിച്ചു. പിന്നെ അവന്റെ കണ്ണുകൾ ഒരു ചെറിയ ഇരുമ്പു ശവപ്പെട്ടി തിരിച്ചറിഞ്ഞു. അവനത് എത്തിപ്പിടിക്കാൻ നോക്കി. പക്ഷേ, അവന്റെ നെഞ്ച് ഭൂമിയിലേക്ക് കൂടുതൽകൂടുതൽ താണുതാണുപോയതേയുള്ളൂ. അവന്റെ പിന്നിലായി ഒരു ചിരിയുടെ ശബ്ദം കേട്ടു. അത് ഒരു സർപ്പം ചീറ്റുന്നതുപോലെയുണ്ടായിരുന്നു. "ഇല്ല, നീ മനുഷ്യരക്തം തരാതെ നിനക്ക് സ്വർണ്ണം കാണാനാവില്ല" മന്ത്രവാദിനി പറഞ്ഞു. എന്നിട്ട് അവനടുത്തേക്ക് ആറുവയസ്സു തോന്നിക്കുന്ന ഒരു കുട്ടിയെ നയിച്ചുകൊണ്ട് ഒരു തൂവെള്ളവസ്ത്രം കൊണ്ടുമൂടി, അവന്റെ തലയ്ക്കു വെട്ടാനായി ആംഗ്യം കാണിച്ചു. പെട്രോ അത്ഭുതസ്തബ്ധനായി. ഒരു മനുഷ്യന്റെ, അതും നിഷ്കളങ്കനായ ഒരു കുട്ടിയുടെ തല ഒരു കാരണവും കൂടാതെ വെട്ടാൻ പറയുക! വളരെ ഒരു നിസ്സാരകാര്യംപോലെ! കൊടുംദ്വേഷ്യത്തോടെ, തുണി മാറ്റിനോക്കിയപ്പോൾ ആ തല കണ്ട് അവൻ ഞെട്ടിപ്പോയി. ഇവാസ് അവന്റെ മുന്നിൽ നില്ക്കുന്നു! അവന്റെ കുഞ്ഞുകൈകൾ കൂട്ടിക്കെട്ടപ്പെട്ടിരിക്കുന്നു.... തല താഴ്ത്തിയിട്ടിരിക്കുന്നു... പെട്രോ തന്റെ കത്തിയുമായി മന്ത്രവാദിനിയുടെ നേരേ ഒരു ഭ്രാന്തനെപ്പോലെ പാഞ്ഞുചെന്നു. അവരുടെ കൈകൾ എത്തിപ്പിടിക്കാനോങ്ങിയ നിമിഷം.... "നീയാ പെൺകുട്ടിയോട് എന്താ സത്യം

ചെയ്തത്?" ഇടിമുഴക്കംപോലെ ബാസാവ്രിക് ചോദിച്ചു. ഒരു വെടിയുണ്ട പോലെ അയാൾ അവനു പിന്നിലെത്തി. മന്ത്രവാദിനി തന്റെ കാലുകൾ ആഞ്ഞുചവിട്ടി. ഒരു നീല ജ്വാല ഭൂമിയിൽനിന്നും മിന്നിത്തിളങ്ങി. അകത്തുള്ളതെല്ലാം മിന്നിക്കാണായി. അത് ഒരു സ്ഫടികംപോലെയുണ്ടായിരുന്നു. ഭൂമിക്കടിയിലെ നിധി കാണപ്പെട്ടു. കൈവെള്ളപോലെ അതു വ്യക്തമായിരുന്നു. ഡ്യൂക്കറ്റുകൾ, വിശിഷ്ടരത്നങ്ങൾ ഇവയെല്ലാം പെട്ടകങ്ങളിലും പേടകങ്ങളിലുമായി അവർ നില്ക്കുന്നതിനു തൊട്ടുതാഴെ ഭൂമിക്കടിയിൽ കാണപ്പെട്ടു. മനമാകെ ഒന്നുഴറിപ്പോയി. അവൻ കത്തി തട്ടിപ്പറിച്ചെടുക്കുകയും ആ നിഷ്കളങ്കരക്തം അവന്റെ കണ്ണുകളിലേക്ക് ചീറിത്തെറിക്കുകയും ഞൊടിയിടെ കഴിഞ്ഞു. ചുറ്റിലും നിന്ന് പൈശാചികമായ ചിരി മുഴങ്ങി. വികൃതരൂപംപൂണ്ട വിചിത്രജീവികൾ കൂട്ടംകൂട്ടമായി അവനെ പിന്നിലേക്കു കൊണ്ടുപോയി. മന്ത്രവാദിനി തലയറ്റ ജഡം കൈയിലെടുത്ത്, ഒരു ചെന്നായ രക്തം ഊറ്റിക്കുടിക്കുന്നതുപോലെ കുടിക്കാൻ തുടങ്ങി. എല്ലാം അവന്റെ തലയ്ക്കു ചുറ്റും നടന്നു. സർവ്വശക്തിയും വീണ്ടെടുത്ത് അവനോടാനൊരുങ്ങി. ആകെ അവനു മുന്നിൽ ചുവപ്പുമയമായി. വൃക്ഷങ്ങളെല്ലാം രക്തത്തിൽ കുളിച്ചുകിടക്കുന്നതായി അവനു തോന്നി. അവ എരിപൊരികൊള്ളുന്നു, പരിതപിക്കുന്നു. ആകാശം ചുവന്നു ചുവന്നു വരുന്നു. ഒരു മിന്നൽപോലെ അവനു കൺമുന്നിൽ ജ്വലിച്ചു. പൂർണ്ണമായും ക്ഷീണിതനായി അവൻ തന്റെ ദാരിദ്ര്യംപിടിച്ച ചെറ്റക്കുടിലിൽ കുതിച്ചെത്തി ആ വെറും നിലത്ത് നിസ്സഹായനായി ചെന്നു വീണു. മരണതുല്യമായ നിദ്ര അവനെ കീഴ്പ്പെടുത്തി....

ഒരിക്കൽപ്പോലും ഉണരാതെ രണ്ടുദിവസം പകലും രാത്രിയും പെട്രോ നിദ്രയിലാണ്ടു. മൂന്നാംദിവസം സ്വയം ഉണർന്നെഴുന്നേറ്റ് അവൻ തന്റെ കുടിലാകെ ആർത്തിയോടെ നോക്കിക്കണ്ടു. കഴിഞ്ഞ കാര്യങ്ങളോർത്തുനോക്കി. പക്ഷേ, ഓർമ്മകൾ തിരിച്ചുപിടിക്കാനുള്ള അവന്റെ ശ്രമം വൃഥാവിലായി. അവന്റെ ഓർമ്മശക്തി ഒരു പിശുക്കന്റെ കീശപോലെ ഒഴിഞ്ഞുകിടക്കുന്നതായിരുന്നു. അവൻ സ്വബോധത്തിലെത്തിച്ചേർന്നപ്പോൾ തന്റെ കാലിനടുത്ത് എന്തോ കൂട്ടിമുട്ടുന്നതായ സ്വരം കേട്ടു. അതുനോക്കിയപ്പോൾ രണ്ടു ബാഗുകൾ നിറയെ സ്വർണ്ണം!.... അപ്പോൾ മാത്രമേ ഏതോ നിധി താൻ കൈക്കലാക്കിയ ഓർമ്മ ഒരു സ്വപ്നത്തിലെന്നപോലെ അവനു തിരിച്ചുകിട്ടിയുള്ളൂ. കാട്ടിൽ തന്നെ ഭയപ്പെടുത്തിയ എന്തൊക്കെയോ... പക്ഷേ, എന്തുവിലകൊടുത്താണ് താനത് നേടിയത്?.... എങ്ങനെ?.... ഒരുതരത്തിലും അവനതു മനസ്സിലായില്ല.

കോർസ് സഞ്ചികൾ കണ്ടപ്പോൾ ശാന്തനായി കാണപ്പെട്ടു. "ഇങ്ങനെയൊരു പീട്രസിനെപ്പറ്റി കേൾക്കപ്പെട്ടില്ല!.... അതെ... ഞാനവരെ സ്നേഹിക്കുന്നില്ലേ?.... അവനെന്റെ പ്രിയപ്പെട്ട പുത്രനല്ലേ....?" വൃദ്ധൻ കെട്ടുകഥകളഴിച്ച് ഒടുവിൽ കണ്ണീരിലവസാനിപ്പിച്ചു. ചില ജിപ്സികൾ എങ്ങനെ ഇവാസിനെ തട്ടിക്കൊണ്ടുപോയതെന്ന് പിഡോർക്ക വിസ്തരിക്കാൻ തുടങ്ങി. പക്ഷേ, എന്തുകൊണ്ടോ പിട്രസ് അവനെ ഓർക്കാൻ

ശ്രമിച്ചില്ല. കാരണം അത്രത്തോളം കടുത്തതായിരുന്നു ആ പിശാചിനിയുടെ സ്വാധീനം. അവളവന്റെ മനസ്സ് അന്ധകാരത്തിലാഴ്ത്തിയിരിക്കുന്നു. പിന്നീട് അവന്റെ വിവാഹത്തിന് അധികം കാലതാമസമുണ്ടായില്ല. വിവാഹസൽക്കാരം തയ്യാറായി. പാചകം തുടങ്ങി, തൂവാലകളും തോർത്തുകളും അലങ്കൃതമായി, മേശയ്ക്കുചുറ്റും ചെറുപ്പക്കാർ ഇരിപ്പിടം പിടിച്ചു, വിവാഹത്തിനായുള്ള അപ്പം മുറിച്ചു. ബാൻഡുമേളവും കൈമണികളും കുഴൽവാദ്യങ്ങളും മുഴങ്ങി, സർവ്വത്ര സന്തോഷം അലയടിച്ചു.

ഇന്നത്തെക്കാലത്തെ കല്യാണംപോലെയായിരുന്നില്ല പണ്ടുകാലത്തെ കല്യാണം. എന്റെ മുത്തച്ഛന്റെ ആന്റി എപ്പോഴും പറയാറുണ്ട് - എന്തൊക്കെ ആചാരങ്ങൾ! തോഴിമാർ എങ്ങനെയൊക്കെയായിരുന്നു, ആഘോഷത്തിന്റെ പ്രധാന വസ്ത്രങ്ങൾ മഞ്ഞയിലും നീലയിലുമുള്ളവ, പിങ്ക് റിബ്ബണുകൾ, അതിനുമുകളിൽ സ്വർണ്ണപ്പിന്നുകൾ കുത്തിയ ചെറിയ അടിക്കുപ്പായം, ചുവന്ന സിൽക്കുനൂൽകൊണ്ട് എംബ്രോയിഡറി ചെയ്ത ചെറിയ വെള്ളിപ്പൂക്കൾ വിതറി വലിയ ഹീലുകളുള്ള മൊറോക്കോ ഷൂസുകൾ, മയിലുകളുടെ നൃത്തംപോലെയോ ഒരു ചുഴലിക്കാറ്റു പോലെയോ ആടാൻ പാകത്തിൽ തയ്യാറായി നില്ക്കുന്ന ചെറുപ്പക്കാർ - അവരുടെ തലയിൽവെച്ച കപ്പലാകൃതിയിലുള്ള തൊപ്പി, സ്വർണ്ണക്കമൊനമുള്ള കിരീടമണിഞ്ഞ കഴുത്തിനുപിന്നിലെ വിടവിലൂടെ പുറത്തേക്കെത്തിനോക്കുന്ന മുടിയിഴകൾ, ഉന്തിനില്ക്കുന്ന രണ്ടു കൊമ്പുകൾ - ഒന്നു പിറകിലും ഒന്നു മുന്നിലുമായി, കറുത്ത ചെമ്മരിയാടിന്റെ തോൽകൊണ്ടുള്ള നീല സിൽക്കിൽ ചുവന്ന ബോർഡറുള്ള കുന്തുഷയും ഒന്നിനു പിറകെ ഒന്നായി അടുക്കിവെച്ച് ഇടുപ്പിൽ കൈകൊടുത്ത് ബാലന്മാർ - നീണ്ട കൊസ്സാക്ക് തൊപ്പിയിൽ വൃത്തിയുള്ള വസ്ത്രങ്ങളിൽ വെള്ളികൊണ്ടലങ്കരിച്ച പട്ടകെട്ടി, പല്ലുകൾക്കിടയിൽ ചെറിയ പൈപ്പുകളോടെ - അവരുടെ മുന്നിൽ കുതിച്ചെത്തി വിഡ്ഢിത്തങ്ങൾ പറഞ്ഞുകൊണ്ടിരുന്നു. കോർസിനുപോലും സ്വയം നിയന്ത്രിച്ചുനിർത്താനായില്ല. ഈ വയസ്സുകാലത്തും അയാൾ ചെറുപ്പക്കാരെ ആവേശത്തോടെ മിഴിച്ചുനോക്കി. ഇടയ്ക്കിടെ കുഴൽ വിളിച്ചുകൊണ്ട് പാടി തലയ്ക്കു മീതെ ഒരു ബ്രാണ്ടി ഗ്ലാസുമായി ആ നരച്ച താടിക്കാരൻ ആഹ്ലാദചിത്തനായി രാഷ്ട്രനൃത്തം ആടിക്കൊണ്ടിരുന്നു...... സന്തോഷവേളകളിൽ മനുഷ്യർ എന്തെന്തെല്ലാം ആസൂത്രണം ചെയ്യും!.... അവരുടെ മുഖസ്വരൂപം മാറ്റിവെക്കാൻപോലും തുടങ്ങി. അവർ മനുഷ്യരെപ്പോലെ കാണപ്പെട്ടില്ല. ഇന്നത്തെക്കാലത്തെ വേഷപ്പകർച്ചപോലെ അവരെ താരതമ്യപ്പെടുത്താൻ പറ്റില്ല. ഇപ്പോൾ അവരെന്താണ് ചെയ്യുന്നത്? എന്തുകൊണ്ട് അവർ ജിപ്സികളെപ്പോലെയും തെരുവുവില്പനക്കാരെയുംപോലെ അനുകരിക്കുന്നു. അല്ല! ഒരുത്തൻ ജൂതനെപ്പോലെ വേഷവിധാനം ചെയ്യുമ്പോൾ മറ്റവൻ പിശാചിനെപ്പോലെ.... അവർ തമ്മിൽത്തമ്മിൽ ഉമ്മവെക്കാൻ തുടങ്ങും. മുടിയിൽ പിടിച്ചുവലിക്കും. ദൈവം അവരുടെ കൂടെയുണ്ടാകും. നിങ്ങൾ ചിരിച്ചുകൊണ്ടിരിക്കും. ഉഗ്രൻ തുർക്കികളുടെയും ടാർട്ടാറുകളുടെയും വേഷമ

ണിഞ്ഞു. ഒരു തീപിടിത്തംപോലെ ആകെക്കൂടി കാണപ്പെടും... എന്നിട്ട വർ തമാശകളിക്കാൻ തുടങ്ങും.... അതെ, സാത്ത്വികന്മാരെ അകല ത്താക്കിവെച്ചു. എന്റെ മുത്തച്ഛന്റെ ആന്റിക്ക് ഈ വിവാഹവേളയിൽ രസ കരമായ ഒരനുഭവം ഉണ്ടായത്രേ. അവർ ഒരു വലിയ ടാർട്ടാർ മേൽക്കു പ്പായമണിഞ്ഞ് കൈയിൽ വീഞ്ഞുഗ്ലാസ് പിടിച്ച് കൂട്ടുകാരെ ഉപചരിക്കു കയായിരുന്നു. ഒരു വൃത്തികെട്ടവൻ അവരുടെ പിന്നിൽനിന്ന് അവരുടെ മേൽ വോഡ്ക തൂകാൻ ഒരാളെ പ്രേരിപ്പിച്ചു. അതേസമയം മറ്റൊരാൾ മനഃപൂർവ്വം ലൈറ്റർ കത്തിച്ച് അവരെ തൊടുവിച്ചു... ജ്വാല ആളിക്ക ത്താൻ തുടങ്ങി. പാവം ആന്റി.... പേടിച്ച് അവരുടെ മുമ്പിൽ മേൽക്കു പ്പായം ഊരിയെറിഞ്ഞു.... അവരെല്ലാം ഒരു മേള കാണുമ്പോലെ അതു രസിച്ച് നോക്കിക്കണ്ടു. അക്ഷരാർത്ഥത്തിൽ, പഴയ നാടോടിക്കഥക ളിൽപ്പോലും വൃദ്ധന്മാർക്ക് ഇത്തരത്തിലുള്ള സന്തോഷനിർഭരമായ ഒരു വിവാഹവേള ഓർമ്മിച്ചെടുക്കാനുണ്ടായിരിക്കില്ല.

പിഡോർക്കയും പീട്രസും വളരെ മാന്യമായി ജീവിച്ചുപോന്നു. അവർക്ക് എല്ലാം സുഭിക്ഷമായും സുലഭമായുമുണ്ടായിരുന്നു. ജീവിതം മനോഹരം.... സത്യസന്ധരായ ജനങ്ങൾ അവരുടെ ജീവിതരീതികണ്ട് തലകുലുക്കി. 'തിന്മയിൽനിന്ന് നന്മ വരില്ല!' അവർ ഐകണ്ഠ്യേന പ്രഖ്യാപിച്ചു. "പൂർവ്വികസമ്പത്തുള്ളവർക്കല്ലാതെ എവിടെനിന്ന് ഇത്രയും പണം കൈവരും? എന്തുകൊണ്ട് അവൻ ധനവാനായ ദിവസംതന്നെ ബാസാവ്രിക് കാറ്റിൽ അപ്രത്യക്ഷനായി? പറയൂ, നിങ്ങൾക്കു കഴിയു മെങ്കിൽ..." ജനം ഭാവന നെയ്തു. അങ്ങനെ യഥാർത്ഥത്തിൽ ഒരു മാസം കടന്നുപോയില്ല, ആരും പീട്രസിനെ തിരിച്ചറിഞ്ഞില്ല. എന്തുകൊണ്ട്? എന്താണവനു പറ്റിയത്? ദൈവത്തിനറിയാം. അവനൊരു സ്ഥലത്തു ചെന്നിരിക്കും, ആരോടും ഒന്നുമുരിയാടാതെ. എന്തോ ഓർത്തെടുക്കാ നെന്നവണ്ണം അവൻ ചിന്തയിലാണ്ടിരിക്കും. എന്തെങ്കിലുമൊന്നു സംസാ രിക്കണമെന്ന് കൊതിച്ച് പിഡോർക്ക അവനടുത്തുചെന്നാൽ തന്നെ ത്തന്നെ മറന്നിരിക്കുന്ന അവനെയാണ് കാണുക. സംഭാഷണത്തിലേക്കു കടന്നാൽ ഇടയ്ക്കു അവനെ സന്തോഷവാനായി കാണാം. പക്ഷേ, അശ്രദ്ധമായി ആ ചാക്കുകൾക്കുമേലേ ഒന്നു കണ്ണയച്ചുപോയാൽ "നിർത്തൂ, നിർത്തൂ! ഞാൻ മറന്നുപോയി" എന്നവൻ അലറി വിളിച്ചു കരയും. വീണ്ടും മനോരാജ്യത്തിൽ മുഴുകും. വീണ്ടും വീണ്ടും എന്തോ ഓർത്തെടുക്കാൻ ശ്രമിക്കും. ചിലപ്പോൾ ഒരേ സ്ഥലത്ത് കുറെ നേരമി രുന്നാൽ എന്തോ മനസ്സിലേക്കു കടന്നുവരുന്നതായി ഭാവിക്കും.... വീണ്ടും എല്ലാം മറയുന്നതുപോലെയും. കുടിലിലിരിക്കുമ്പോഴൊക്കെയും ഇങ്ങനെ കാണപ്പെടാറുണ്ട്, അവൻ ഒരു മദ്യശാലയിലിരിക്കുകയാണെന്ന ഭാവത്തിൽ. വോഡ്ക അവനെ അഗാധദുഃഖത്തിലാഴ്ത്തുന്നുണ്ടെന്നും അത് അവനിൽ അറപ്പുണ്ടാക്കുകയും ചെയ്യാറുണ്ട്. ആരെങ്കിലും ദൂരെ നിന്ന് വന്ന് അവന്റെ ചുമലിൽ കൈവെച്ചാൽ.... പക്ഷേ, അതിനൊക്കെ യപ്പുറം എല്ലാം മറന്ന് അവൻ അന്ധകാരത്തിലാഴും.... അവന്റെ മുഖത്തു

കൂടി വിയർപ്പുചാലുകൾ ഒഴുകിക്കൊണ്ടിരിക്കും. അവൻ അവശനായി ഇരുന്നിടത്തുതന്നെ ഇരിക്കും.

പിഡോർക്ക എന്തു ചെയ്തു? അവളൊരു മന്ത്രവാദിനിയുമായി ഇക്കാര്യം ചർച്ചചെയ്തു. അവന് ഭയമുണ്ടാക്കിയ വയറുവേദനയാണെന്നാണ് പറഞ്ഞത്. (ഭയം ഒഴിവാക്കുന്നതെങ്ങനെയെന്നാണ് നോക്കേണ്ടത്. അത് എന്തു കാരണം കൊണ്ടാണുണ്ടായതെന്നറിയാൻ ഈയമോ മെഴുകോ ഉരുക്കി വെള്ളത്തിൽ ചേർത്താൽ ഭയപ്പെടുത്തിയ ആളെ തെളിഞ്ഞുകിട്ടുമത്രേ. അതിനുശേഷം ഭയം ഒഴിവായിപ്പോകുമത്രേ. സോനിയാഷ്നിഷയ്ക്ക് മയക്കവും വയറുവേദനയും വന്നു. ഒരു കമ്പ് ഒരറ്റം കത്തിച്ച് ജഗ്ഗിലിട്ടാൽ അതു കീഴ്മേൽ മറിഞ്ഞ് വെള്ളത്തിലേക്കു വീഴും. അത് രോഗിയുടെ വയറിനുമേലേവെച്ച് മന്ത്രോച്ചാരണങ്ങൾ നടത്തി ഒരു സ്പൂൺ വെള്ളം കഴിക്കാൻ കൊടുക്കുന്ന ചടങ്ങുണ്ട്. പക്ഷേ, ഇതൊന്നും ഇവിടെ ഫലം ചെയ്തില്ല. അങ്ങനെ വേനൽക്കാലം കടന്നുപോയി. കൊസ്സാക്കുകൾ വിതച്ചു, കൊയ്തു. ബാക്കി സമയങ്ങളിൽ അവർ വിനോദങ്ങളിലേർപ്പെട്ട് യാത്ര ചെയ്തു. വയലേലകളിൽ താറാവുകൂട്ടങ്ങൾ തിക്കിത്തിരക്കി. പക്ഷേ, പിഡോർക്കയുടെ വീട്ടിൽ പുരോഗതിയുടെ യാതൊരു ലാഞ്ഛനയുമുണ്ടായില്ല.

അവിടമാകെ പുൽപ്രദേശങ്ങളിൽ ചുവപ്പുരാശി പടർന്നു. ധാന്യക്കൂട്ടങ്ങൾ കൊസ്സാക്കുകളുടെ തൊപ്പിപോലെ വയലുകളിൽ അങ്ങിങ്ങായി കാണപ്പെട്ടു. ഹൈവേകളിൽ തടിക്കഷണങ്ങളും മറ്റും നിറച്ച വണ്ടികൾ കാണപ്പെട്ടു. നിലം കൂടുതൽ ഉറച്ചുകിടക്കുന്നതായി തോന്നി. അവിടമാകെ മഞ്ഞുപെയ്ത് തണുത്തുറഞ്ഞിരുന്നു. വൃക്ഷശിഖരങ്ങൾ മുയലിന്റെ തൊലിപോലെ മഞ്ഞിനാൽ മൂടപ്പെട്ടുകിടന്നു. ചുവപ്പു കഴുത്തുള്ള കുരുവിക്കൂട്ടം മഞ്ഞുകൂമ്പാരത്തിനടുത്തേക്ക് ഒരു പോളിഷ് മാന്യനെപ്പോലെ തത്തിത്തത്തി വന്ന് ചോളത്തിൽനിന്ന് മണികൾ കൊത്തിയെടുക്കും; കുട്ടികൾ വലിയ വടികളുമായി ഐസിലൂടെ മരപ്പലകയിൽനിന്ന് അവയെ പിന്തുടരും. അപ്പോൾ അവരുടെ പിതാക്കന്മാർ സ്റ്റൗവ്വിനരികിൽ നിശ്ശബ്ദരായി ഇരിക്കുന്നുണ്ടായിരിക്കും. അവരുടെ ചുണ്ടുകളിൽ പൈപ്പുകൾ എരിഞ്ഞുകൊണ്ടിരിക്കും. സാധാരണപോലെ മഞ്ഞത്ത് കളങ്ങളിൽ ധാന്യത്തിന്റെ പതിരു കളഞ്ഞുകൊണ്ടിരുന്നു. ഒടുവിൽ മഞ്ഞുരുകാൻ തുടങ്ങി. ഐസ് ദൂരേക്കു മാറിപ്പോയി. പക്ഷേ, പെട്രോ ഇപ്പോഴും പഴയതുപോലെ. കാലം കൂടുന്തോറും അവൻ കൂടുതൽ ദുഃഖിതനായി കാണപ്പെട്ടു. ആണിയടിച്ചുറപ്പിച്ചതുപോലെ അവൻ വീട്ടിന്റെ നടുവിലായി കുന്തിച്ചിരുന്നു, കാല്ക്കൽ ചാക്കിൽ സ്വർണ്ണവുമായി. അവൻ നാണം കുണുങ്ങിയായി. അവന്റെ മുടി നീണ്ടുവളർന്നു. ആകെ പ്രശ്നത്തിലായി അപ്പോഴും ഒരേയൊരു കാര്യത്തെപ്പറ്റി ചിന്തിച്ചുകൊണ്ട്, എന്തോ ഓർത്തെടുക്കാൻ ശ്രമിച്ചുകൊണ്ട്, ഓർമ്മ തിരിച്ചുപിടിക്കാൻ കഴിയാത്തതിൽ ദേഷ്യംകൊണ്ടു പ്രകൃതം മാറി അവനിരുന്നു. ഇടയ്ക്കിടെ അവൻ ഇരിപ്പിടത്തിൽനിന്ന് വന്യമായി എഴുന്നേറ്റ് പൈശാചികമായി ആംഗ്യ

പ്രകടനങ്ങളിലൂടെ എന്തോ ഒന്നിനെ പിടിക്കാനായുന്നതുപോലെ ദൃഷ്ടിയൂന്നിക്കൊണ്ട്, മറന്നുപോയ ഏതോ വാക്കുച്ചരിക്കാൻ ആഗ്രഹിക്കുന്നപോലെ ചുണ്ടുകളനക്കിക്കൊണ്ട് – വീണ്ടും അവൻ തികച്ചും മൂകനാവും. ഉന്മാദമവനെ വല്ലാതെ കീഴടക്കിയിരിക്കുന്നു. അവൻ കൈകൾ കടിച്ചും നഖങ്ങൾ കാർന്നും ഒരു കിറുക്കനെപ്പോലെ ഇരുന്നു. കണ്ണുനീർത്തുള്ളികൾ അവന്റെ മുടിയിഴകളിലൂടെ ഒഴുകിവീണു. ശാന്തനായി, ഓർമ്മക്കേടിലേക്കു വഴുതിവീണ് മുമ്പത്തെപ്പോലെ വീണ്ടും എന്തോ ഓർത്തെടുക്കാനായി, വീണ്ടും ഭയത്തിനടിപ്പെട്ട് പീഡനങ്ങളേറ്റ്.... എന്തൊരു ദൈവപരീക്ഷണമാണിത്?....

പിഡോർക്ക മരിച്ചിട്ടുമില്ല, ജീവിക്കുന്നുമില്ല. ആദ്യമാദ്യം വീട്ടിൽ ഒറ്റയ്ക്കു കഴിയുന്നത് അവൾക്കസഹ്യമായിരുന്നു. കാലക്രമേണ അവൾ അവളുടെ ദുഃഖങ്ങളുമായി പൊരുത്തപ്പെട്ടു. പക്ഷേ, മുമ്പത്തെ പിഡോർക്കയുമായി യാതൊരു സാദൃശ്യവുമില്ലായിരുന്നു അവൾക്കിപ്പോൾ. അരുണിമയില്ലാതെ, ചിരിയില്ലാതെ, അവൾ സങ്കടങ്ങൾക്കടിപ്പെട്ട് മെലിഞ്ഞു മെലിഞ്ഞുവന്നു. അവളുടെ നനഞ്ഞൊഴുകിയ കണ്ണുകൾ പ്രകാശമില്ലാതായി. ഒരിക്കൽ ആരോ ഒരാൾക്ക് അവളോട് ദയ തോന്നി. ബെയേർസ് റാവിനിൽ താമസിക്കുന്ന, ലോകത്തിലുള്ള എല്ലാവിധ രോഗങ്ങൾക്കും പ്രതിവിധി കാണുമെന്ന് പേരുകേട്ട ഒരു മന്ത്രവാദിനിയെ ചെന്നുകാണാൻ അവളെ ഉപദേശിച്ചു. അവസാനത്തെ പരിശ്രമമെന്ന നിലയിൽ അവളതു പരീക്ഷിച്ചുനോക്കാൻ തീരുമാനിച്ചു. അക്ഷരാർത്ഥത്തിൽ ആ വൃദ്ധയെ തന്റെ കൂടെവരാൻ അവൾ പ്രേരിപ്പിച്ചു. സെന്റ് ജോൺസ് ഈവ് ആയിരുന്നു ആ സ്ത്രീ. ഒരു ബെഞ്ചിൽ നിർവ്വികാരനായി കിടന്നിരുന്ന പെട്രോ തന്റെ വീട്ടിൽ അതിഥി വന്നു കയറിയതറിഞ്ഞില്ല. പതുക്കെപ്പതുക്കെ അവൻ എഴുന്നേറ്റ് അവനെത്തന്നെ നോക്കി. പെട്ടെന്ന് ആകെക്കൂടി ഭയപ്പെട്ട്, ആ വധവേദിയിൽ ഉണ്ടായിരുന്നപോലെ തലയിലെ മുടി ഉയർന്നുനിന്നു... എന്നിട്ടവൻ ചിരിച്ചു. പിഡോർക്കയുടെ ഹൃദയം ഭീതിയാൽ നടുങ്ങിപ്പോകുന്നതരത്തിലുള്ളതായിരുന്നു ആ ചിരി. 'ഞാനോർമ്മിച്ചു... ഓർമ്മിച്ചു...' അവൻ ഭയാനകമായ സന്തോഷത്തോടെ നിലവിളിച്ചു. അവന്റെ തലയ്ക്കുമുകളിൽ ഒരു കോടാലി വട്ടംകറങ്ങി അവനത് സർവ്വശക്തിയുമെടുത്ത് വൃദ്ധയ്ക്കുനേരേ ആഞ്ഞുവീശി. അതു ചെന്ന് വാതിലിൽ മൂന്നര ഇഞ്ചോളം ആഴത്തിൽ തുളഞ്ഞുകയറി. വൃദ്ധ അപ്രത്യക്ഷയാവുകയും ഒരു വെള്ളവസ്ത്രത്തിൽ തലമൂടിയ ഒരു ഏഴു വയസ്സുള്ള കുട്ടി കുടിലിന്റെ നടുക്കു നില്ക്കുന്നതായും കണ്ടു.... മൂടി തുറന്നപ്പോൾ, 'ഇവാസ്!' പിഡോർക്ക നിലവിളിച്ചുകൊണ്ട് അവന്റെ നേരേ ഓടിച്ചെന്നു. അവന്റെ തലമുതൽ കാലുവരെ രക്തത്തിൽ കുളിച്ച് ആ മുറി മുഴുവൻ ചുവന്ന പ്രകാശത്തിൽ തുടിച്ചുനില്ക്കുന്നതായും തോന്നി.... അവൾ പേടിച്ചരണ്ട് വാതിൽക്കലേക്കോടി. പക്ഷേ, ഒരുനിമിഷം വീണ്ടുവിചാരത്തോടെ അവനെ സഹായിക്കണമെന്നും വിചാരിച്ചു. അതു വൃഥാവിലായി! വാതിൽ അവൾക്കുപിറകിൽ ഒരിക്കലും തുറക്കാ

നാവാത്തവിധം ശക്തിയോടെ വലിഞ്ഞടഞ്ഞു. ജനങ്ങൾ ഓടിയെത്തി വാതില്ക്കൽമുട്ടി. അവർ വാതിൽ തല്ലിത്തകർക്കുമെന്നായി. എല്ലാവരിലും ഒരേയൊരു ആശയം മത്രമായിരുന്നു. പക്ഷേ, ആ കുടിലൊന്നാകെ പുകയിൽ മൂടപ്പെട്ടു. അതിനു നടുവിൽ പീട്രസ് നില്ക്കുന്നുണ്ടായിരുന്നു, ഒരു ചാരക്കൂമ്പാരത്തോടെ. അതിൽനിന്ന് അപ്പോഴും പുകയുയരുന്നുണ്ടായിരുന്നു. അവർ ചാക്കുകളുടെയടുത്തേക്കോടി. ഡ്യൂക്കറ്റിനുപകരം അവിടെ പൊട്ടിപ്പോയ പോട്ഷെർസ് മാത്രമായിരുന്നു. കൊസ്സാക്കുകൾ വാപൊളിച്ച് മിഴിച്ചുനിന്നുപോയി, ഒറ്റ രോമംപോലുമിളകാതെ. അത്രയും ഭയാനകമായ ഒരത്ഭുതാനുഭവമായിരുന്നു അവർക്കത്.

പിന്നീടെന്തുണ്ടായെന്ന് എനിക്കോർമ്മയില്ല. പിഡോർക്ക അവളുടെ അച്ഛനിൽനിന്നു കിട്ടിയ സ്വത്തുപയോഗിച്ച് ഒരു തീർത്ഥാടനത്തിനായി പോകാനൊരുങ്ങി. അതിനുശേഷം കുറച്ചുകാലം അവളെ ആ ഗ്രാമത്തിൽ കാണാനുണ്ടായിരുന്നില്ല. അവളെവിടെ പോയെന്ന് ആരും പറയാറില്ല. പെട്രോ പോയ സ്ഥലത്തേക്ക് ചില വൃദ്ധകൾ അവളെ പറഞ്ഞയയ്ക്കുമായിരുന്നു. പക്ഷേ, കീഴിൽനിന്ന് വന്ന ഒരു കൊസ്സാക്ക് ഒരു സന്ന്യാസിമഠത്തിൽ അവളെ കണ്ടതായി രേഖപ്പെടുത്തി. ഒരു അസ്ഥികൂടത്തെപ്പോലെ ശുഷ്കിച്ച ഒരു സന്ന്യാസിനി നിരന്തരം പ്രാർത്ഥനയിൽ മുഴുകിയിരുന്നു. അടയാളങ്ങളെല്ലാംവെച്ച് അവൾ പിഡോർക്ക തന്നെയാണെന്ന് അവളുടെ കൂടെയുള്ള ഗ്രാമീണർ തിരിച്ചറിഞ്ഞു. അവൾ ഒരക്ഷരം ഉരിയാടുന്നതുപോലും ആരും കേട്ടിരുന്നില്ല. ദേവമാതാവിന്റെ ചിത്രം കൈയിൽ പിടിച്ച് നഗ്നപാദയായി അവൾ വന്നു, കാഴ്ചയിൽ ഊയലാടുന്നപോലെ.

പക്ഷേ, ഇതൊന്നും അവസാനത്തിലെത്തിച്ചില്ല. അന്നേദിവസം തന്നെ പീട്രസിനെ വഴിതെറ്റിച്ച പിശാച് ബാസാവ്രിക് വീണ്ടും പ്രത്യക്ഷപ്പെട്ടു. പക്ഷേ, എല്ലാവരും അവനിൽനിന്നൊഴിഞ്ഞു മാറിക്കളഞ്ഞു. അവൻ ഒരസാധാരണ പക്ഷിയാണെന്ന് സാത്താനൊഴികെ അവർക്കു തോന്നി. ഭൂമിക്കടിയിലെ നിധിയെടുക്കാൻ മനുഷ്യരൂപം പൂണ്ടവനാണവൻ. അവിശുദ്ധമായ കൈകളിൽ നിധി എത്തിപ്പെടാത്തതിനാൽ അവൻ ചെറുപ്പക്കാരെ അതിനായി നിയോഗിച്ചു. അതേ കൊല്ലം എല്ലാവരും തങ്ങളുടെ കുടിലുകളുപേക്ഷിച്ച് ഗ്രാമത്തിൽ ഒത്തുചേർന്നു. പക്ഷേ, അവിടെയും ശാന്തത കൈവന്നില്ല. നിന്ദ്യനായ ബാസാവ്രിക്കിനെക്കൊണ്ട്. തന്റെ പഴയ മദ്യശാലയിൽനിന്ന് അവനെ ഒരിക്കൽ ഇറക്കിവിട്ടതുകാരണം തന്നോട് വലിയ ദേഷ്യമായിരുന്നുവെന്ന് എന്റെ മുത്തച്ഛന്റെ ആന്റി പറയാറുണ്ട്. പ്രതികാരത്തിനായി അവൻ സർവ്വശക്തിയും പ്രയോഗിച്ചു. ഒരിക്കൽ ഒരു മദ്യശാലയിൽ മുതിർന്നവരെല്ലാം ഒത്തുകൂടുകയും മുൻഗണനയനുസരിച്ച് ഇരിപ്പിടങ്ങളിലിരിക്കുകയും ചെയ്തു. നടുവിൽ ഒരു പൊരിച്ച ആടിനെ വെച്ചിട്ടുണ്ടായിരുന്നു. അവർ തമ്മിൽത്തമ്മിൽ തമാശ പറയുകയും മറ്റുചിലർ അത്ഭുതങ്ങളും വിചിത്രകഥകളും പറഞ്ഞ് രസിച്ചിരിക്കയായിരുന്നു. അപ്പോൾ അവരൊരു കാര്യം ശ്രദ്ധിക്കാനിടയായി. ഒരാൾ മാത്രമായിരുന്നില്ല അതു കണ്ടത്. അവിടെയിരുന്ന

എല്ലാവരും കണ്ടു. അതിതായിരുന്നു: ആ ആട് തലയുയർത്തുകയും അതിന്റെ തിളങ്ങുന്ന കണ്ണുകളിൽ ജീവൻവെച്ച് ഉരുട്ടിനോക്കുകയും കുത്ത് എഴുന്നുനില്ക്കുന്ന അതിന്റെ മീശ പെട്ടെന്നപ്രത്യക്ഷമാവുകയും അവിടെ കൂടിയിരുന്നവരോട് ഒരു പ്രത്യേക ആംഗ്യം കാട്ടുകയും ചെയ്തു. ബാസാവ്രിക് ആടിന്റെ തലകൊണ്ട് കാര്യങ്ങൾക്കു പ്രേരിപ്പിക്കുകയും വോഡ്കയ്ക്ക് ആവശ്യപ്പെടുകയാണെന്നും ആന്റി വിചാരിച്ചു. സംപൂജ്യരായ മുതിർന്നവരെല്ലാം തലയിൽ തൊപ്പിയുംവെച്ച് തങ്ങളുടെ വീടുകളിലേക്ക് ധൃതിപിടിച്ചു.

പിന്നീടൊരിക്കൽ, പള്ളിയിലെ മുതിർന്ന ഒരാൾ മുത്തച്ഛന്റെ ബ്രാണ്ടി ഗ്ലാസുമായി ഇടയ്ക്കിടെ ഇടപെടാനിഷ്ടപ്പെട്ടിരുന്നു. എന്നാൽ, അതിനു താഴെയെത്താൻ രണ്ടു പ്രാവശ്യം ശ്രമിച്ചു തോറ്റു, അതിന്റെ അറ്റത്തെത്താൻ കുനിഞ്ഞിട്ടും “സാത്താൻ നിങ്ങളെയെടുക്കും; കുരിശിന്റെ അടയാളം ഞാൻ നിങ്ങളുടെമേൽ വരയ്ക്കും” എന്ന് ഗ്ലാസ് പറഞ്ഞു. അതേ അനുഭവംതന്നെ അദ്ദേഹത്തിന്റെ ഭാര്യയ്ക്കുമുണ്ടായി. മാവു കുഴയ്ക്കാൻ അരിപ്പയിൽ ഇട്ടപ്പോൾ അതുടനെ മേലോട്ടുയർന്നുകൊണ്ട് പറഞ്ഞു: “നിർത്ത്, നിർത്ത്. നീയെവിടെയാണ് പോകുന്നത്?” അതിന്റെ കൈപിടിക്കാൻ അക്കിമ്പോ ശ്രമിച്ചപ്പോൾ അത് ആ കുടിൽ മുഴുവൻ തത്തിത്തത്തിക്കളിച്ചു.... നിങ്ങൾ കേട്ടാൽ ചിരിക്കുമായിരിക്കും. പക്ഷേ, ഞങ്ങളുടെ മുത്തച്ഛന്മാർക്കിത് ചിരിക്കാനുള്ള വകയായിരുന്നില്ല. ഫാദർ അത്തനാസി ഗ്രാമംതോറും നടന്ന് വിശുദ്ധജലം തളിച്ചതും അദ്ദേഹത്തിന്റെ ബ്രഷുകൊണ്ട് വീഥികളിൽനിന്നും ചെകുത്താനെ ആട്ടിയോടിച്ചതും വൃഥാവിലായി. ഒരിക്കൽ എന്റെ മുത്തച്ഛന്റെ ആന്റി, രാത്രിയായി ഇരുട്ടായാൽ ആരോ വാതിലിൽ വന്നുമുട്ടിയെന്നും ചുമരിൽ പോറലുണ്ടാക്കിയെന്നും പരാതിപ്പെട്ടിട്ടുണ്ടായിരുന്നു.

ഇപ്പോൾ ഗ്രാമത്തിൽ എല്ലാമൊന്നു ശാന്തമായി. പക്ഷേ, അതത്രയ്ക്ക് പണ്ടുകാലമായിരുന്നില്ല. (എന്റെ അച്ഛൻ ഇപ്പോഴും ജീവിച്ചിരിപ്പുണ്ട്.) സ്വാർത്ഥതാല്പര്യത്തിനായി സത്യസന്ധന്മാരല്ലാത്തവർ വളരെക്കാലം കൊണ്ടുനടന്ന് നശിപ്പിച്ച മദ്യശാലയിലേക്ക് മാന്യനായ ഒരാൾ എങ്ങനെ കടന്നുചെല്ലും? പുകപിടിച്ച ചിമ്മിനിയിൽനിന്ന് പുകച്ചുരുളുകൾ ഉയർന്ന് തൂണുകൾക്കുമേൽ വീണു. അത് ഉരുണ്ടുരുണ്ട് ആകാശത്തിലേക്ക് ഒരു തൊപ്പിപോലെ ഉയർന്നു. പുൽമൈതാനങ്ങളിൽ കത്തുന്ന കൽക്കരിക്കഷണങ്ങൾ ചിതറിക്കിടന്നിരുന്നു. സാത്താൻ (ഇവിടെ പരാമർശിക്കാത്ത ഒരു നായയുടെ മകൻ) ദയനീയമായി അവന്റെ ഒളിത്താവളത്തിലിരുന്ന് തേങ്ങിക്കരയുന്നു. അയൽപക്കത്തെ കാട്ടിൽനിന്ന് കഴുകന്മാർ കൂട്ടംകൂട്ടമായി ഉയർന്നുവന്ന് വായുവിൽ കരച്ചിലോടെ പറന്നുനടക്കുന്നു.

ഒരു പൂർവ്വകാല പരിചിതൻ

ലിയോ ടോൾസ്റ്റോയി

1887.

(കാക്കസസിലെ പര്യടനങ്ങൾക്കിടയ്ക്ക് മോസ്കോയിൽനിന്നുള്ള ഒരു പരിചിതനെ നെക്കിലുഡോഫ് രാജകുമാരൻ കണ്ടുമുട്ടിയതെങ്ങനെ യെന്നു വിവരിക്കുന്നു.)

ഞങ്ങളുടെ സേനാവിഭാഗത്തിന്റെ പ്രവർത്തനമേഖല കാമ്പസിനു പുറത്തായിരുന്നു. കൈകൊണ്ടുള്ള ജോലികളൊക്കെ പൂർത്തിയാക്കി ഞങ്ങൾ കാട്ടിലൂടെ ഒരു പാത വെട്ടിത്തെളിയിച്ചു. ഓഫീസിലേക്കു തിരിച്ചുവരാൻ തലസ്ഥാനത്തുനിന്നുള്ള കല്പന ഞങ്ങൾ ഓരോ ദിവസവും കാത്തിരിക്കും - ഞങ്ങളുടെ ഡിവിഷൻ ഒരു കുന്നിന്റെ ഉച്ചിയിലായിരുന്നു തമ്പടിച്ചിരുന്നത്. കുതിച്ചുപായുന്ന മെക്കിക്ക് നദിവരെ പരന്നുകിടക്കുന്ന സമതലം. അവിടെ ഞങ്ങളുടെ കമാൻഡോകൾ കാത്തുകിടന്നു. ചിത്രസദൃശമായ സമതലത്തിലങ്ങിങ്ങായി വെടിയുണ്ടകൾക്കെത്താനാവാത്ത ദിക്കിൽ വല്ലപ്പോഴും പ്രത്യേകിച്ച് സായന്തനങ്ങളിൽ മലകയറ്റക്കാർ കൂട്ടമായി വന്നെത്തിയിരുന്നു. റഷ്യൻ ക്യാമ്പിനു കാഴ്ചയ്ക്കായി ജിജ്ഞാസയോടെ ഞങ്ങൾ സവാരി നടത്തിയിരുന്നു. തെളിഞ്ഞതും ശാന്തസുന്ദരവും പരിശുദ്ധവുമായ വൈകുന്നേരങ്ങൾ കാക്കസസിലെ ഡിസംബർ മാസത്തെയെന്നപോലെ തോന്നിച്ചിരുന്നു. ഇടതുഭാഗത്തെ കുന്നിന്റെ പിന്നിൽ സൂര്യനസ്തമിക്കുന്നു. അരുണാഭമായ രശ്മികൾ തമ്പിനു മുകളിലൂടെ ചിതറി താഴ്വരയിലേക്കു പരന്നുചെന്ന് ഭടന്മാർ നടക്കുന്നയിടങ്ങളിലെത്തി രണ്ടു തോക്കുകൾക്കുമേൽ വീണു. ഇടതുഭാഗത്തെ കുന്നിൽ കാലാൾസൈന്യം കേന്ദ്രീകരിച്ച് സൂര്യാസ്തമയശോഭയ്ക്ക് യഥാർത്ഥ നിഴൽച്ചിത്രമായി നിന്നു. കൈത്തോക്കു കൂമ്പാരത്തിനധികം അകലെയല്ലാതെ കാവല്ക്കാരുടെ കൂട്ടവും

സൈനികവിഭാഗങ്ങളും പുകഞ്ഞു കത്തിക്കൊണ്ടിരിക്കുന്ന അഗ്നികുണ്ഡങ്ങളും. കുന്നിൻചെരിവിന്റെ ഇടതും വലതും ഭാഗങ്ങൾ കറുത്തു നനഞ്ഞ നിലമായിരുന്നു. തമ്പുകൾ ശുഭ്രമായി പ്രകാശിച്ചുനിന്നു. തമ്പിനു പിറകിൽ കറുത്ത കുറ്റിക്കാടുകളിൽ നിരന്തരം കോടാലികളാൽ പൊടിവീഴുന്ന മരങ്ങളുടെ ശബ്ദവും കത്തിക്കുന്നതിന്റെ പടപട ധ്വനികളും എല്ലാ ഭാഗത്തുനിന്നും പുകയില പൈപ്പുകൾക്കിടയിൽനിന്ന് നീലനിറത്തിലുള്ള പുകയുയരുന്നു. മഞ്ഞുമൂടിയ ആകാശത്തിൽ അതു വിലയിക്കുന്നു. വെള്ളമെടുത്തു തിരിച്ചുവരുന്ന കുതിരപ്പടയാളികളും പീരങ്കിപ്പടകളും മുക്കുറയിടുന്ന കുതിരകളുടെ ശബ്ദവും തമ്പുകളുടെ താഴെയുള്ള നിലത്തുനിന്ന് കേൾക്കായി. അസാധാരണമായ സ്പഷ്ടതയാൽ എല്ലാ ശബ്ദങ്ങളും തണുത്തുറയാൻ തുടങ്ങി. സമതലത്തിനെതിരേ സ്വച്ഛമായതും അപൂർവ്വമായതുമായ അന്തരീക്ഷം ദൂരെ ദൃശ്യമായി. അവരുടെ ആകാംക്ഷയ്ക്കനുസൃതമായി ശത്രുസംഘം വയലിനപ്പുറത്തുനിന്ന് പതുക്കെ ദൂരേക്കു പോയി. മഞ്ഞച്ചതും സ്വർണ്ണനിറമുള്ളതുമായ ചോളച്ചെടികളുള്ളതും ശവക്കല്ലറികളിൽനിന്ന് വായുവിലുയരുന്ന പുകപടലങ്ങളോടുകൂടിയതുമായ കാടിനപ്പുറത്തുള്ള അവരുടെ ഗ്രാമങ്ങളിലേക്ക് നേരെ.

ഉയരത്തിലും വരണ്ടതുമായ സ്ഥലത്തു സ്ഥാപിച്ച തോക്കുകളുടെ അധികമകലെയല്ലാത്ത ഒരു സ്ഥലത്താണ് ഞങ്ങൾ തച്ചുകളുറപ്പിച്ചത്. അവിടന്ന് ഞങ്ങൾക്ക് വളരെ വിശാലമായ കാഴ്ചകിട്ടിയിരുന്നു. തച്ചിനടുത്തായ ഒരു ശാന്തസുന്ദരമായ സ്ഥലത്ത് പീരങ്കിപ്പടയുടെ ചുറ്റിലായി പന്തേറുകളിയോ ചുഷ്കിയോ കളിച്ചിരുന്നു. നാടൻ ബെഞ്ചുകളും മേശകളും അതിനു കടപ്പെട്ട പട്ടാളക്കാർ അവിടെ കൊണ്ടുതന്നിരുന്നു. ഇത്തരത്തിലുള്ള വിനോദങ്ങളാൽ ക്ലബ്ബെന്നു വിളിക്കപ്പെട്ട അവിടെ സൈന്യമേധാവികളും സഹപ്രവർത്തകരും കാലാൾപ്പടയിലെ കുറച്ചുപേരും പീരങ്കിപ്പടയുടെ ചുറ്റിലും വൈകുന്നേരങ്ങളിൽ ഒന്നിച്ചുകൂടാൻ ആഗ്രഹിച്ചിരുന്നു.

സുന്ദരമായ വൈകുന്നേരങ്ങളിൽ പ്രഗത്ഭരായ കളിക്കാർ വരികയും ഞങ്ങൾ വിനോദങ്ങളിൽ പങ്കെടുക്കുകയും ചെയ്തു. എൻസൈൻ ഡി, ലെഫ്റ്റനന്റ് 'ഒ' ഞാനും രണ്ടു കളികൾ വിജയകരമായി കളിച്ചു. എല്ലാവർക്കുമുള്ള കളികൾ ഓഫീസർമാരും സൈനികരും ഭൃത്യന്മാരും അവരവരുടെ തമ്പുകളിൽനിന്ന് കണ്ടു രസിച്ചു. രണ്ടുപ്രാവശ്യം വിജയിച്ചവരെ പിറകിലേറ്റി ഒരറ്റത്തുനിന്നും മറ്റേയറ്റംവരെ ഞങ്ങൾ കൊണ്ടുനടന്നു. തടിയനായ ക്യാപ്റ്റൻ 'എസ്' എന്ന വിദൂഷകൻ കിതച്ചു കിതച്ച് ചിരിച്ച് കാലുകൾ നിലത്തിഴച്ച് ദുർബ്ബലനായ ചെറിയ ലെഫ്റ്റനന്റ് 'ഒ'യുടെ പിറകിലിരുന്ന് സവാരിചെയ്യുന്നതുകണ്ട് ഞങ്ങൾക്ക് ചിരിയടക്കാനായില്ല.

ചില സമയങ്ങളിൽ കളി വൈകിപ്പോകുന്ന വേളയിൽ ഭൃത്യന്മാർ ആറു പേർക്കായി മൂന്നു ഗ്ലാസ് ചായ സ്പൂണില്ലാതെ കൊണ്ടുവരും. കളി കഴിഞ്ഞവർ ഞങ്ങൾക്കൊരുക്കിയ സെറ്റികളിൽ വന്നിരിക്കും.

അവർക്കരികിൽ ഞങ്ങൾക്കെല്ലാം അപരിചിതനായ, വളഞ്ഞ കാലുകളുള്ള ഒരാൾ നിന്നിരുന്നു. ചെമ്മരിയാട്ടിൻതോലുകൊണ്ടുള്ള കോട്ടും സർക്കാസിയൻ തൊപ്പിയും നീണ്ടിഴയുന്ന വെള്ള ശിരോലങ്കാരവും ധരിച്ച അയാൾ നില്ക്കുന്നിടത്തേക്ക് ഞങ്ങൾ ചെല്ലുന്നേരം അയാൾ പതറുന്ന അടിവെക്കും. അയാൾ തൊപ്പി തലയിൽ വെക്കുകയും ഞങ്ങളെ പരിചയപ്പെടുത്താനെന്നോണം മുന്നോട്ടായുകയും പിന്നീട് നിന്നിടത്തുതന്നെ വീണ്ടും നില്ക്കുകയും ചെയ്തു. അങ്ങനെതന്നെ പതറിനില്ക്കാതെ ഞങ്ങളെ സന്ധിക്കാൻതന്നെ മനസ്സുവെച്ച് ഒരിക്കൽ അയാൾ തൊപ്പിയൂരി, ഞങ്ങളുടെ ചുറ്റും വട്ടമിട്ട് ക്യാപ്റ്റൻ എസിനടുത്തേക്കുചെന്നു.

“ഹാ ഗുഡ് കാന്തിൻലി, എങ്ങനെയുണ്ട് ചങ്ങാതീ?” തുറന്നു ചിരിച്ചുകൊണ്ട് തന്റെ സവാരിക്കിടയിൽ ക്യാപ്റ്റൻ ‘എസ്’ ചോദിച്ചു.

‘എസ്’ വിളിച്ചതുപോലെ ഗുഡ് കാന്തിൻലി പെട്ടെന്നുതന്നെ തന്റെ തൊപ്പി തലയിൽനിന്നെടുത്ത് ജാക്കറ്റ് പോക്കറ്റുകളിൽ കൈകൾ തിരുകുന്നതുപോലെ നടിച്ചു. പക്ഷേ, എന്റെ വശത്തേക്കുള്ള പോക്കറ്റുണ്ടായിരുന്നില്ല. അയാളുടെ ചുവന്നു ചെറിയ കൈ കുഴഞ്ഞു താഴേക്കൂർന്നു. ഈ മനുഷ്യൻ ആരാണെന്നറിയാനുള്ള ഉൽക്കടമായ ആകാംക്ഷ എന്നിലുണ്ടായി. (അയാൾ ഒരു യങ്കറോ അതോ തരംതാഴ്ത്തപ്പെട്ട ഓഫീസറോ?) ഞാൻ അയാളെ ഉറ്റുനോക്കുന്നത് അയാളിൽ വല്ലായ്മയുളവാക്കി. ഞാൻ അയാളുടെ പ്രകൃതവും വസ്ത്രധാരണവും തുറിച്ചുനോക്കിക്കൊണ്ടിരുന്നു. അയാൾക്ക് ഏതാണ്ട് ഒരു മുപ്പതു വയസ്സായിക്കാണുമെന്ന് ഞാൻ കരുതി. മുഖത്തേക്കു തൂങ്ങിക്കിടക്കുന്ന മുഷിഞ്ഞ വെളുത്ത ചെമ്മരിയാട്ടിൻതോലിന്റെ തൊപ്പിക്കുള്ളിൽനിന്ന് ഉറക്കംതൂങ്ങിയതാണെങ്കിലും അയാളുടെ ചെറിയ ഉരുണ്ട ചാരനിറത്തിലുള്ള കണ്ണുകൾ ശാന്തമായി എന്തോ ഉറ്റുനോക്കുന്നുണ്ടായിരുന്നു. അയാളുടെ തൂങ്ങിയ കവിളുകളും തടിച്ച വിലക്ഷണമായ മൂക്കും ഏതോ രോഗത്തിന്റെ ഫലമാണെന്നതിന്റെ തെളിവാണ്. അതു പ്രകൃത്യാ ഉള്ളതായിരുന്നില്ല. അയാളുടെ അസ്വസ്ഥമായ ചുണ്ടുകൾ, വെളുത്തു മൃദുവായി അങ്ങിങ്ങു പാറിക്കിടക്കുന്ന മീശകൊണ്ട് മറഞ്ഞിരുന്നു. അതിന്റെ ആകൃതി ഇടയ്ക്കിടെ ഭാവമാറ്റം വരുത്താനെന്നവണ്ണം രൂപപ്പെടുത്തിക്കൊണ്ടിരുന്നു. പക്ഷേ, ഈ ഭാവപ്രകടനങ്ങളൊക്കെ അവസാനിക്കാത്തതാണെന്നു തോന്നിപ്പോകുന്നു. അയാളുടെ മുഖം ഭീരുത്വമുള്ളതും ഭയപ്പെട്ടതുമായി നിലനിന്നിരുന്നു. അയാളുടെ മെലിഞ്ഞു കഴുത്തിനുചുറ്റും ഞരമ്പുകൾ എഴുന്നുനിന്നിരുന്നു. ജാക്കറ്റിനോട് കുടുക്കിയിട്ട പച്ചക്കമ്പിളി വേഷ്ടികൊണ്ട് അത് ചുറ്റിക്കെട്ടിയിരുന്നു. അയാളുടെ രോമക്കുപ്പായം മുഷിഞ്ഞതും കീറിയതും ചെറുതും കോളറും പോക്കറ്റുകളും നായയുടെ രോമംകൊണ്ട് തുന്നിക്കൂട്ടിയതുമായിരുന്നു. ചെക്കുകളുള്ള ട്രൗസറും ചാരനിറത്തിലുള്ള മങ്ങിയ കറുപ്പ് മിലിറ്ററി ബൂട്ടുകളുമിട്ടിട്ടുണ്ടായിരുന്നു.

“വിഷമിക്കാതിരിക്കൂ പ്ലീസ്” രണ്ടാമത്തെ പ്രാവശ്യം അയാൾ

ഭീരുത്വത്തോടെ തൊപ്പിയെടുത്ത് എന്നെ ഒളിഞ്ഞുനോക്കിയപ്പോൾ ഞാൻ പറഞ്ഞു.

അയാൾ തൊപ്പിയെടുത്ത് എന്റെ നേരേ നന്ദിയോടെ വണങ്ങി പോക്കറ്റിൽനിന്ന് മുഷിഞ്ഞ ഒരു പുകയിലസഞ്ചിയെടുത്ത് സിഗററ്റ് ചുരുട്ടാൻ തുടങ്ങി.

ഞാൻ ഒരിക്കലും യങ്കർ ആയിരുന്നിട്ടില്ല. എന്റെ യുവ സഹപ്രവർത്തകരോട് നല്ല രീതിയിൽ പെരുമാറാൻ കഴിയാഞ്ഞിട്ടാണെങ്കിലും ഇത്തരം അവസ്ഥയിലെത്തിയ ഗർവ്വികളായവരുടെ വിഷമതകൾ എനിക്കറിയാമായിരുന്നു. ഇത്തരക്കാരോട് എനിക്ക് സഹാനുഭൂതിയുണ്ടായിരുന്നു. അവരുടെ സ്വഭാവവും പദവിയും അറിയാനായി ഞാൻ ശ്രമിച്ചിരുന്നു. അവരുടെ വ്യക്തിഗതതാല്പര്യങ്ങളും സ്വഭാവവൈചിത്ര്യങ്ങളും അവരെ വിലയിരുത്താൻ സഹായിച്ചിരുന്നു. ഇത്തരത്തിൽ തരംതാഴ്ത്തപ്പെട്ട ഈ ഓഫീസറുടെ അസ്വസ്ഥമായ കണ്ണുകളും സ്വഭാവമാറ്റവും കൊണ്ട് അയാളിൽ കാണപ്പെട്ട വിഡ്ഢിത്തവും അഹങ്കാരവും കൂടുതൽ സഹതാപം പിടിച്ചുപറ്റുന്നതരത്തിലുള്ളതായിരുന്നു.

ക്യാപ്റ്റൻ എസ് ഞങ്ങളെ പന്തേറുകളിക്കായി ക്ഷണിച്ചു. അതിൽ പന്തയംവെക്കലുൾപ്പെടുത്തി. ജയിച്ചവരെ പുറത്തേറ്റി നടത്തുക മാത്രമായിരുന്നില്ല, ചുവന്ന വീഞ്ഞ്, റം, പഞ്ചസാര, മധുരമുള്ള വീഞ്ഞ്, തണുപ്പിനുപകരിക്കുന്നതരം ഞങ്ങളുടെ വിഭാഗത്തിൽ വലിയ പ്രചാരത്തിലായിരുന്നതൊക്കെക്കൂടി ഉണ്ടായിരുന്നു.

ക്യാപ്റ്റൻ 'എസ്' വീണ്ടും വിളിച്ചപോലെ ഗുസ്കാവ്റ്റിനിയും പങ്കെടുക്കാനായി ക്ഷണിക്കപ്പെട്ടു. പക്ഷേ, കളി തുടങ്ങുന്നതിനുമുമ്പ് അയാൾ നന്ദിപറയാൻ കൊടുമ്പിരിക്കൊള്ളുന്നതായി തോന്നി, ആ പാർട്ടിയിൽ ക്ഷണിക്കപ്പെട്ടതിന് എസിനോടായി. അദ്ദേഹം എസിനെ ഒരു ഭാഗത്തേക്കു കൊണ്ടുപോയി എന്തോ മന്ത്രിക്കുന്നുണ്ടായിരുന്നു. നല്ല സ്വഭാവക്കാരനായ ക്യാപ്റ്റൻ തന്റെ വലിയ തടിച്ച മുഷ്ടികൊണ്ട് അയാളുടെ വാരിക്കു കുത്തിക്കൊണ്ട് ഞങ്ങൾ കേൾക്കത്തക്കവണ്ണം മറുപടി പറഞ്ഞു:

"ഒരിക്കലുമല്ല സുഹൃത്തേ, നിനക്ക് ഞാനുറപ്പു തരുന്നു."

കളി കഴിഞ്ഞപ്പോൾ താണ പദവിയിലുള്ള അയാൾ വിജയിയായി. അയാളെ പുറത്തേറ്റാനായി നറുക്കു വീണത് ഞങ്ങളുടെ ഓഫീസറായ എൻസൈൻ ഡി ക്കായിരുന്നു. എൻസൈന്റെ മുഖം ചുവന്നുതുടുത്തു. അയാൾ ദിവാനിൽ ചെന്നിരുന്ന് ഒരു സന്ധിക്കെന്നവണ്ണം അയാൾക്ക് സിഗററ്റ് വെച്ചുനീട്ടി.

അവർ വീഞ്ഞിനായി ഓർഡർ ചെയ്തപ്പോൾ, നികിതയുടെ വകയായി കൂടാരത്തിൽ ഒരുക്കങ്ങൾ തയ്യാറായി. കൂടാരത്തിന്റെ ഇരുണ്ടയിടങ്ങളിൽ അയാളുടെ നിഴൽ പതിഞ്ഞു. ഞങ്ങൾ ഏഴുപേർ ബെഞ്ചിൽ വട്ടമിട്ടിരുന്നു. മൂന്നു ഗ്ലാസുകളിൽനിന്ന് ചായ കുടിച്ച് നിലാവിൽ പ്രകാശമരുളാൻ തുടങ്ങുന്ന സമതലത്തിലേക്കുറ്റുനോക്കിക്കൊണ്ടിരുന്നു. വിവിധ കളികളെപ്പറ്റി സംസാരിക്കുകയുമുണ്ടായി.

രോമക്കുപ്പായമിട്ട ആ അപരിചിതൻ ഞങ്ങളോടൊപ്പം സംഭാഷണത്തിൽ ചേർന്നില്ല. ഞാൻ പലതവണ പറഞ്ഞിട്ടും അയാൾ ചായ കുടിക്കാൻ കൂട്ടാക്കാതെ വാശിപിടിച്ചു. തറയിലിരുന്ന് സിഗററ്റുണ്ടാക്കി ഒന്നിനു പിറകേ മറ്റൊന്നായി വലിച്ചുകൊണ്ടിരുന്നു. ഒന്നും ചെയ്യാനില്ല, അവനെപ്പോലെ അയാൾ അസംതൃപ്തനായി കാണപ്പെട്ടു. പിറ്റേന്നു തിരിച്ചു പോകാനുള്ള കല്പന കിട്ടുമെന്ന പ്രതീക്ഷയാൽ അയാൾ എഴുന്നേറ്റുനിന്നുകൊണ്ട് ക്യാപ്റ്റൻ 'ബി'യെ മാത്രം അഭിസംബോധന ചെയ്ത് താൻ നാളെ പോകുമെന്നു പറഞ്ഞു. അയാൾ സംസാരിച്ചപ്പോൾ ഞങ്ങളാരും ശബ്ദിച്ചില്ല. എന്നിരിക്കിലും യഥാർത്ഥത്തിൽ അയാൾ വളരെ സഭാകമ്പമുള്ളയാളായിരുന്നു. രസകരമായ ഈ വാർത്താശകലം ആവർത്തിക്കാൻ ഞങ്ങൾ അയാളോടഭ്യർത്ഥിച്ചു, കെഞ്ചി. അയാൾ പറഞ്ഞത് ആവർത്തിച്ചു. ഓർഡർ വരുന്നതുവരെ അയാൾ ഇവിടെത്തന്നെ താമസിക്കുമെന്നും കൂട്ടിച്ചേർത്തു.

"ഇങ്ങോട്ടുനോക്കൂ സുഹൃത്തേ, ഞങ്ങളോട് കളവല്ല താങ്കൾ പറയുന്നതെങ്കിൽ.... ഞാൻ കമ്പനിയിൽ പോയി നിങ്ങൾക്ക് നാളെ ഒരു ഓർഡർ തരാം...." ക്യാപ്റ്റൻ പറഞ്ഞു.

"എന്തിന്... അത് അങ്ങനെതന്നെയായിരിക്കും, എനിക്കു തീർച്ചയുണ്ട്...." അയാൾ പിറുപിറുത്തു. പക്ഷേ, പെട്ടെന്നുതന്നെ നിർത്തി, താൻ പരിഹസിക്കപ്പെടുകയാണോ എന്ന തോന്നൽകൊണ്ട് പുരികമൊന്നു ചുളിച്ച്, പല്ലുകൾക്കിടയിലിട്ട് എന്തോ പിറുപിറുത്ത് വീണ്ടും സിഗരറ്റ് ചുരുട്ടാൻ തുടങ്ങി. അത് സഞ്ചിയിൽനിന്ന് പുറത്തേക്ക് വരാതെ, അയാൾ എസിനോട് ഒരു ചെറിയ സിഗരറ്റ് കടംകൊടുക്കാനാവശ്യപ്പെട്ടു. വിരസവും മടുപ്പിക്കുന്നതുമായ മിലിട്ടറി ചുറ്റുപാടുകളിൽ എല്ലാവരും പരാതിപ്പെടുന്നുണ്ടായിരുന്നു. ഒരാളിൽ സഹതപിക്കുന്നതും ഒരാളെ സ്തുതിക്കുന്നതും ഒരാൾക്ക് എത്ര ലാഭമുണ്ടായെന്നും മറ്റൊരാൾക്ക് എത്ര നഷ്ടം വന്നുവെന്നും അങ്ങനെയങ്ങനെ.... ഞങ്ങളുടെ മേലുദ്യോഗസ്ഥരെ വിലയിരുത്തി ഞങ്ങൾ സംസാരിച്ചു.

"സുഹൃത്തുക്കളേ, നമ്മുടെ സേനാധിപതി തികച്ചും തകർന്നിരിക്കയാണ്" ക്യാപ്റ്റൻ എസ് പറഞ്ഞു. "തലസ്ഥാനത്ത് അയാൾ എല്ലായ്പ്പോഴും ജയിക്കുന്ന ഭാഗത്തായിരുന്നു, ആരുടെകൂടെ ഇരുന്നാലും ശരി. പക്ഷേ, ഇപ്പോൾ കഴിഞ്ഞ രണ്ടു മാസങ്ങളിൽ അയാൾക്ക് എല്ലാം നഷ്ടപ്പെടുകയായിരുന്നു. ഇപ്പോഴത്തെ പര്യടനത്തിലൊന്നും അയാൾ ഭാഗ്യവാനായിരുന്നില്ല. രണ്ടായിരത്തോളം വെള്ളി റൂബിളുകൾ, അഞ്ഞൂറു റൂബിളിനു വിലമതിക്കുന്ന സാധനങ്ങൾ - കാർപ്പറ്റ്, പിസ്റ്റൾ, വോറോൻഡോ കൊടുത്ത സ്വർണ്ണവാച്ച് ഇവയൊക്കെ അയാൾക്ക് കിട്ടിയിട്ടുണ്ടെന്നാണ് എന്റെ കണക്ക്. അതൊക്കെ അയാൾക്ക് നഷ്ടപ്പെട്ടു."

"അയാൾ എല്ലാവരെയും ഇക്കാര്യത്തിൽ ചതിക്കുകയെന്നതായിരുന്നു സത്യം" ലെഫ്റ്റൻനന്റ് 'ഒ' പറഞ്ഞു. "അവനോടൊപ്പം കളിക്കുക പ്രയാസമാണ്."

"അവൻ എല്ലാവരെയും ചതിച്ചു. പക്ഷേ, ഇപ്പോൾ എല്ലാം അവന്റെ പൈപ്പിൽ പൊയ്പ്പോയി." ക്യാപ്റ്റൻ 'എസ്' ചിരിച്ചു. "നമ്മുടെ സുഹൃത്ത് ഗുസ്കോഫ് ഇവിടെ അയാൾക്കൊപ്പം ജീവിച്ചിരിപ്പുണ്ടായിരുന്നു. അയാൾക്ക് അയാളെത്തന്നെ നഷ്ടപ്പെട്ടില്ല ഇതുവരെ അല്ലേ സുഹൃത്തേ?" ഗുസ്കോഫിനെ നോക്കി അയാൾ ചോദിച്ചു.

ഗുസ്കോഫ് ചിരിക്കാൻ ശ്രമിച്ചു. വിഷാദമയമായ, ദുർബ്ബലമായ ചിരിയിൽ അത് മുഖത്തെ ജാള്യത മറയ്ക്കാൻ സഹായിച്ചു. ക്യാപ്റ്റൻ എസ് വിളിച്ച ഗുസ്കോഫ് എന്ന പേര് എനിക്ക് പരിചിതമായിരുന്നു. ആ മനുഷ്യനെ മുമ്പേ അറിയാമായിരുന്നു എന്നെനിക്കു തോന്നിയിരുന്നു. പക്ഷേ, എങ്ങനെ, എപ്പോൾ അയാളെ കണ്ടു, അറിഞ്ഞു എന്നൊന്നും ഞാൻ ഓർമ്മിക്കുന്നുണ്ടായിരുന്നില്ല.

"ശരി" ഗുസ്കോഫ് കൈ മീശയിൽ വെച്ചുകൊണ്ട് പറഞ്ഞു. പക്ഷേ, മീശയിൽ തൊടാതെ കൈയെടുത്തു. "പാവൽ ദിമിത്രിവിച്ചിന്റെ ഈ പര്യടനത്തിൽ ഭാഗ്യം അവനെതിരെയായിരുന്നു. 'വീൻ ഡി മല്ഹർ' എന്ന ഫ്രഞ്ചുച്ചാരണത്തിൽ അദ്ദേഹം പറഞ്ഞുനിർത്തി. വീണ്ടും അയാളെപ്പറ്റി എവിടെയോവെച്ച് കണ്ടിരുന്നതായി ഞാൻ ചിന്തിക്കാൻ തുടങ്ങി.

"എനിക്ക് പാവൽ ദിമിത്രിവിച്ചിനെ നന്നായി അറിയാം. അയാൾക്ക് എന്നെ വലിയ വിശ്വാസമാണ്" അയാൾ പറയുന്നത് തുടർന്നു. "ഞാനും അയാളും പഴയ സുഹൃത്തുക്കളാണ്, അതുകൊണ്ട് അയാൾക്കെന്നോടിഷ്ടമാണ്" അയാൾ വിശദീകരിച്ചു. സേനാപതിയുമായുള്ള പഴയ സൗഹൃദം അവകാശപ്പെടുന്നത് ഒരു ദുരഹങ്കാരമായി വ്യാഖ്യാനിക്കപ്പെടുമോ എന്ന ഭയം വെളിവാകുന്നപോലെ കാണപ്പെട്ടു.

"പാവൽ ദിമിത്രിവിച്ച് അസാദ്ധ്യമായി കളിക്കുമായിരുന്നു; പക്ഷേ, ഇപ്പോൾ ആ കഴിവെല്ലാം പൊയ്പ്പോയപോലെ കാണപ്പെട്ടു. അയാളാകെ നശിച്ചപോലെ ആയിരിക്കുന്നു." എന്നെ പ്രത്യേകിച്ച് അഭിസംബോധന ചെയ്ത് അയാൾ കൂട്ടിച്ചേർത്തു.

ഞങ്ങൾ ആദ്യമൊക്കെ ഗൗരവത്തിൽ അയാളെ ശ്രദ്ധിച്ചിരുന്നു. എങ്കിലും രണ്ടാമത്തെ ഫ്രഞ്ച് ചൊല്ല് കേട്ടതോടെ ഞങ്ങൾ അയാളിൽ നിന്നകന്നു.

"ഞാൻ അയാളുമൊത്ത് ഒരായിരം തവണയെങ്കിലും കളിച്ചിട്ടുണ്ടാവും; അത് അസാധാരണമാണെന്ന് ഞാൻ സമ്മതിക്കുകയും ചെയ്തിട്ടുണ്ട്, ലഫ്റ്റനന്റ് 'ഒ' പറഞ്ഞു. 'അസാധാരണം' എന്ന വാക്കിന് പ്രത്യേക ഊന്നൽ കൊടുത്തുകൊണ്ട്. 'അയാളിൽനിന്ന് ഒരിക്കലും ഒരു റൂബിൾപോലും ജയിച്ചിട്ടില്ല. ഞാൻ സാധാരണ മറ്റുള്ളവരിൽനിന്ന് ജയിക്കുക പതിവുള്ളപ്പോൾ എന്തുകൊണ്ടായിരുന്നു ഇതിങ്ങനെ?"

"പാവൽ ദിമിത്രിവിച്ച് പ്രശംസനീയമാംവണ്ണം കളിച്ചിരുന്നു. ഒരുപാടു കാലമായി അദ്ദേഹത്തെ എനിക്കറിയാം," ഞാൻ പറഞ്ഞു. യഥാർത്ഥത്തിൽ ആ സേനാപതിയെ ഞാൻ കുറെ വർഷങ്ങളായി അറിയും. ചുറ്റും ഓഫീസർമാരുടെയിടയിൽ അയാളെ പലപ്രാവശ്യം

ഞാൻ കണ്ടിട്ടുണ്ട്. അയാളുടെ സൗന്ദര്യം, മ്ലാനവും ശാന്തവുമായ മുഖം, സസൂക്ഷ്മം പ്രയോഗിക്കുന്ന മാലോ-റഷ്യൻ ഉച്ചാരണം, അയാളുടെ ജംഗമസ്വത്തുക്കളും കുതിരകളും, ആത്മവിശ്വാസം, പൗരുഷമുള്ള ആകാരം ആത്മനിയന്ത്രണവും കഴിവും, കൃത്യവും പഥ്യവുമായി കളിയിലുള്ള സാമർത്ഥ്യം ഇവ മഹനീയമായിരുന്നു. ഒന്നിലധികം തവണ ഞാൻ പറയുന്നതിൽ ക്ഷമിക്കണം. ഒന്നിനു പിറകേ മറ്റൊന്നായി കാർഡ്സ് എറിയുമ്പോൾ തടിച്ച കൈയിലെ വജ്രമോതിരമണിഞ്ഞ അയാളുടെ ചൂണ്ടുവിരൽ അസൂയയോടെ നോക്കിനില്ക്കാറുണ്ടായിരുന്നു. അയാളുടെ വെളുത്ത കൈകളും അയാളുടെ എല്ലാംതന്നെയും എന്നിൽ ദുഷ്ചിന്തകൾ നിറച്ചിരുന്നു. പക്ഷേ, പിന്നീട് ഞാൻ കാര്യങ്ങൾ ശാന്തമായി വിചിന്തനം ചെയ്തു. മറ്റാരെക്കാളും അയാളുടെ കളിയിലുള്ള സാമർത്ഥ്യം കൂടുതൽകൂടുതൽ കളികളിലേർപ്പെടുമ്പോൾ ഞാൻ സ്വയം ബോദ്ധ്യപ്പെടുത്തി. ഞാനയാളുടെ സാധാരണയായുള്ള നിരീക്ഷണങ്ങൾ ശ്രദ്ധിച്ചു. പന്തയത്തിൽ എന്തൊക്കെ സൂത്രങ്ങളുപയോഗിക്കണമെന്നും എങ്ങനെയൊക്കെ തടസ്സങ്ങളെ അതിജീവിക്കണമെന്നുമുള്ള അദ്ദേഹത്തിന്റെ നയം മാന്യമായിരുന്നു. മറ്റാരെക്കാളും ബുദ്ധികൂർമ്മതയോടും ശാന്തനായും കളിച്ചതുകൊണ്ടാണ് അയാൾ വിജയകിരീടം ചൂടുന്നതെന്ന യാഥാർത്ഥ്യം സത്യം പറഞ്ഞാൽ വ്യക്തമാണ്. ഇപ്പോൾ ഈ സ്വാശ്രയശീലം പണത്താലല്ല, അയാളുടെ പരിശ്രമങ്ങൾകൊണ്ടാണെന്നത് ഒരു ശ്രദ്ധയുള്ള കളിക്കാരൻ കടംകൊള്ളേണ്ടതാണെന്നു തോന്നുന്നു. ഇതിനാലാണ് അയാൾ ഓഫീസർമാരെപ്പോലും താഴേക്കിടയിലാക്കുന്നത്.

“അയാൾക്ക് ഒരു പൈശാചികമായ ഭാഗ്യംതന്നെയാണ്” ലഫ്റ്റനന്റ് ‘ഒ’ പറഞ്ഞു. “ഒരിക്കലും ഞാൻ അയാളുമായി കളിക്കില്ലെന്ന് പ്രതിജ്ഞയെടുത്തിട്ടുണ്ട്.”

“എന്തൊരത്ഭുതമാണ് നിങ്ങൾ സുഹൃത്തേ!” എന്റെ നേരേ തലയാട്ടിക്കൊണ്ട് ‘എസ് പറഞ്ഞു. “നിങ്ങൾക്ക് അയാളെക്കൊണ്ട് 300 വെള്ളി റൂബിളെങ്കിലും നഷ്ടപ്പെട്ടിട്ടുണ്ടായിരിക്കും.”

“അതിലും കൂടുതൽ” കുപിതനായി ലഫ്റ്റനന്റ് ‘ഒ’ പറഞ്ഞു.

“ഇപ്പോൾ നിങ്ങൾ സ്വബോധത്തിലേക്കെത്തിയിരിക്കുന്നു; ഈ ദിവസം വൈകിയാണെങ്കിലും. സുഹൃത്തേ, അയാൾ ഈ റെജിമെന്റിലെ ഒരു ചതിയനാണെന്ന് ഞങ്ങൾക്കെല്ലാം വളരെ നേരത്തേതന്നെ അറിയാമായിരുന്നു” ‘എസ്’ പറഞ്ഞു. അയാളുടെ ചിരിയിൽ അടക്കിനിർത്തിക്കൊണ്ട്, അയാളുടെ കഥ കെട്ടിച്ചമയ്ക്കലിൽ തൃത്പിപ്പെട്ടുകൊണ്ട്. “ഇവിടെ ഗുസ്കോഫ് ശരിയാണ്, അയാൾ കാർഡുകൾ അയാൾക്കായി ഉറപ്പിക്കുന്നു. അതാണവർ തമ്മിലുള്ള സുഹൃദ്ബന്ധത്തിന്റെ കാരണം. സുഹൃത്തേ!” ക്യാപ്റ്റൻ ‘എസ്’ ഒന്നായി കുലുങ്ങി പൊട്ടിച്ചിരിച്ചു. ഹാ... ഹാ.... അയാളുടെ കൈയിൽ പിടിച്ച ഗ്ലാസിലെ വീഞ്ഞ് തുള്ളിത്തുളുമ്പി. ഗുസ്കോഫിന്റെ മെലിഞ്ഞുവിളർത്ത മുഖം വിവർണ്ണമായി. അയാൾ പല

പ്രാവശ്യം വായതുറക്കുകയും മീശയ്ക്കുനേരേ കൈയുയർത്തുകയും ഒരിക്കൽക്കൂടി പോക്കറ്റിൽ തിരുകുകയും നേരേ നിവർന്നുനില്ക്കുകയും പിന്നീട് വീണ്ടും ഇരിക്കുകയും ചെയ്തു. ഒടുവിൽ കൃത്രിമശബ്ദത്തിൽ എസിനോടായി ഇങ്ങനെ പറഞ്ഞു:

"നിക്കോളായ ഇവാനോവിച്ച്, എന്നെ അറിയുകയോ ഈ കുപ്പായത്തിൽ എന്നെ കണ്ടിട്ടില്ലാത്തതോ ആയ ആളുകളോട് നിങ്ങൾ ഇത്തരം കാര്യങ്ങൾ പറയുന്നത്.... തമാശയാണ്.... കാരണം...." അയാളുടെ ശബ്ദം ഇടറിപ്പോയി. വീണ്ടും വൃത്തികെട്ട നഖങ്ങളുള്ള അയാളുടെ ചുവന്ന നഖങ്ങൾ പോക്കറ്റിൽനിന്നെടുത്ത് മുഖത്തേക്കു നീട്ടി മീശയിലും മുടിയിലും മൂക്കിലും തൊട്ടു. കണ്ണുകൾ തിരുമ്മി കവിളിൽ വൃഥാ ചൊറിഞ്ഞു.

"ഇങ്ങനെ പറയുമ്പോൾ എല്ലാവരും അതറിയും സുഹൃത്തേ" 'എസ്' തുടർന്നു. ഗുസ്കോഫിന്റെ പരാതി ശ്രദ്ധിക്കാതെ തന്റെ പരിഹാസത്തിൽ സംതൃപ്തിപൂണ്ടു. ഗുസ്കോഫ് വീണ്ടും എന്തോ പറയാൻ തുനിഞ്ഞു. വലത്തേ കൈപ്പത്തി ഇടത്തേ കാൽമുട്ടിൽ വെച്ച് ഒരു അസ്വാഭാവികതയോടെ എസിനെ നോക്കി നിന്ദാപൂർവ്വം പുഞ്ചിരിച്ചുകൊണ്ട് നിന്നു.

"ഇല്ല" അയാളുടെ ചിരി ശ്രദ്ധിച്ചുകൊണ്ട് ഞാനെന്നോടുതന്നെ പറഞ്ഞു. "ഞാനയാളെ എവിടെവെച്ചോ കാണുക മാത്രമല്ല സംസാരിക്കുകയും ചെയ്തിട്ടുണ്ട്."

"നിങ്ങളും ഞാനും എവിടെയോവെച്ച് കണ്ടുമുട്ടിയിട്ടുണ്ട്!" നിശ്ശബ്ദതയെ ഭഞ്ജിച്ചുകൊണ്ട് ഞാൻ അയാളോട് പറഞ്ഞു. എസിന്റെ ചിരി ശാന്തമാകാൻ തുടങ്ങി. ഗുസ്കോഫിന്റെ മുഖം പെട്ടെന്ന് പ്രകാശിച്ചു. ആദ്യമായി തികച്ചും സന്തോഷപ്രദമായ ഭാവത്തോടെ അയാൾ എന്നെ തുറിച്ചുനോക്കി.

"ഞാൻ നിങ്ങളെ പെട്ടെന്ന് തിരിച്ചറിഞ്ഞു." അയാൾ ഫ്രഞ്ചിൽ മറുപടി പറഞ്ഞു. "48-ൽ മോസ്കോയിൽവെച്ച് എന്റെ സഹോദരിയുടെ അടുത്തുനിന്ന് ഇടയ്ക്കിടെ നിങ്ങളെ കാണാനുള്ള ഭാഗ്യമുണ്ടായിരുന്നു."

പുതിയ രീതിയിലുള്ള വേഷവിധാനത്തിൽ ആദ്യംതന്നെ അയാളെ എനിക്കു തിരിച്ചറിയാൻ കഴിയാഞ്ഞതിൽ ഞാൻ ഖേദം പ്രകടിപ്പിച്ചു. അയാൾ എഴുന്നേറ്റ് എന്റെ അടുക്കലേക്ക് വന്ന് അയാളുടെ നനഞ്ഞ ഇടറുന്ന കൈകൾകൊണ്ട് എന്റെ കൈ പിടിച്ചു. എന്നിട്ട് എന്റെയരികിലിരുന്നു. എന്നെ നോക്കുന്നതിനുപകരം, എന്നെ കാണുന്നതിൽ വളരെ സന്തോഷിക്കുന്നുണ്ടെങ്കിൽപ്പോലും അയാൾ ഓഫീസർമാരുടെ നേരേ സ്നേഹശൂന്യമായ വൈരാഗ്യത്തോടെ ഉറ്റുനോക്കുകയായിരുന്നു.

ഒരു പാർലറിൽവെച്ച് കൊല്ലങ്ങൾക്കുമുമ്പ് അയാളെ കണ്ടുമുട്ടിയതെന്ന് തിരിച്ചറിഞ്ഞതിനാലോ അയാളെ തിരിച്ചറിഞ്ഞ പരമാർത്ഥം അയാൾതന്നെ ഉന്നയിച്ചതിനാലോ എല്ലാ കാര്യത്തിലും അയാളുടെ മുഖവും പ്രകൃതവും നീക്കങ്ങളും മാറിപ്പോയിരിക്കുന്നുവെന്ന് എനിക്കു

തോന്നി. ഇപ്പോൾ ബാലിശമായ ഒരു സ്വയം സംതൃപ്തി തോന്നുന്നുണ്ടാവാം. അവജ്ഞയോടെയുള്ള ഈ പെരുമാറ്റവൈചിത്ര്യം എനിക്കു തോന്നുന്നു, അയാളിൽ കണ്ട സഹതാപാർദ്രമായ മനഃസ്ഥിതിയായിരിക്കണം. എന്റെ ആ പഴയ സുഹൃത്ത് എന്നിൽ അത്രയ്ക്കൊന്നും സഹതാപമുണർത്തിയില്ല.

ഞങ്ങളുടെ ആദ്യ കൂടിക്കാഴ്ച ഞാനിപ്പോൾ സ്പഷ്ടമായി ഓർക്കുന്നു. 1848 ൽ ഞാൻ മോസ്കോയിൽ പോകുമ്പോൾ കുട്ടിക്കാലം മുതലേയുള്ള സുഹൃത്തായ ഇവാഷിനയുടെ വീട്ടിൽ ഇടയ്ക്കിടെ പോകുമായിരുന്നു. അയാളുടെ ഭാര്യ സുന്ദരിയും നല്ല ആതിഥേയയുമാണെന്ന് എല്ലാവരും പറയാറുണ്ടെങ്കിലും എനിക്കത് തൃപ്തിയായില്ല.... ശൈത്യകാലം മുതൽ ഞാനവരെ മനസ്സിലാക്കിയിരുന്നു. പഠനം പൂർത്തിയാക്കുന്നതിനുമുമ്പുതന്നെ അവരുടെ സഹോദരനെപ്പറ്റി ഇടയ്ക്കിടെ അഭിമാനത്തോടെ അവർ വീമ്പു പറയാറുണ്ടായിരുന്നു. പീറ്റേഴ്സ്ബർഗ്ഗിലെ ഉന്നതകുല സമൂഹത്തിലെ ഏറ്റവും പരിഷ്കൃതനായി അവൻ അറിയപ്പെടുമെന്ന് അവർ പറയാറുണ്ട്. ഗുസ്കോഫിന്റെ അച്ഛൻ വലിയ ധനവാനും കീർത്തിമാനും സമുന്നത പദവിയലങ്കരിക്കുന്നവനുമായിരുന്നു. സഹോദരിയുടെ രീതികൾ മനസ്സിലാക്കിയതിനാൽ ആ ചെറുപ്പക്കാരനെ കണ്ടുമുട്ടുന്നതിൽ അല്പം നീരസമനുഭവപ്പെട്ടിരുന്നു. ഒരു വൈകുന്നേരം ഞാൻ ഇവാഷിനയോടൊപ്പം ഉണ്ടായിരുന്നപ്പോൾ, കറുത്ത കോട്ടും വെള്ള മേലങ്കി ടൈയുമായി കർഷകനെന്നു തോന്നിക്കുന്ന ഒരു കുറിയ ചെറുപ്പക്കാരനെ കണ്ടു. എന്റെ ആതിഥേയൻ എന്നെ അയാൾക്കു പരിചയപ്പെടുത്താൻ വെമ്പി. ഹങ്കേറിയൻ യുദ്ധപ്രവർത്തനത്തിന്റെ കാലം അയാളിൽനിന്ന് വളരെ വ്യത്യസ്തനായ ഞങ്ങളുടെയൊക്കെ ഒരു സുഹൃത്തിനെപ്പറ്റി ആ ചെറുപ്പക്കാരൻ ഇവാഷിനയുടെ മുന്നിൽനിന്ന് ആകാംക്ഷയോടെയും മര്യാദയോടെയും തന്റെ തൊപ്പി കൈയിൽ പിടിച്ചുകൊണ്ട് തർക്കിക്കയായിരുന്നു. ആ പരിചയം യുദ്ധത്തിനായി ജനിച്ച ഒരു മനുഷ്യനുമായോ ഒരു വീരനായകനുമായോ ആയി ആയിരുന്നില്ല. അയാൾ പറഞ്ഞതുപോലെ ഒരു ബുദ്ധിയുള്ള, സംസ്കാരമുള്ള, മനുഷ്യനെയായിരുന്നു കണ്ടത്. ഗുസ്കോഫിനെതിരായ വാദത്തിൽ ഞാനും പങ്കെടുത്തുവെന്നാണെന്റെ ഓർമ്മ. ബുദ്ധിയും സംസ്കാരവും വീരത്വത്തിന്റെ ബന്ധത്തിന് വൈപരീത്യമുണ്ടാക്കുമെന്ന് പ്രഖ്യാപിച്ചു. ധീരതയ്ക്ക് ബുദ്ധിയുടെയും അഭിവൃദ്ധിയുടെയും ആവശ്യമുണ്ടെന്ന് അയാൾ എന്നെ വളരെ സമർത്ഥമായും സന്തോഷമായും ബോധിപ്പിച്ചു. ഞാൻ സ്വയം ബുദ്ധിയുള്ളവനും സംസ്കാരമുള്ളവനുമാണെന്ന ചിന്ത എന്റെയുള്ളിൽ ഉദിച്ചിരുന്നില്ല.

ഞങ്ങളുടെ സംഭാഷണത്തിനിടയിൽ മാഡം ഇവാഷിന അവരുടെ സഹോദരനെ എനിക്കു പരിചയപ്പെടുത്തിയതായി ഞാനോർമ്മിച്ചു. ഒരു പുഞ്ചിരിയോടെ അയാളുടെ ഗ്ലൗസിട്ടിട്ടില്ലാത്ത പതറുന്ന ചെറിയ കൈ എന്റെ നേരേ നീട്ടി ഇപ്പോൾ ചെയ്തതുപോലെ ദുർബ്ബലമായി ഒന്നമർത്തി.

എനിക്ക് ഗുസ്കോഫിനുനേരേ ഇത്തിരി അതൃപ്തിയുണ്ടായിരുന്നെങ്കിലും അയാൾ ഒരു ശരിതന്നെയാണെന്ന് പ്രകീർത്തിക്കാതിരിക്കാനായില്ല. യഥാർത്ഥത്തിൽ സമൂഹത്തിലെ ഉന്നതന്മാരിൽ ബുദ്ധിമാനും സുസമ്മതനും അംഗീകരിക്കത്തക്കയാളുമാണ് അയാളെന്ന് ഞാൻ അവരോട് സമ്മതിച്ചു. അയാളിലെ അസാധാരണമാംവിധം ശുചിത്വവും സുന്ദരമായ വസ്ത്രധാരണവും ഉന്മേഷവും ആകർഷകവും വിനീതവുമായ ആചാരമര്യാദകളും കുട്ടിത്തം തോന്നിക്കുന്ന പ്രകൃതവും യൗവനവും ചിരിയും സ്വയംപര്യാപ്തമായ പെരുമാറ്റവുമൊക്കെ ഉന്നതവും മാന്യവുമായ അയാളുടെ വ്യക്തിത്വം പ്രകടമാക്കുന്നതായിരുന്നു. മോസ്കോയിലെ ഉന്നതശ്രേണിയിലുള്ള സ്ത്രീകളുടെയിടയിൽ അയാൾ വിജയിച്ചിരുന്നു. സഹോദരിയോടൊപ്പമുള്ള വിവേചനപരമായ സംഭവകഥകളും സന്തോഷങ്ങളും സംതൃപ്തിയും കാണുമ്പോൾ ഇതെത്രമാത്രം സത്യമാണെന്ന് ഞാനൂഹിക്കാറുണ്ട്. ഞങ്ങൾ തമ്മിൽ ഒരു ആറു തവണയെങ്കിലും കണ്ടുമുട്ടിയിട്ടുണ്ടാവും. അപ്പോൾ ഞങ്ങൾ നന്നായി സംസാരിക്കാറുണ്ട്, അല്ലെങ്കിൽ അവൻ രസികമായി സംസാരിക്കാറുണ്ട്, ഞാൻ കേട്ടിരിക്കാറുണ്ട്. അവൻ വളരെ നന്നായി ഫ്രഞ്ചിൽ സംസാരിക്കാറുണ്ടായിരുന്നു. നല്ല ഉച്ചാരണശുദ്ധിയും ആലങ്കാരികഭംഗിയുമുണ്ടായിരുന്നു അവന്റെ സംഭാഷണത്തിന്. സംഭാഷണങ്ങൾക്കിടയിൽ മറ്റുള്ളവരെ വളരെ മാന്യമായി ചിത്രീകരിക്കാനുള്ള കഴിവ് അവനുണ്ടായിരുന്നു. പൊതുവേയുള്ള ഒരു സ്വഭാവം എല്ലാവരോടും അവൻ വളരെ നന്നായി പെരുമാറുമെന്നുള്ളതായിരുന്നു. എന്നോടും എനിക്കു പരിചയമില്ലാത്തവരോടും ഇത്തിരി ഗൗരവത്തിലായിരുന്നു അവന്റെ പെരുമാറ്റം. ഇപ്പോൾ അവനെന്റെ അരികിലിരിക്കുമ്പോൾ പണ്ടത്തെ ഗർവ്വോടെയുള്ള ഭാവപ്രകടനങ്ങളോടെ എന്റെ കൈപിടിച്ച് ഓർമ്മകളയവിറക്കി. തരംതാണ ഉദ്യോഗപദവികൾ അവൻ അംഗീകരിക്കുന്നില്ലെന്ന് എനിക്കു തോന്നി. ഓഫീസർമാരുടെ സാന്നിദ്ധ്യത്തിൽ ഇക്കാലമത്രയും എന്തായിരുന്നു ചെയ്തതെന്നും ഇവിടെയെങ്ങനെ എത്തിച്ചേർന്നുവെന്നും ഞാൻ ചോദിച്ചു. എന്റെ മറുപടികൾ റഷ്യനിൽത്തന്നെ യാതൊരു വ്യത്യാസവുമില്ലാതെ ഞാൻ പറഞ്ഞപ്പോൾ അവന്റെ ചോദ്യങ്ങൾ ഫ്രഞ്ചിലായിരുന്നു; അതാണവന്റെ മാതൃഭാഷയെന്ന് അറിയിക്കുന്നെന്നോണം. അവൻ അവനെപ്പറ്റി വാചാലനായപ്പോൾ, ദൗർഭാഗ്യകരമായ ആ വൃത്തികെട്ട കഥ (ആ കഥയെന്താണെന്ന് എനിക്കറിയില്ല. അവനിതുവരെ അതെന്നോട് പറഞ്ഞിട്ടില്ല.)യ്ക്കുശേഷം മൂന്നു മാസം അറസ്റ്റിലായിരുന്നുവെന്നും പിന്നീടവൻ കാക്കസസിന്റെ വടക്കുഭാഗത്തെ റെജിമെന്റിലേക്കയയ്ക്കപ്പെട്ടുവെന്നും ഇപ്പോൾ മൂന്നു കൊല്ലമായി ഒരു സൈനികനായി ഈ റെജിമെന്റിൽ പ്രവർത്തിക്കുകയാണെന്നും പറഞ്ഞു.

"നിങ്ങൾ വിശ്വസിക്കില്ല" ഫ്രഞ്ചിൽത്തന്നെ അവൻ എന്നോട് പറഞ്ഞു, "ഈ റെജിമെന്റുകളിലെ ഓഫീസർമാരിൽനിന്ന് എത്രത്തോളം ഞാൻ സഹിച്ചുവെന്നോ. എന്നാലും നമ്മൾ സംസാരിച്ച സൈനികരെ

എനിക്കറിയാമെന്നത് എന്നെ വല്ലാതെ സന്തോഷിപ്പിക്കുന്നു. അദ്ദേഹം ഒരു നല്ല മനുഷ്യനാണ്. അതൊരു യാഥാർത്ഥ്യമാണ്." എളിമയോടെ അവനറിയിച്ചു. "ഞാൻ അദ്ദേഹത്തോടൊപ്പം ജീവിച്ചിരുന്നു. എന്റെ ഏക ആശ്വാസം അതുമാത്രമായിരുന്നു. അതെ, എന്റെ സുഹൃത്തേ, ദിവസങ്ങൾ പറന്നുപോയി. പക്ഷേ, അവയെല്ലാം ഒരേപോലെയായിരുന്നു." അവൻ കൂട്ടിച്ചേർത്തു. ഒരു സൈന്യനായകൻ ഞങ്ങളുടെ നേരേ നടന്നു വരുന്നതുകണ്ട് പെട്ടെന്ന് അവൻ ഒന്നു സംശയിച്ച്, ചുവന്നുതുടുത്ത് എഴുന്നേറ്റുനിന്നു.

"നിങ്ങളെപ്പോലെ ഒരാളെ കണ്ടുമുട്ടാനിടയായതിൽ വളരെ സന്തോഷമുണ്ട്" ഗുസ്കോഫ് പോകുമ്പോൾ തിരിഞ്ഞുനിന്ന് എന്നോടായി മന്ത്രിച്ചു.

"എനിക്ക് നിങ്ങളോട് ഏറെനേരം സംസാരിക്കണമെന്ന് വളരെ വളരെ ആഗ്രഹമുണ്ട്."

അവനോട് സംസാരിക്കുന്നതിൽ എനിക്കും വലിയ സന്തോഷമുണ്ടെന്ന് ഞാനവനോടു പറഞ്ഞു. പക്ഷേ, യഥാർത്ഥത്തിൽ ഗുസ്കോഫ് എന്നിൽ അനുകമ്പയുണർത്തി.

അവനുമായുള്ള സ്വകാര്യസംഭാഷണത്തിൽ ഒരു നിയന്ത്രണമനുഭവപ്പെട്ടതുപോലെ എനിക്ക് ഒരു പൂർവ്വബോധമുണ്ടായി. എന്നാലും അവനിൽനിന്നും പലതും അറിയാൻ ഞാൻ ഉത്സുകനായിരുന്നു. എല്ലാറ്റിലുമുപരിയായി, അവന്റെ അച്ഛൻ ഒരു സമ്പന്നനായിരിക്കെ, പ്രത്യക്ഷത്തിൽ നമ്മൾ കാണുമ്പോലെ അവൻ വേഷത്തിലും കാഴ്ചയിലും ഇത്രയേറെ ദരിദ്രനായിത്തീർന്നതെങ്ങനെയെന്നറിയാൻ.

സൈന്യനായകൻ ഞങ്ങളെയെല്ലാവരെയും ഗുസ്കോഫിനെയടക്കം ആദരിച്ച് എന്റെ തൊട്ടടുത്തുള്ള കാഷിയർ ഓഫീസറുടെ ഒഴിവിലുള്ള സീറ്റിൽ വന്നിരുന്നു. പാവേൽ ദിമിത്രിവിച്ച് എപ്പോഴും അലസനും ശാന്തനുമായിരുന്നു. നല്ലൊരു ചൂതാട്ടക്കാരനാണെങ്കിലും ദരിദ്രനാണ്. വിജയം കൊയ്ത നാളുകളിൽനിന്ന് വളരെ വ്യത്യസ്തനാണിപ്പോൾ. എവിടേക്കോ പോകാനുണ്ടെന്ന മട്ടിൽ തിടുക്കപ്പെട്ട് എല്ലാവരെയും നോക്കിക്കൊണ്ട് അയാൾ അസ്വസ്ഥനായി കാണപ്പെട്ടു. അയാൾ എങ്ങോട്ടോ പോകാൻ തിരക്കിടുന്നതുപോലെ തോന്നി. എല്ലാവരെയും നോക്കിക്കൊണ്ടിരുന്നു. അഞ്ചു മിനിറ്റായില്ല, അയാൾ ലെഫ്റ്റനന്റ് 'ഒ'യോടു നിർദ്ദേശിച്ചു, ഒരു ബാങ്ക് തുടങ്ങാൻ. ലെഫ്റ്റനന്റ് 'ഒ' അതു നിഷേധിച്ചു. കാരണം പറഞ്ഞത് അയാൾക്ക് മറ്റു ജോലികൾ ചെയ്യാനുണ്ടെന്നാണ്. മാത്രമല്ല, വാസ്തവത്തിൽ അയാളുടെ കൈയിൽ ബാങ്ക് തുടങ്ങാൻമാത്രം പണമുണ്ടായിരുന്നില്ല. നൂറോ അതിൽ കുറവോ റൂബിളുകൾക്കുവേണ്ടി സേനാനായകന് മുന്നൂറു റൂബിൾ കളയാനാവില്ലായിരുന്നു.

"ശരി. പാവൽ ദിമിത്രിവിച്ച്," ലെഫ്റ്റനന്റ് പറഞ്ഞു. വീണ്ടും പറയാനാകാതെ ആകാംക്ഷയോടെയിരുന്നു. "അവർ നമ്മോടു പറഞ്ഞതുപോലെ നമ്മൾ നാളെ പോകുമോ?"

“എനിക്കറിയില്ല.” സൈന്യനായകൻ ഉത്തരം പറഞ്ഞു. “തയ്യാറായി നില്ക്കാൻ കല്പന വന്നിട്ടുണ്ട്. അത് ശരിയാണ്. എന്നാൽ നമ്മളൊരു കളി കളിക്കുക. ഞാൻ എന്റെ കബർഡ മേലങ്കി പണയംവെക്കാം!”

“ഇല്ല. ഇപ്പോൾത്തന്നെ കളിക്കില്ല.”

“അതൊരു ചാരനിറത്തിലുള്ളതും ഒരിക്കലുമണിയാത്തതുമാണ്. പക്ഷേ, നിങ്ങളതിനു തയ്യാറാണെങ്കിൽ പണത്തിനായി കളിക്കാം. എങ്ങനെയുണ്ട്?”

“ശരി. പക്ഷേ, ഞാൻ തയ്യാറാകും..... അങ്ങനെ ചിന്തിക്കാതിരിക്കാൻ പ്രാർത്ഥിക്ക്....” ലെഫ്റ്റനന്റ് ‘ഒ’ സംശയത്തോടെ പറഞ്ഞു.... “പക്ഷേ, ഒരു റെയ്ഡോ മറ്റോ വന്നാൽ ഞാൻ നേരത്തേ പോയി കിടക്കും.”

സൈനികൻ എഴുന്നേറ്റു. അയാളുടെ കൈകൾ പോക്കറ്റിൽ തിരുകി ഗ്രൗണ്ട് കടന്നുപോകാൻ തുടങ്ങി. അയാളുടെ മുഖത്ത് ഞാൻ ആരാധിച്ചിരുന്ന സാധാരണഭാവങ്ങളായ അഭിമാനവും ശാന്തതയും നിഴലിച്ചു.

“നിങ്ങൾക്ക് ഒരു ഗ്ലാസ് മധുരീകരിച്ച വീഞ്ഞു തരട്ടെ...?” ഞാൻ ചോദിച്ചു.

“അത് സ്വീകരിക്കാവുന്നതാണ്....” അയാൾ എനിക്കു നേരേ നടന്നു വന്നു; പക്ഷേ, ഗുസ്കോഫ് വളരെ മാന്യമായി എന്നിൽനിന്ന് ഗ്ലാസെടുത്ത് സൈനികനു കൈമാറി, അയാൾക്കുനേരേ നോക്കാൻ ശ്രമിക്കാതെ നടന്നു. പക്ഷേ, തമ്പിന്റെ കയർ ശ്രദ്ധിക്കാഞ്ഞതിനാൽ കാലിടറി കൈകുത്തി വീണപ്പോൾ ഗ്ലാസ് വിട്ടുപോയി.

“എന്തൊരു കരുതലില്ലാത്തവൻ” സൈനികൻ അപ്പോഴും ഗ്ലാസ് പിടിക്കാനോങ്ങുന്നതിനാൽ ആശ്ചര്യപ്പെട്ടു. ഗുസ്കോഫ് ഉൾപ്പെടെ മറ്റെല്ലാവരിൽനിന്നും കൂട്ടച്ചിരി മുഴങ്ങി. വീണപ്പോൾ മുട്ടു തട്ടിപ്പോയതിനാൽ അയാൾ വേദനിക്കുന്ന മുട്ടു തടവിക്കൊണ്ടിരുന്നു.

“അങ്ങനെയാണ് കരടി സന്ന്യാസിയെ കാത്തിരിക്കുന്നത്” സൈനികൻ തുടർന്നു. അങ്ങനെയാണയാൾ ദിവസേന ചെയ്യുന്നത്. തമ്പിന്റെ പിന്നുകൾ അയാൾ വലിച്ചെടുത്തു.

ഗുസ്കോഫ് ആരെയും ശ്രദ്ധിക്കാതെ ഞങ്ങളോടു മാപ്പു പറഞ്ഞ് ഖേദഭാവത്തോടെ എന്റെ നേരെ നോക്കി ചിരിച്ചു, അയാൾ പറയുന്നത് എനിക്കു മാത്രമേ മനസ്സിലാകൂ എന്ന മട്ടിൽ. അയാൾ വളരെ ദയനീയനായി കാണപ്പെട്ടു. പക്ഷേ, സൈനികൻ ആ കാരണത്താൽ ഗൗരവമുള്ളവനായി കൂട്ടാളിയോടു പെരുമാറി. അങ്ങനെ സാവകാശപ്പെടാൻ അനുവദിച്ചില്ല.

“ശരി, നിങ്ങളൊരു ദയാലുവാണ്. എങ്ങോട്ടാണ് നിങ്ങൾ പോകാൻ ആലോചിക്കുന്നത്?”

“ആർക്കാണ് ഈ പിന്നുകൾ ഇളക്കിയെടുക്കാൻ എന്നെ സഹായിക്കാൻ കഴിയുക പാവൽ ദിമിത്രിവിച്ച്?” ഗുസ്കോഫ് ചോദിച്ചു. “നിങ്ങൾ അവ മറ്റൊരു ദിവസം ഇളക്കിയെടുക്കൂ....”

“ഞാൻ, എന്റെ സുഹൃത്തേ, എനിക്ക് ഔദ്യോഗിക മേധാവിത്വമില്ല.

അങ്ങനെയുള്ള നല്ല കാര്യങ്ങളൊന്നും എന്നിൽനിന്ന് പ്രതീക്ഷിക്കാനില്ല."

"അയാൾ ഒരു മടിയനാണ്" ക്യാപ്റ്റൻ 'എസ്' പന്തുരുട്ടിക്കൊണ്ടു പറഞ്ഞു. "പക്ഷേ, താഴ്ന്ന റാങ്കിലുള്ളവർ അവരുടെ കാലുകൾ ഓടിക്കാൻ ശ്രമിക്കണം."

"അനവസരമായ പരിഹാസം" കണ്ണുകൾ താഴ്ത്തി മന്ത്രിക്കും പോലെ ഗുസ്കോഫ് പറഞ്ഞു. സൈനികൻ, അയാൾ പറഞ്ഞ ഓരോ വാക്കും ശ്രദ്ധയോടെ കേട്ടു.

"ശത്രുക്കളുടെ പെട്ടെന്നുള്ള ആക്രമണസ്ഥലത്തേക്ക് അയാളെ അയക്കേണ്ടിവരും" അയാൾ എസിനെ നോക്കി കാഷ്യറെ ചൂണ്ടി പറഞ്ഞു.

"അതെ, അവിടെ കുറച്ചുകൂടി കരയേണ്ടിവരും" എസ് ചിരിച്ചുകൊണ്ട് പറഞ്ഞു. ഗുസ്കോഫ് എന്റെ നേരേ നോക്കിയതേയില്ല. സഞ്ചിയിലെ പുകയില എടുക്കുകയാണെന്നു നടിച്ചെങ്കിലും അതിൽ ആ സമയത്ത് യാതൊന്നും അവശേഷിച്ചിരുന്നില്ല.

"പോകാൻ തയ്യാറാകൂ സുഹൃത്തേ" നല്ലൊരു ചിരിയോടെ 'എസ്' പറഞ്ഞു. "ഇന്നുരാത്രി ഒരാക്രമണമുണ്ടാകുമെന്ന് അറിയിപ്പുണ്ട്. അതുകൊണ്ട് വിശ്വസ്തരായ സൈനികർ ക്യാമ്പിൽ വേണം." ഗുസ്കോഫിന്റെ മുഖത്ത് ക്ഷണികമായ ഒരു ചിരി വിടർന്നു. ഒരു മറുപടി തയ്യാറാക്കുകയാണെന്നു തോന്നുന്നു. പക്ഷേ, പല പ്രാവശ്യം അയാൾ എസിന്റെ നേരേ വിനീതനായി നോക്കുന്നുണ്ടായിരുന്നു.

"ശരി, നിങ്ങൾ അയച്ചാൽ വീണ്ടും പോകാൻ ഞാൻ തയ്യാറാണ്," അയാൾ തിടുക്കപ്പെട്ട് പറഞ്ഞു.

"എന്നാൽ നിങ്ങൾ അയയ്ക്കപ്പെടും."

"ശരി, ഞാൻ പോകും. അങ്ങനെയല്ലേ?"

"അതെ. അർഗുണയിലേതുപോലെ നിങ്ങൾ തോക്കുവലിച്ചെറിഞ്ഞ് ആക്രമണകാരികളെ അകറ്റും" സൈനികൻ പറഞ്ഞു. അയാളിൽനിന്ന് മുഖം തിരിച്ച് അടുത്ത ദിവസത്തേക്കുള്ള കല്പനകളെപ്പറ്റി അയാൾ പറഞ്ഞു.

ശത്രുക്കളിൽനിന്ന് അന്നുരാത്രിതന്നെ ക്യാമ്പിൽ ഒരാക്രമണമുണ്ടാകും. അടുത്തദിവസംതന്നെ എന്തെങ്കിലും ഒരു മാറ്റമുണ്ടാകുമെന്നും സത്യത്തിൽ ഞങ്ങൾ പ്രതീക്ഷിച്ചു. ഞങ്ങൾ സാധാരണപോലെ പല പല വിഷയങ്ങളെപ്പറ്റിയും സല്ലപിച്ചിരിക്കേ, സൈനികൻ ലെഫ്റ്റനന്റ് 'ഒ'യോട് പെട്ടെന്നൊരു ആവേശത്തിൽ കളിക്കാനായി പറഞ്ഞു. അദ്ദേഹമതു സമ്മതിച്ചതിനാൽ എസിനോടൊപ്പം സൈനികനും തമ്പിലേക്കു പോയി. അവിടെ പച്ചനിറത്തിലുള്ള മടക്കുമേശയിൽ കാർഡുണ്ടായിരുന്നു. ക്യാപ്റ്റൻ, കമാണ്ടൻന്റിന്റെ തമ്പിലേക്ക് ഉറങ്ങാൻ പോയി. പിന്നാലെ മറ്റുള്ളവരും പിരിഞ്ഞുപോയി. ഗുസ്കോഫും ഞാനും തനിച്ചായി. എന്നെ സംബന്ധിച്ച് അയാളുമൊത്ത് മുഖാമുഖം നില്ക്കുന്നത് അസ്സഹനീയമാണെന്നറിയാം. ഒട്ടും താല്പര്യമില്ലാത്ത മട്ടിൽ ഞാനെഴുന്നേറ്റു.

ഞാൻ അങ്ങോട്ടുമിങ്ങോട്ടും വൃഥാ ഉലാത്തി. ഗുസ്കോഫ് വേഗതയിലും കുഴഞ്ഞും എനിക്കു ചുറ്റും എനിക്കൊരു ഉപദ്രവമാകാതെ നിശ്ശബ്ദനായി നടന്നു.

"ഞാൻ നിങ്ങളെ ബുദ്ധിമുട്ടിക്കുന്നില്ലല്ലോ?" അയാൾ കരയുന്ന പോലെ മൃദുവായ ശബ്ദത്തിൽ ചോദിച്ചു. മങ്ങിയപ്രകാശത്തിൽ എനിക്കയാളുടെ മുഖം കാണാൻ കഴിഞ്ഞിരുന്നില്ലെങ്കിൽപ്പോലും അയാൾ വളരെ അസ്വസ്ഥചിത്തനായും ശോകമൂകനുമായി തോന്നി.

"ഒരിക്കലുമില്ല." ഞാൻ മറുപടി പറഞ്ഞു. പക്ഷേ, പെട്ടെന്ന് ഒരു സംസാരത്തിന് ഞാനൊരുങ്ങിയില്ല. അയാളോട് എന്തു സംസാരിക്കണമെന്ന് എനിക്കറിയുമായിരുന്നില്ല. ഞാൻ ഒട്ടധികം നേരം അങ്ങനെ നിശ്ശബ്ദനായി നടന്നു.

സന്ധ്യാപ്രകാശം ഇപ്പോൾ തികച്ചും കൂരിരുട്ടായി മാറി. കുന്നിന്റെ കറുത്ത രൂപം സായന്തനത്തിന്റെ ഇളംചൂടുള്ള പ്രകാശത്തിൽ തിളങ്ങി. ഞങ്ങളുടെ തലയ്ക്കുമീതേ ഇളംനീലാകാശവും നക്ഷത്രങ്ങളും തിളങ്ങി. എല്ലാ ഭാഗത്തുനിന്നും കാവൽ വിളക്കുകളിലെ അരുണകിരണങ്ങൾ തട്ടി പ്രകൃതിയുടെ അന്ധകാരവിരുദ്ധമായി തമ്പുകൾ സ്ഫുരിച്ചുനിന്നു. കാവൽ വിളക്കുകളിലെ വെളിച്ചം സംഭാഷണത്തിലേർപ്പെട്ട ഞങ്ങളുടെ ഭൃത്യന്മാരുടെ ചുറ്റും പരന്നു. അവർ ഇടയ്ക്കിടെ തങ്ങളുടെ പിച്ചളത്തോക്കുകൾ മിനുക്കിക്കൊണ്ട് തീകായുകയായിരുന്നു. കനമുള്ള തോക്കുകളുടെ പിച്ചളഭാഗം തിളങ്ങി. അത് കാവല്ക്കാരന്റെമേൽ പതിച്ച് അയാൾ അളന്നുമുറിച്ച് അടികൾവെച്ച് ആയുധശേഖരത്തിന്റെ സ്ഥലത്തുകൂടെ നടന്നു.

"നിങ്ങളെപ്പോലെ ഒരാളുമായി സംസാരിക്കാൻ കഴിയുന്നതിൽ എനിക്കെത്ര സന്തോഷമുണ്ടെന്ന് നിങ്ങൾക്കു ചിന്തിക്കാനാവില്ല." ഒരു വാക്കുപോലും ഉച്ചരിക്കാതിരുന്നിട്ടും ഗുസ്കോഫ് പറഞ്ഞു. "എന്റെ സ്ഥാനത്തുള്ള ഒരാൾക്കു മാത്രമേ അതംഗീകരിക്കാൻ പറ്റൂ." എന്തു മറുപടി പറയണമെന്ന് എനിക്കറിയില്ലായിരുന്നു. ഞങ്ങൾ വീണ്ടും നിശ്ശബ്ദതയിലാണ്ടു. അയാൾക്ക് എന്നോടു സംസാരിക്കാനും അയാളെ കേട്ടുകൊണ്ടിരിക്കാനും ആകാംക്ഷയുണ്ടെന്നറിയാമായിരുന്നെങ്കിലും....

"എന്തുകൊണ്ട് നിങ്ങൾ.... എന്തുകൊണ്ടാണ് നിങ്ങൾ ഇത്രയും സഹിക്കുന്നത്?" ഞാൻ ഒടുവിൽ അന്വേഷിച്ചു. ആ സന്ദിഗ്ദ്ധാവസ്ഥയെ ഭേദിക്കാൻ മറ്റൊരു വഴിയും ഞാൻ കണ്ടില്ല.

"മെറ്റനിനിൽനിന്ന് ഇത്തരം വൃത്തികെട്ട ഇടപാടിനെക്കുറിച്ച് നിങ്ങളെന്തുകൊണ്ട് അറിഞ്ഞില്ല?..."

"അതെ. അതൊരു ദ്വന്ദ്വയുദ്ധമെന്നു തോന്നുന്നു. അതിനെപ്പറ്റി ഞാൻ വളരെയൊന്നും കേട്ടിരുന്നില്ല." ഞാൻ മറുപടി പറഞ്ഞു. "ഞാൻ കുറച്ചുകാലം കാക്കസസിലായിരുന്നെന്ന് നിങ്ങൾക്കറിയാമോ?"

"അല്ല. അതൊരു ദ്വന്ദ്വയുദ്ധമായിരുന്നില്ല. പക്ഷേ, അത് ഭീകരമായ ഒരു കഥയാണ്. ഞാനതിനെപ്പറ്റിയെല്ലാം പറഞ്ഞുതരാം, നിങ്ങൾക്കറിയില്ലെങ്കിൽ.

“പീറ്റേഴ്സ്ബർഗിൽ സഹോദരിയുടെ വീട്ടിൽവെച്ച് നിങ്ങളെ കണ്ടുമുട്ടിയ അതേ കൊല്ലംതന്നെയാണതു സംഭവിച്ചത്-അത്രയ്ക്കൊന്നും ബുദ്ധിമുട്ടുള്ള കൂട്ടത്തിലായിരുന്നില്ല ഞാനന്ന് എന്ന് എടുത്തുപറഞ്ഞേ മതിയാകൂ. 1949 ൽ ടൂറിനിൽ ഒരു എംബസി ജോലി വാഗ്ദാനം ചെയ്തു. എന്റെ അമ്മാവനിൽനിന്നും അമ്മയുടെ ഭാഗത്തുനിന്നും എല്ലാവിധ സ്വാധീനവും വന്നു. എനിക്കുവേണ്ടി എന്തും ചെയ്യാൻ അവർ തിടുക്കപ്പെട്ടു. അത്തരം കാര്യങ്ങളൊക്കെ കഴിഞ്ഞുപോയി. ടൗണിലുള്ള ഏതൊരു പെൺകുട്ടിക്കും ഞാൻ ആകർഷണീയനായിരുന്നു. അവിടെ ഞാൻ നല്ല വിദ്യാഭ്യാസം നേടി. എന്നാലും സംസ്കാരചിത്തനായിരുന്നില്ല. ഞാൻ പിന്നീട് ഒരുപാടു വായിച്ചു. പീറ്റേഴ്സ് ബർഗിലെ ചെറുപ്പക്കാരുടെയിടയിൽ എനിക്കൊരു പ്രമുഖസ്ഥാനമുണ്ടെന്ന നിലയ്ക്ക് അയാൾ എന്നെ നോക്കി. സാധാരണ കണക്കുകൂട്ടലുകൾക്കെതിരെ, ഞാൻ തീരെ ചെറുപ്പമായിരുന്നതിനാൽ കൂടുതലായി ഈ ആനുകൂല്യങ്ങളൊന്നും വിലമതിക്കാനായില്ല. ഞാൻ വളരെ ചെറുപ്പവും ബുദ്ധിശൂന്യനുമായിരുന്നു. എനിക്കിതിൽ കൂടുതലെന്തു വേണം? അങ്ങനെയിരുന്നപ്പോഴാണ് മെറ്റനിൻ ഒരു കുപ്രസിദ്ധനായത്.”

ഗുസ്കോഫ് അയാളുടെ നിർഭാഗ്യത്തിന്റെ ചരിത്രം അയാളുടെ രീതിയിൽ എന്നെ ബന്ധപ്പെടുത്തിക്കൊണ്ടു തുടർന്നു, ഞാൻ ഒഴിവാക്കിയതും എനിക്കൊട്ടും താല്പര്യമില്ലാത്തതുമൊക്കെയായിരുന്നു അത്.

“രണ്ടു മാസം ഞാൻ അറസ്റ്റിൽ തുടർന്നു. തികച്ചും ഏകനായി; എന്തൊക്കെ ചിന്തകൾ ആ കാലത്ത് എന്നിലുണ്ടായിരിക്കും? പക്ഷേ, നിങ്ങൾക്കറിയാമോ എല്ലാം ഒന്നവസാനിച്ചപ്പോൾ, ഭൂതകാലത്തെക്കുറിച്ചുള്ള കുടുക്കുകളഴിഞ്ഞപ്പോൾ പിന്നെ എല്ലാം എനിക്കെളുപ്പമായി. മോൺപിയർ, തീർച്ചയായും നിങ്ങൾ അവനെപ്പറ്റി പറഞ്ഞു കേട്ടിട്ടുണ്ടാകും. ഉറച്ച ഇച്ഛാശക്തിയും ദൃഢവിശ്വാസവുമുള്ള ഒരാൾ - എന്നോടുള്ള എല്ലാ സമ്പർക്കങ്ങളും ഭഞ്ജിച്ചു. അയാളുടെ വിശ്വാസപ്രകാരം അയാൾക്കിഷ്ടമുള്ളതുപോലെ പ്രവർത്തിച്ചു. ഞാനതിൽ ഒരിക്കലും അയാളെ കുറ്റപ്പെടുത്തിയില്ല. അയാളൊരു സ്ഥിരചിത്തനായിരുന്നു. അതിനാൽത്തന്നെ ഞാനയാളെ ഒരുതരത്തിലും മനസ്സുമാറ്റാൻ പ്രേരിപ്പിച്ചില്ല. എന്റെ സഹോദരി വിദേശത്തായിരുന്നു. മാഡം ഡി മാത്രം ഞാൻ ജയിൽ മോചിതനായപ്പോൾ എനിക്കെഴുതി. അവരെനിക്കൊരു സഹായം അയച്ചുതന്നു. പക്ഷേ, ഞാനത് സ്വീകരിച്ചിരിക്കില്ലെന്ന് നിങ്ങൾ മനസ്സിലാക്കിയിരിക്കും. ഒരാളുടെ നില എളുപ്പമാക്കുന്ന അത്തരം ചെറിയ ചെറിയ കാര്യങ്ങൾ, പുസ്തകങ്ങൾ, വസ്ത്രം, ഭക്ഷണം ഒക്കെ എനിക്കുണ്ടായിരുന്നില്ല. അക്കാലത്ത് ഞാൻ കൂടുതൽ കാര്യങ്ങളെപ്പറ്റി ചിന്തിക്കുകയും ജീവിതത്തെ വ്യത്യസ്ത നിലപാടിൽ നോക്കിക്കാണുകയും ചെയ്തു. ഉദാഹരണത്തിന് ഈ ശബ്ദം, പീറ്റേഴ്സ്ബർഗിൽ എന്നെപ്പറ്റി കിംവദന്തി പരത്തിയ സമൂഹം ഒന്നും എന്നെ ആകർഷിച്ചിരുന്നില്ല, എന്നെ സ്തുതിച്ചില്ല. എല്ലാം പരിഹാസ്യമായി എനിക്കു തോന്നി. ഞാൻ ചെറുപ്പവും

അവിവേകിയുമായിരുന്നു. ഞാനെന്റെ തൊഴിൽ നഷ്ടപ്പെടുത്തി. വീണ്ടും എങ്ങനെ പഴയ നിലയിലേക്ക് തിരിച്ചെത്തുമെന്നുമാത്രം ഞാൻ ആലോചിച്ചു. എനിക്കതിനുള്ള ശക്തിയും ഊർജ്ജവുമുണ്ടെന്ന് ഞാൻ തിരിച്ചറിഞ്ഞു. എന്റെ അറസ്റ്റിനുശേഷം, ഞാൻ മുമ്പ് നിങ്ങളോടു പറഞ്ഞതുപോലെ കാക്കസസിലെ 'എൻ' റജിമെന്റിലേക്കയക്കപ്പെട്ടു. "ഞാൻ വിചാരിച്ചു" അയാൾ കൂടുതൽകൂടുതൽ സജീവമായി തുടർന്നുകൊണ്ടേയിരുന്നു,

"ഇവിടെ ഈ കാക്കസസിൽ എളിയവരും വിശ്വസ്തരുമായ ജനങ്ങളുടെയിടയിൽ സഹകരിക്കാമെന്ന് ഞാൻ ചിന്തിച്ചു. യുദ്ധവും അപകടവുമെല്ലാം എന്റെ മാനസികാവസ്ഥയ്ക്കനുയോജ്യമായി. അതിനാൽ ഒരു പുതിയ ജീവിതമാരംഭിക്കാമെന്ന് ഞാൻ ചിന്തിച്ചു. അവരെന്നെ യുദ്ധക്കളത്തിൽ കാണും. ഞാനെന്നെത്തന്നെ ഇഷ്ടപ്പെടുന്ന രീതിയിലാക്കും. എന്റെ വ്യക്തിത്വം ബഹുമാനിക്കപ്പെടും, ഒരു നോൺ കമീഷൺഡ് ഓഫീസറായി. അവരെന്റെ പിഴ വേണ്ടെന്നുവെക്കും. ഞാൻ വീണ്ടും എഴുന്നേല്ക്കും. പക്ഷേ, ഞാനെങ്ങനെ വഞ്ചിക്കപ്പെട്ടുവെന്ന് നിങ്ങൾക്ക് ഊഹിക്കാൻപോലും കഴിയില്ല. ഞങ്ങളുടെ റെജിമെന്റിലെ ഓഫീസർമാർ എത്തരത്തിലുള്ള ആളുകളാണെന്ന് നിങ്ങൾക്കറിയാം."

കുറച്ചു നേരത്തേക്ക് അയാൾ മിണ്ടാതെ നിന്നു. അവിടത്തെ ഓഫീസർമാരെല്ലാം പ്രത്യക്ഷത്തിൽ വളരെ മോശപ്പെട്ടവരാണെന്ന് എനിക്കറിയാമെന്ന് ഞാൻ പറയുമെന്ന് അയാൾ കാത്തുനിന്നു. പക്ഷേ, എന്റെ സ്വഭാവത്തിനു വിരുദ്ധമായി ഞാൻ മറുപടിയൊന്നും കൊടുത്തില്ല. കാരണം എനിക്ക് ഫ്രെഞ്ച് നന്നായി അറിയാമായിരുന്നതിനാലും നിശ്ചയമായും കാക്കസസിലെ ജീവിതത്തിനിടയിൽ ഓഫീസർമാരുമായി ചങ്ങാത്തമുണ്ടായിരുന്നതിനാലും എനിക്ക് ഏറെ സമയമുണ്ടായിരുന്നു അതൊക്കെ അംഗീകരിക്കാനും. ഗുസ്കോഫിനെക്കാൾ നല്ലൊരു സമൂഹത്തിലായിരുന്നു ഞാൻ ജീവിച്ചത്. എനിക്കങ്ങനെയൊക്കെ പറയാൻ തോന്നിയെങ്കിലും അയാളുടെ അവസ്ഥ കണ്ട് ഞാൻ എന്നെ സ്വയം നിയന്ത്രിച്ചു.

"എന്റെ റെജിമെന്റിലെ ഓഫീസർമാരുടെ പെരുമാറ്റസമ്പ്രദായം ഇവിടത്തേക്കാൾ ആയിരംമടങ്ങ് വഷളാണ്!" അയാൾ തുടർന്നു.

"പറയുമ്പോൾ അതിന്റെ നല്ലൊരു ഭാഗം മാത്രമേ ആകുന്നുള്ളൂ എന്നു ഞാൻ വിചാരിക്കുന്നു. അതായത് നിങ്ങൾക്കതെങ്ങനെയാണ് എന്ന് ഭാവന ചെയ്യാനേ പറ്റില്ല. യങ്കേഴ്സിനോടും പട്ടാളക്കാരോടും ഞാൻ സംസാരിക്കാറേയില്ല. അത് ഭീകരമാണ്. തികച്ചും കൊള്ളരുതാത്തതാണ്. ആദ്യം അവർ വളരെ മാന്യമായി എന്നെ സ്വീകരിച്ചു. അതായിരുന്നു സത്യം. പക്ഷേ, ബുദ്ധിക്കു നിരക്കാത്തതായ ചെറിയ ചെറിയ സന്ദർഭങ്ങളിൽ അവരെ നിന്ദിക്കയാണോ എന്നു വിചാരിച്ച് അവരിൽനിന്നും തികച്ചും വ്യത്യസ്തനായ ഒരാളാണ് ഞാനെന്നു കരുതി, അവരിലൊക്കെ ഉയരത്തിലാണെന്നു തോന്നി. അവർക്കെന്നോട് ദേഷ്യം

വന്നു ഭവിച്ചു. അതിനാൽ അവരെന്നെ പലപ്പോഴും അവമാനിക്കാൻ തുടങ്ങി. ഞാൻ സഹിച്ചതിനെപ്പറ്റിയൊന്നും നിങ്ങൾക്കു യാതൊരു ഊഹങ്ങളുമുണ്ടാവില്ല. പിന്നീട് ഇത്തരത്തിൽ പ്രത്യേകിച്ച് യങ്കേഴ്സുമായും ചെറുകിട ജോലിക്കാരുമായുള്ള ബന്ധങ്ങളാൽ എനിക്കെല്ലാം നഷ്ടപ്പെട്ടു. സഹോദരിക്കൊപ്പം മാത്രമേ എന്നെ അയച്ചിരുന്നുള്ളൂ. ഇവിടെ നിങ്ങൾക്കിതിനു തെളിവുണ്ട്! എത്രത്തോളം അസ്സഹനീയമായിരുന്നെന്നോ, എന്റെ അവസ്ഥ. അപ്പോഴൊക്കെ എനിക്ക് വല്ലതും അയച്ചുതരുമെന്ന് ഞാൻ യാചിച്ചു. നാലു കൊല്ലത്തെ അത്തരമൊരു ജീവിതം ഒരാളെ എങ്ങനെ നമ്മുടെ കാഷിയർ ഓഫീസർ ഡ്രൊമോഫിനെപ്പോലെ പട്ടാളക്കാരോടൊപ്പം കുടിയനാക്കുമെന്ന് എല്ലാ ഓഫീസർമാരോടും മൂന്നു റൂബിൾ ലോൺ കൊടുക്കാൻ ആവശ്യപ്പെട്ടുകൊണ്ട് എഴുതുകയും ചെയ്യുമെന്ന് എനിക്കു മനസ്സിലായി. എന്നെപ്പോലെ വ്യക്തിത്വമുള്ള ഒരാൾക്ക് ഇത്തരം കഷ്ടപ്പാടുകൾ നിറഞ്ഞ അവസ്ഥയിൽ എങ്ങനെ കളങ്കപ്പെടാതിരിക്കാൻ കഴിയും." അല്പസമയം എന്റൊപ്പം അയാൾ നിശ്ശബ്ദനായി നടന്നു.

"ഒരു സിഗരറ്റുണ്ടോ?" അയാൾ എന്നോടു ചോദിച്ചു.

ഞാൻ താമസിച്ച ഇടത്തുതന്നെ താമസിച്ചു. അതെ. ശാരീരികമായി അതെനിക്കു സഹിക്കാൻ പറ്റിയില്ല. കാരണം ഞങ്ങൾ തരംതാണവരായിരുന്നെങ്കിലും തണുത്തതും മോശം ഭക്ഷണക്രമവും സാധാരണ പട്ടാളക്കാരെപ്പോലെയുള്ള ജീവിതവുമായിരുന്നു ഞങ്ങൾക്ക്. പക്ഷേ, ഓഫീസർമാർക്ക് എന്നോടെന്തോ ഒരു പ്രത്യേക പരിഗണനയുണ്ടായിരുന്നു. അപ്പോഴും ഒരു അന്തസ്സ് അവർ എന്നിൽ കണക്കാക്കിയിരുന്നു. എന്നെ ഡ്രില്ലിനും ഗാർഡ് ഡ്യൂട്ടിക്കുമയച്ചിരുന്നില്ല. എനിക്കവിടെ നില്ക്കാൻ കഴിഞ്ഞില്ല, അവിടത്തെ ആചാരമുറകൾ ഭയാനകമായിരുന്നതിനാൽ എനിക്കെന്റെ സ്ഥാനത്തുനിന്നു രക്ഷപ്പെടാൻ ഒരു മാർഗ്ഗവും കാണാനുണ്ടായിരുന്നില്ല. ഞാനെന്റെ അങ്കിളിന് ഇപ്പോഴത്തെ റെജിമെന്റിലേക്ക് എന്നെ അയയ്ക്കാനായി യാചിച്ചുകൊണ്ടെഴുതി. ഇവിടെ ഏതെങ്കിലും ജോലിയിൽ പാവൽ ദിമിത്രിവിച്ചിന് എന്നെ സഹായിക്കാൻ കഴിയുമെന്ന് ഞാൻ കരുതി. അങ്കിൾ എനിക്കതു സാധിച്ചു തന്നു. അങ്ങനെ ഞാൻ സ്ഥലം മാറ്റപ്പെട്ടു. ഈ റെജിമെന്റ് പള്ളിയറവിചാരിപ്പുകാരുടെ സംഘമാണെന്ന് എനിക്കു തോന്നി. പാവൽ ദിമിത്രിവിച്ച് ഇവിടെയുണ്ടായിരുന്നു. ഞാനാരായിരുന്നുവെന്ന് അദ്ദേഹത്തിനറിയാമായിരുന്നു. അതിനാൽ ത്തന്നെ ഞാൻ ഹാർദ്ദമായി സ്വാഗതം ചെയ്യപ്പെട്ടു. എന്റെ അമ്മാവന്റെ അപേക്ഷപ്രകാരം അസംസ്കൃതരും അപരിഷ്കൃതരുമായ ഇവരെ ഞാൻ മറന്നു. സമ്പത്തിന്റെ പരിവേഷമില്ലാഞ്ഞതിനാൽ സുഹൃത്തുക്കൾ അല്പാല്പം എന്നെ ഒരു ദരിദ്രനായി കണ്ടു. അവരുടെ പെരുമാറ്റത്തിൽ വ്യത്യസ്തത ദർശിച്ചു. ഒടുവിൽ എന്നെ നിന്ദിക്കുന്നതിൽവരെ കാര്യങ്ങളെത്തി. എനിക്കത് അസ്സഹനീയമായിരുന്നു. പക്ഷേ, അതായിരുന്നു സത്യം.

“ഇവിടെ പ്രവൃത്തിയെടുക്കുക, യുദ്ധം ചെയ്യുക. എന്നെ അവർ തീക്കനലിൽ നില്ക്കുന്നപോലെ കണ്ടു” അയാൾ തുടർന്നു.

“പക്ഷേ, എന്ന് ഇതൊക്കെ അവസാനിക്കും? ഒരിക്കലുമുണ്ടാവില്ലെന്ന് ഞാൻ വിചാരിച്ചു. എന്റെ ശക്തിയും ഊർജ്ജവും അപ്പോഴേക്കും ദുർബ്ബലമാകാൻ തുടങ്ങി. പക്ഷേ, ക്യാമ്പ് ഞാൻ വിചാരിച്ചപോലെയായിരുന്നില്ല. ആട്ടിൻതോൽ ജാക്കറ്റും മുഷിഞ്ഞ കുപ്പായവും സൈനികന്റെ ബൂട്ടുകളും ധരിച്ച് പെട്ടെന്നുള്ള ആക്രമണം ചെറുക്കാൻ ഞങ്ങൾ പോകേണ്ടിവന്നേക്കും. അന്നത്തെ രാത്രി മുഴുവൻ താണ റാങ്കിലുള്ള മദ്യപരായ സൈനികർക്കൊപ്പം ഏതു നിമിഷത്തിലും പിന്നിലൂടെ ചീറി വരുന്ന വെടിയുണ്ടകളെയും കാത്ത് കിടങ്ങുകളിൽ കിടക്കേണ്ടിവരും. അത് ധീരതയല്ല; അതുവളരെ ഭീകരമായിരുന്നു. അത് കൊല്ലുന്നതിനു സമമായിരുന്നു.”

“ശരി. നിങ്ങളെ ഈ യുദ്ധഘട്ടത്തിൽ ഒരു നോൺകമീഷൻഡ് ഓഫീസറായി ഉയർത്താൻ സാദ്ധ്യതയുണ്ട്. അടുത്തകൊല്ലം ഒരറിയിപ്പുണ്ടാകും.” ഞാൻ പറഞ്ഞു.

“അതെ. അങ്ങനെയായിരിക്കും. രണ്ടു കൊല്ലംകൊണ്ട് ഉണ്ടാകുമെന്ന് അവരെന്നോട് വാഗ്ദാനം ചെയ്തിട്ടുണ്ട്. ഇതുവരെ ഒന്നും ആയിട്ടില്ല. ആ രണ്ടുകൊല്ലം എങ്ങനെ കണക്കാക്കണമെന്നറിയില്ല, ആരെയും അറിയില്ലെങ്കിൽ? പാവൽ ദിമിത്രിവിച്ചിനോടൊപ്പമുള്ള ഈ ജീവിതം, കാർഡ്സും തരംതാണ തമാശകളും സദാനേരമുള്ള മദ്യപാനവും നിങ്ങൾക്കൂഹിക്കാനാവില്ല. നിങ്ങൾക്കെന്തെങ്കിലും പറയാനുണ്ടെങ്കിൽ അത് മനസ്സിലാക്കുന്നില്ല. നേരേമറിച്ച് നിങ്ങളെ പരിഹസിക്കുകയും വിഡ്ഢിയാക്കുകയും ചെയ്യും. അതെ, അങ്ങനെയാണ് കാര്യങ്ങൾ പോകുന്നത്. കാടത്തവും മൃഗീയവുമായ രീതിയിൽ, നിങ്ങൾ ഒരു നല്ല റാങ്കിലുള്ള ആളാണെന്ന് എപ്പോഴും ബോധമുണ്ടായിരിക്കണം. അതിനാൽ നിങ്ങളെപ്പോലെയുള്ള ഒരാളുമായി സംസാരിക്കുന്നതിനാൽ എനിക്കെന്ത് ആഹ്ലാദമാണുള്ളതെന്ന് നിങ്ങൾക്കു ചിന്തിക്കാനാവില്ല.”

ഞാനൊരിക്കലും എത്തരത്തിലുള്ള ആളാണെന്ന് സ്വയം ചിന്തിച്ചിട്ടില്ല. അതുകൊണ്ടുതന്നെ എന്തു മറുപടി പറയണമെന്നെനിക്കറിയുമായിരുന്നില്ല.

“നിങ്ങളുടെ ഭക്ഷണം കഴിഞ്ഞോ?” നികിത ഒരാംഗ്യത്തോടെ ചോദിച്ചു. ഇരുട്ടിലാണ് എന്റെ അടുത്തുവന്നതെങ്കിലും എനിക്കതു ഗ്രഹിക്കാൻ സാധിച്ചു. വിരുന്നുകാരനെക്കൊണ്ട് വിഷമിച്ച മാതിരി കാണപ്പെട്ടു. “തൈരു ഭക്ഷണമൊഴിച്ച് ഇവിടെ പൊരിച്ച മൂരിയിറച്ചി മാത്രമേ ബാക്കിയുള്ളൂ.”

“ക്യാപ്റ്റൻ ഇതുവരെ ഭക്ഷണം കഴിച്ചില്ലേ?”

“അയാൾ നേരത്തേതന്നെ കിടക്കാൻ പോയി” നികിത കർക്കശമായി പറഞ്ഞു.

“എന്റെ ഉത്തരവാദിത്വത്തിൽ നിങ്ങൾക്ക് ഭക്ഷണവും ബ്രാണ്ടിയും

ഞാനിവിടെയെത്തിക്കും.'' അയാൾ അസംതൃപ്തനായി എന്തോ പിറുപിറുത്തുകൊണ്ട് തമ്പിലേക്ക് അലസനായി പോയി. കുറച്ചുനേരം അലഞ്ഞുതിരിഞ്ഞതിനുശേഷം അയാൾ ഞങ്ങൾക്ക് ഒരു ഭക്ഷണപ്പാത്രം കൊണ്ടുവന്നു. പാത്രത്തിനു മുകളിൽ ഒരു മെഴുകുതിരി വെച്ചിരുന്നു. കാറ്റിനെ മറയ്ക്കാൻ അതൊരു കടലാസുകൊണ്ട് മൂടിവെച്ചിട്ടുണ്ടായിരുന്നു. ഒരു സോസ്പാൻ, ഒരു ജാറിൽ കടുക്, ഒരു പിടിയുള്ള തകരപ്പാത്രം, ഒരു കുപ്പിവീഞ്ഞ് ഇവ കൊണ്ടുവന്നു. ഇതൊക്കെ ഒരുക്കിവെച്ച ശേഷം നികിത ഞങ്ങൾക്കു ചുറ്റും അല്പസമയം തങ്ങിത്തങ്ങി നടന്നു, ഗുസ്കോഫും ഞാനും മദ്യപിക്കുന്നതു നോക്കുന്നതുപോലെ. അതയാൾക്ക് രുചിക്കുന്നതായി തോന്നിയില്ല. ചുറ്റിലും നിറഞ്ഞുനില്ക്കുന്ന അന്ധകാരത്തിനിടയിൽ കടലാസിൽ തട്ടിവരുന്ന നേരിയ മെഴുകുതിരി വെളിച്ചത്തിൽ, നീർനായയുടെ തോൽകൊണ്ടുണ്ടാക്കിയ ലഞ്ചു കേസും അതിൽ നിരത്തിവെച്ച അത്താഴവും കണ്ടു. ഗുസ്കോഫിന്റെ ആട്ടിൻ തോൽ ജാക്കറ്റും അയാളുടെ മുഖവും പാത്രത്തിൽനിന്ന് ഭക്ഷണമെടുക്കുന്ന അയാളുടെ ചുവന്ന ചെറിയ കൈകളും തെളിഞ്ഞുകാണാം. ഞങ്ങൾക്കു ചുറ്റും എല്ലാം അന്ധകാരമയമായിരുന്നു. ആയുധപ്പുരകളിലേക്ക് അരിച്ചെത്തുന്ന വെളിച്ചവും കാവല്ക്കാരുടെ ഉലാത്തലും എല്ലാ ഭാഗങ്ങളിൽനിന്നുമുള്ള കാവൽവിളക്കുകളും ഉയരത്തിൽ അരുണാഭമായ നക്ഷത്രങ്ങളും മാത്രം.

തന്റെ കുറ്റസമ്മതത്തിനുശേഷം വിഷാദച്ഛായയുള്ള കുറ്റവാളിയെപ്പോലെ ദുഃഖിതനായി എന്റെ മുഖത്തുനോക്കാൻ കഴിയാതെ ഗുസ്കോഫ് ചിരിച്ചു. അയാൾ മറ്റൊരു ഗ്ലാസ് മദ്യവും കൂടി കഴിച്ചു. അത്യാർത്തിയോടെ ഭക്ഷണം വാരിത്തിന്ന് പാത്രം കാലിയാക്കി.

"അതെ. ആകെക്കൂടി നിങ്ങൾക്കതൊരു ആശ്വാസമാകും." എന്തെങ്കിലും പറയണമല്ലോ എന്നു കരുതി ഞാൻ പറഞ്ഞു. "നിങ്ങളുടെ സൈനികനുമായുള്ള പരിചയം. അയാൾ വളരെ നല്ല മനുഷ്യനാണ്. ഞാൻ അയാളെപ്പറ്റി കേട്ടിട്ടുണ്ട്."

"അതെ." കാഷിയർ ഓഫീസർ മറുപടി പറഞ്ഞു. "അയാളെന്താണെന്നത് അയാൾക്കുതന്നെ അയാളുടെ വിദ്യാഭ്യാസ സ്ഥിതിവെച്ച് വിഭാവന ചെയ്യാൻ കഴിയാത്തതാണ്."

അയാളുടെ മുഖം ചുവന്നുതുടുത്തു. സൈന്യത്തിൽനിന്ന് അയാൾ ഓടിപ്പോവില്ലെന്നും അതിനുമാത്രം ഒരു ഭീരുവല്ലെന്നും ക്യാപ്റ്റൻ എസും സൈനികനും വിചാരിക്കുന്നതുപോലെയല്ലെന്നും വ്യക്തമാക്കാൻ ശ്രമിച്ചു.

"ഞാൻ നിങ്ങളോട് പറയുന്നതുപോലെ" പോക്കറ്റിൽ കൈ തുടച്ചുകൊണ്ട് അയാൾ പറയാൻ തുടങ്ങി.

"അങ്ങനെയുള്ളവർക്ക് പണം കുറഞ്ഞുപോയ ഒരു സാധു പട്ടാളക്കാരനായ മനുഷ്യന്റെ വികാരങ്ങളെപ്പറ്റി യാതൊരു പരിഗണനയുമുണ്ടാവില്ല. അവരുടെ ശക്തിക്കു മേലേയാണത്. ഇവിടെയിപ്പോൾ, എന്റെ

സഹോദരിയിൽനിന്ന് എനിക്കൊരിക്കലും ഒരു സഹായവും കിട്ടാതെ വന്നത് അവർക്കെന്നോടുള്ള പെരുമാറ്റങ്ങളിൽ മാറ്റം വരുത്തുമെന്നെനിക്കറിയാം. ഒരു പട്ടാളക്കാരനിൽനിന്ന് വാങ്ങിയ ഈ ആട്ടിൻതോലിന്റെ കുപ്പായം തീരെ ചൂടു തരുന്നതല്ല. കാരണം അതു മുഴുവൻ കീറിപ്പോയിട്ടുണ്ട്." (അതിനുള്ളിൽനിന്ന് പുറത്തേക്കുവരുന്ന രോമം എനിക്കയാൾ കാണിച്ചുതന്നു.) "എന്റെ സന്തോഷത്തിൽ യാതൊരു പരിഗണനയും സഹതാപവും ഉണ്ടായില്ല. പക്ഷേ, പരിഹാസം മാത്രമായിരുന്നു. എന്റെ ആവശ്യങ്ങൾ എന്തൊക്കെയാണെന്ന്. ഭക്ഷണക്കാര്യം പോലുമില്ലാതെ. പട്ടാളക്കാരുടെ കഞ്ഞിമാത്രമൊഴിച്ച്, ഉടുക്കാനില്ലാതെ" അയാൾ താഴേക്കു നോക്കിക്കൊണ്ട് തുടർന്നു. മറ്റൊരു ഗ്ലാസ് മദ്യംകൂടി അയാൾക്കുവേണ്ടി പകർന്നുകൊണ്ട്,

"അയാൾ എനിക്കു കുറച്ചു പണം തിരിച്ചുകൊടുക്കുമെന്നുണ്ടായിരുന്നിട്ടുകൂടി കടം തരാൻ കൂട്ടാക്കിയില്ല. പക്ഷേ, അയാളോട് കടം ചോദിക്കുന്നതുവരെ ഞാൻ കാത്തിരുന്നു. അയാൾക്കുനേരേ ഞാൻ എങ്ങനെ പോയെന്നറിഞ്ഞാൽ നിങ്ങളെന്നെ അനുമോദിക്കും. നിങ്ങളുടെ കണക്കിൽ അതു ശരിയാവാം. നിങ്ങൾക്കറിയുമോ" അയാൾ തീവ്ര നൈരാശ്യം സ്ഫുരിക്കുന്ന ഭാവത്തോടെ എന്റെ നേരേ നോക്കി പറഞ്ഞു. "ഞാൻ ഒരു ദാരുണമായ അവസ്ഥയിലാണെന്ന് പറയാനൊരുങ്ങുകയാണ്. എന്റെ സഹോദരി എനിക്ക് ഇ-മെയിലിൽ ചിലത് അയച്ചു തരണം."

"എന്തുകൊണ്ട്...." ഏറ്റവും ഇഷ്ടത്തോടെ ഞാൻ പറഞ്ഞു. തലേ ദിവസം വൈകുന്നേരം കാർഡ്സ് കളിയിൽ അയാൾ തോറ്റതായിരുന്നു.

"ഒരുനിമിഷം" എഴുന്നേറ്റുകൊണ്ട് ഞാൻ പറഞ്ഞു. "എന്റെ അഞ്ചു റൂബിൾ നികിതയുടെ പക്കലുണ്ടായിരുന്നു." "ഞാൻ പോയി തമ്പിൽ നിന്ന് എടുത്തുകൊണ്ടുവരാം."

"വേണ്ട."

അയാളെ വകവെക്കാതെ അടച്ചിട്ട തമ്പിലേക്ക് ഞാൻ ധൃതിവെച്ചു. അവിടെ എന്റെ കിടക്കയിൽ ക്യാപ്റ്റൻ ഉറങ്ങുന്നുണ്ടായിരുന്നു.

"അലെക്സി ഇവാനിച്ച്, എനിക്ക് കടമായി പത്തു റൂബിൾ തരൂ, പ്ലീസ്." കുലുക്കി വിളിച്ചുകൊണ്ട് ഞാൻ ക്യാപ്റ്റനോടു പറഞ്ഞു.

"എന്ത്, പിന്നെയും നിങ്ങളത് കളഞ്ഞോ? ഈ വൈകുന്നേരം ഇനി നിങ്ങൾ കൂടുതൽ കളിക്കാൻ പോകുന്നില്ല." പകുതി ഉറക്കത്തിൽ അയാൾ പിറുപിറുത്തു.

"അല്ല, കളിക്കാനല്ല. പക്ഷേ, എനിക്കു പണം വേണം. അത് തരൂ, പ്ലീസ്."

"മാക്കാടിക്ക്!" ക്യാപ്റ്റൻ ഭൃത്യനെ ഉച്ചത്തിൽ വിളിച്ചു.

"പണമുള്ള ബാഗ് എടുത്തുകൊണ്ടുവരൂ."

"ഹഷ്, ഹഷ്!" തമ്പിനടുത്തേക്കു വരുന്ന ഗുസ്കോഫിന്റെ കാലടി ശബ്ദം കേട്ടുകൊണ്ട് ഞാൻ പറഞ്ഞു.

"എന്ത്, എന്തിനാണ് ഹഷ്?"

"ആ കാഷിയർ ഓഫീസർ പണം കടംവാങ്ങാൻ എന്നോടു പറഞ്ഞതിനാൽ. ഇവിടെ അയാളുണ്ട്."

"ആ, നിനക്കയാളെക്കുറിച്ചറിയുമെങ്കിൽ നീ അയാൾക്കു വേണ്ടി കടം വാങ്ങില്ല" ക്യാപ്റ്റൻ അറിയിച്ചു. "ഞാനവനെപ്പറ്റി കേട്ടിട്ടുണ്ട്. അവൻ വൃത്തികെട്ട തരംതാണ ഒരുത്തനാണ്."

ഏതായാലും ക്യാപ്റ്റൻ പണം തന്നു. പരിചാരകനോട് ബാഗ് കൊണ്ടുവെക്കാനും തമ്പിന്റെ കവാടമടയ്ക്കാനും പറഞ്ഞുകൊണ്ട് തുടർന്നു. "നിനക്കയാളെ ശരിക്കറിയാമെങ്കിൽ നീ കടംകൊടുക്കേണ്ടതില്ല." പുതപ്പിനടിയിൽ തല പൂഴ്ത്തിക്കൊണ്ട്, "ഇപ്പോൾ നിങ്ങൾ 33 റൂബിൾ തരാനുണ്ട്. ഓർത്തോളൂ" എന്ന് ഒച്ചയിട്ടു.

ഞാൻ തമ്പിനു പുറത്തു കടക്കുമ്പോൾ, ഗുസ്കോഫ് സെറ്റിക്കരികിൽ നടക്കുകയായിരുന്നു. അയാളുടെ ക്ഷീണിച്ച ശരീരവും വളഞ്ഞ കാലുകളും ആകൃതിയില്ലാത്ത തൊപ്പിയും വെളുത്തു നീണ്ട മുടിയും ഇരുട്ടിൽ അവ്യക്തമായി അവിടവിടെ കണ്ടു. മെഴുകുതിരിവെളിച്ചത്തിനു മുന്നിലൂടെ കടന്നുപോകുമ്പോൾ എന്നെ കാണാതിരിക്കാൻ അയാൾ ശ്രദ്ധിച്ചു.

ഞാനയാൾക്ക് പണം കൈമാറി. അയാൾ പറഞ്ഞു: "കാരുണ്യം" അയാൾ ബാങ്ക് ബിൽ ചുരുട്ടി പോക്കറ്റിൽ തിരുകി.

സൈനികന്റെ കളി ഊർജ്ജിതമായ പ്രവർത്തനത്തിലാണെന്ന് തോന്നുന്നു. അയാൾ ഉടനെത്തന്നെ തുടർന്നു.

"അതെ, ഞാനും അങ്ങനെതന്നെ കരുതുന്നു."

"അയാൾ നല്ലൊരു കളിക്കാരനാണ്. നല്ല ആത്മവിശ്വാസത്തോടെ പിന്നോട്ടു പോകാതെ കളിക്കും. അയാൾക്ക് ഭാഗ്യംവന്നാൽ നല്ലതാണ്. പക്ഷേ, അയാളോടൊപ്പം നല്ല രീതിയിൽ പോകാൻ കഴിഞ്ഞില്ലെങ്കിൽ നഷ്ടം ഭയാനകമായിരിക്കും. അയാൾ അതിനു തെളിവ് തന്നിട്ടുണ്ട്. ഈ പര്യടനത്തിൽ അയാളുടെ ആസ്തി പരിശോധിക്കുകയാണെങ്കിൽ 15000 റൂബിളിലധികം നഷ്ടം വന്നിട്ടുണ്ടെന്നറിയാം. പക്ഷേ, അയാൾ വിവേകത്തോടെ ആദ്യം കളിച്ചു. അതായത് ഓഫീസർമാർക്ക് അയാളുടെ മാന്യതയെപ്പറ്റി ചില സംശയങ്ങളുണ്ടായിരുന്നു."

"അതെ.... അത്.... അയാൾ.... അതുകൊണ്ട്.... നികിത, ഇനി ചുവന്ന കാവ്കാസ് വീഞ്ഞ് ബാക്കിയിരിപ്പുണ്ടോ?" ഗുസ്കോഫിന്റെ സംഭാഷണ ചാതുരിക്ക് ഉന്മേഷം പകർന്നുകൊണ്ട് ഞാൻ ചോദിച്ചു. നികിത ഇപ്പോഴും പിറുപിറുക്കുന്നുണ്ടായിരുന്നു. പക്ഷേ, ഗ്ലാസ് വഹിക്കുന്ന ഗുസ്കോഫിനെ ദേഷ്യത്തോടെ നോക്കിക്കൊണ്ട് അയാൾ ഞങ്ങൾക്ക് ചുവന്ന വീഞ്ഞ് കൊണ്ടുവന്നുവെച്ചു. അടക്കപ്പെട്ട പഴയ സ്വാതന്ത്ര്യം ഗുസ്കോഫിന്റെ പെരുമാറ്റത്തിൽ ശ്രദ്ധിക്കപ്പെട്ടിരുന്നു. എത്രയും പെട്ടെന്നുതന്നെ അയാൾ പോയിക്കിട്ടാൻ ഞാനാഗ്രഹിച്ചു. പണം കിട്ടിയിട്ടും ഉടൻതന്നെ പോകാതിരിക്കാനുള്ള ഏകകാരണം അയാൾക്ക് പോകാനിഷ്ടമില്ലെന്നതാ

ണെന്ന് എനിക്കു തോന്നി. ഞാനൊന്നും മിണ്ടിയില്ല.

"ജീവിതത്തിൽ വലിയ അത്യാവശ്യങ്ങളൊന്നുമില്ലാത്ത, ശരാശരി ആവശ്യത്തിനുതകുന്നതെല്ലാമുള്ള നിങ്ങൾക്കെങ്ങനെ മനസ്സു വന്നു. കാക്കസസിൽ സേവനമനുഷ്ഠിക്കാൻ? അതാണെനിക്കു മനസ്സിലാകാത്തത്." അയാൾ എന്നോടായി പറഞ്ഞു. ഈ ആത്മത്യാഗപ്രവൃത്തിയെപ്പറ്റി അയാളോട് വിശദീകരിക്കാൻ ബുദ്ധിമുട്ടി. കാരണം അതയാൾക്ക് അങ്ങേയറ്റം അപരിചിതമാണെന്നു തോന്നുന്നു.

"സംസ്കാരത്തെപ്പറ്റി യാതൊരു ധാരണകളുമില്ലാത്ത ഈ ഓഫീസർമാരുടെ സമൂഹം എത്ര അരോചകമായാണ് നിങ്ങളോട് പെരുമാറുന്നതെന്നെനിക്കൂഹിക്കാം. ഓരോരുത്തരെപ്പറ്റിയും നിങ്ങൾക്ക് മനസ്സിലാക്കാനാവില്ല. നോക്കൂ, നിങ്ങളൊരു പത്തുവർഷക്കാലം ഇവിടെ ജീവിച്ചാലും നിങ്ങൾക്ക് വീഞ്ഞ്, കാർഡ്സ്, വൊർഡ്ഡുകളെപ്പറ്റിയും സൈനികപ്രവർത്തനങ്ങളെപ്പറ്റിയുമുള്ള കിംവദന്തികളുമൊഴിച്ച് മറ്റൊന്നും കേൾക്കാനോ കാണാനോ സാധിക്കില്ല.

എനിക്കത് അഹിതകരമായിരുന്നു. അയാളുടെ അതേ നില തന്നെയാണ് എന്റേതെന്നും സ്ഥാപിക്കാൻ അയാൾ ആഗ്രഹിച്ചു. കിംവദന്തികളും ആയുധമുറകളുമൊക്കെ ഇഷ്ടമാണെന്നും അതുകൊണ്ടുതന്നെ ഞാനതിലൊന്നും ശ്രദ്ധകൊടുക്കുന്നില്ലെന്നും ഉറപ്പിച്ചുപറഞ്ഞു. എന്റൊപ്പമുള്ള കൂട്ടുകാരെക്കാൾ നല്ലവരുണ്ടാവില്ലെന്നും ഞാൻ പറഞ്ഞു. പക്ഷേ, അയാൾ അതൊന്നും വിശ്വസിച്ചില്ല.

"ശരി, നിങ്ങൾ അങ്ങനെ പറയുകയാണെങ്കിൽ" അയാൾ തുടർന്നു. "പക്ഷേ, സമൂഹത്തിലെ സ്ത്രീകളുടെ അസാന്നിദ്ധ്യം അത് തീർച്ചയായും ഒരു ഭീകരനഷ്ടം തന്നെയായിരിക്കില്ലേയെന്ന് ഞാൻ കരുതുന്നു. ഒരു പാർലറിൽ പോകാനും ഒരു സുന്ദരിയുടെ കടാക്ഷം ഒരു നിമിഷത്തേക്ക് ആസ്വദിക്കാനും തന്ത്രപരമായാണെങ്കിലും എത്രത്തോളം കൊടുക്കണമെന്ന് എനിക്കറിയില്ല."

അയാൾ കുറച്ചിട ഒന്നും മിണ്ടാതെ ഒരു ഗ്ലാസ് വീഞ്ഞ് കൂടി കുടിച്ചു.

"ഓ, എന്റെ ദൈവമേ! എന്റെ ദൈവമേ! നമുക്കു വീണ്ടും പീറ്റേർസ്ബർഗിൽ ഒത്തുകൂടാനും അവിടത്തെ സ്ത്രീപുരുഷന്മാരോടൊപ്പം ജീവിതം കഴിക്കാനും വിധിയുണ്ടാകുമായിരിക്കും."

അയാൾ കുപ്പിയിൽ അവശേഷിച്ച വീഞ്ഞും കുടിച്ചുതീർത്തു. അതു മുഴുവൻ തീർത്തുകഴിഞ്ഞ് അയാൾ പറഞ്ഞു: "അഖ്, മാപ്പുതരൂ, നിങ്ങൾക്ക് അല്പംകൂടി വേണ്ടിവരും. ഞാൻ തികച്ചും അശ്രദ്ധനാണ്. എന്തൊക്കെയായാലും ഞാൻ കൂടുതൽ കുടിച്ചുതീർത്തുവെന്നു തോന്നുന്നു. എന്റെ തല അത്രയ്ക്ക് ശക്തിയുള്ളതല്ല. ഞാൻ മോർസ്കയാ ടൗണിൽ താമസിച്ചിരുന്ന സമയത്ത് വീടുകളും വീട്ടുപകരണങ്ങളും വളരെ മനോഹരമായി അലങ്കരിച്ചുവെച്ചിരുന്നു. വിലയേറിയതായിരുന്നില്ലെങ്കിലും എന്റെ അച്ഛൻ ചീനക്കളിമൺ പാത്രങ്ങളും പൂക്കളും വെള്ളിയും ധാരാളം എനിക്കായി തന്നിരുന്നു. ലെമാറ്റിൻ

ജെസോർതിസ് ഇടയ്ക്ക് തനിച്ചാവുമ്പോൾ ഞാൻ അവരോടൊപ്പം പല തവണ ഭക്ഷണം കഴിച്ചിരുന്നു. നിങ്ങൾക്കവളെ അറിയില്ല അല്ലേ?"

"ഇല്ല."

"നിങ്ങൾക്കറിയാമോ അവളിലെ സ്ത്രൈണത, തരളത, സ്നേഹം! ദൈവമേ!.... എന്റെ സന്തോഷം എങ്ങനെ എടുത്തുപറയണമെന്നറിയില്ല. തീയേറ്ററിൽനിന്ന് മടങ്ങിവരുമ്പോൾ ഞങ്ങൾക്കു ലഘുഭക്ഷണം പതിവുണ്ട്. അതൊരിക്കലും മുഷിപ്പനായിരുന്നില്ല. അതെ, അതെത്രത്തോളം അപൂർവ്വമായ ഒരു സന്തോഷമായിരുന്നെന്ന് എനിക്ക് ചിന്തിക്കാനേ വയ്യ. ഞാനൊരു നിഷ്ഠുരനായിരുന്നു. എന്തൊരു ആശ്ചര്യകരമായ നാളുകളായിരുന്നു അത്! ഞാൻ നിങ്ങളെ ബോറടിപ്പിക്കുന്നുണ്ടോ.

"ഇല്ല, ഒരിക്കലുമില്ല."

എങ്കിൽ, ഞങ്ങളുടെ സായന്തനങ്ങളെപ്പറ്റി ഞാൻ നിങ്ങളോട് പറയാം. ആ കോവണിയിലൂടെയാണ് ഞാൻ പോകാറ്. ആ പൂച്ചട്ടികളും വാതിൽപ്പിടികളുമൊക്കെ എനിക്ക് പരിചിതവും സുന്ദരവുമായിരുന്നു. പൂമുഖവും അവളുടെ മുറിയും... ഇല്ല, അതൊരിക്കലുമൊരിക്കലും എന്നിലേക്കു തിരിച്ചുവരില്ല! ഇപ്പോഴും അവളെനിക്കു കത്തുകളെഴുതുന്നു. നിങ്ങൾ അനുവദിക്കുകയാണെങ്കിൽ അവളുടെ കത്തുകൾ ഞാൻ നിങ്ങൾക്കു കാണിച്ചുതരാം. പക്ഷേ, ഞാനെന്തായിരുന്നോ ഇപ്പോൾ അതല്ല. ഞാൻ നശിച്ചു. അവൾക്കൊരിക്കലും ഞാൻ അനുയോജ്യനല്ല.... അതെ, എന്നെന്നേക്കുമായി ഞാൻ നശിച്ചുകഴിഞ്ഞു. എന്നിൽ ഒട്ടും ഊർജ്ജമില്ല, ഞാൻ നശിച്ചുപോയി. എന്റെ നൊമ്പരങ്ങൾ ആർക്കും ഒരിക്കലും വിലയിരുത്താൻ പറ്റില്ല. എന്നിൽ എല്ലാവരും അനാസ്ഥ കാണിക്കുന്നു. എല്ലാം നഷ്ടപ്പെട്ടവനാണ് ഞാൻ. ഉയരാൻ എനിക്കിനി ഒരു അവസരവുമില്ല. കാരണം എന്റെ സ്വഭാവശുദ്ധി നശിച്ചുപോയി.... ഞാൻ പങ്കിലമായി..... ഞാൻ അധഃപതിച്ചുപോയി.

തികച്ചും ആത്മാർത്ഥത നിറഞ്ഞതായിരുന്നു ആ വാക്കുകളെന്ന് ആ സമയം ഞാൻ തിരിച്ചറിഞ്ഞു. അത്രയ്ക്ക് നൈരാശ്യത്തോടെ, എന്റെ നേരേ നോക്കാതെ പക്ഷേ, ചലനരഹിതനായി അയാൾ കാണപ്പെട്ടു.

"ഇത്രയ്ക്ക് നിരാശപ്പെടുന്നതെന്തുകൊണ്ടാണ്?" ഞാൻ ചോദിച്ചു.

കാരണം ഞാൻ വെറുക്കപ്പെട്ടവനാണ്. ഈ ജീവിതം എന്നെ തരം താഴ്ത്തി. എന്നിലെയെല്ലാം തകർത്തുകളഞ്ഞു. എന്റെ അഹങ്കാരം കൊണ്ടല്ല അത്. പക്ഷേ, എന്റെ നികൃഷ്ടതയിൽ. ഓരോ നിമിഷവും ഞാൻ അവമാനിതനായി. ഒക്കെ ഞാൻ സഹിച്ചു. ഈ മാനക്കേട് ഞാൻ തരണം ചെയ്തു. ഈ കളങ്കം എന്നെ അപകീർത്തിപ്പെടുത്തി. ഞാൻ സ്വയം ഒരു പരുക്കനായി. എനിക്കറിയാവുന്നതൊക്കെ ഞാൻ മറന്നു. എനിക്ക് ഫ്രഞ്ച് തീരെ സംസാരിക്കാനായില്ല. ഞാൻ അങ്ങേയറ്റം തരം താണവനെന്ന് എനിക്കു നല്ല ബോധമുണ്ട്. ഈ ചുറ്റുപാടുകളിൽനിന്ന് എനിക്ക് സ്വയം വേർപെടാൻ പറ്റില്ല. തീർച്ചയായും എനിക്കു കഴിയില്ല, ഞാൻ ഒരുപക്ഷേ, ഒരു വീരകഥാപാത്രമായേക്കാം. എനിക്കൊരു റെജി

മെന്റും ഒരു കുഴൽവിളിക്കാരനെയും തരൂ. പക്ഷേ, ആന്റൺ ബൊങ്ങാറെങ്കോയെപ്പോലുള്ള റാങ്കിലുള്ളവരെ. അയാളും ഞാനും തമ്മിൽ യാതൊരു അന്തരവുമില്ല. അതായത് അയാൾ കൊല്ലപ്പെട്ടാലും ഞാൻ കൊല്ലപ്പെട്ടാലും എല്ലാം ഒരുപോലെയാണെന്ന ചിന്ത ഭ്രാന്തു പിടിപ്പിക്കുന്നതാണ്. ഏതെങ്കിലും ഒരു ജീർണ്ണ വസ്ത്രധാരി എന്ന ചിന്തകളും വികാരങ്ങളുമുള്ള ഒരു മനുഷ്യനെ കൊല്ലുകയെന്നത് എത്ര ഭീകരമായിരിക്കുമെന്ന് നിങ്ങൾക്കു മനസ്സിലാകും. ഇതോടൊപ്പം ഒരു അസ്റ്റോനോഫും കൊല്ലപ്പെട്ടാൽ വലിയൊരു വ്യത്യാസവുമില്ല. ഒരു മൃഗത്തിനെ കൊല്ലുന്നതിനെക്കാൾ വ്യത്യസ്തത വരുന്നില്ല. എന്നാലത് ഞാനോ ഈ അസ്റ്റോനോഫോ കൊല്ലപ്പെടുന്നതിൽ എളുപ്പത്തിൽ സംഭവിക്കാവുന്നതാണ്. അവനെത്തന്നെ ഒരു ഭീരുവെന്നു വിളിക്കുന്നുണ്ടെന്നറിയാം. അത് ഞാൻ അംഗീകരിച്ചതാണ്. തീർച്ചയായും ഒരു ഭീരുവല്ലാതെ മറ്റൊന്നുമായിത്തീരാൻ എനിക്കു കഴിവില്ല. ഒരു ഭീരു മാത്രമല്ല, എന്റെ നിലയിൽ ഞാനൊരു തരംതാണവനും നിന്ദനീയനുമാണ്. ഇവിടെ ഞാൻ നിങ്ങളോട് പണം കടം വാങ്ങുന്നു. അതിനാൽ നിങ്ങൾക്കെന്നെ പുച്ഛിക്കാൻ അവസരമുണ്ട്. ഇല്ല, ഈ പണം തിരിച്ചെടുക്കൂ.

ആ ചുരുട്ടിക്കൂട്ടിയ ബാങ്ക് ബിൽ എന്റെ നേരെ പിടിച്ചുകൊണ്ട്, “എന്നെപ്പറ്റി നിങ്ങളുടെ ഒരു നല്ല അഭിപ്രായം എനിക്കു വേണം.” അയാൾ മുഖം മറച്ചുപിടിച്ചുകൊണ്ട് കണ്ണീർ പൊഴിച്ചു. സത്യത്തിൽ ഞാനെന്തു പറയണമെന്നോ ചെയ്യണമെന്നോ അറിയാതെ ഉഴറി.

“സമാധാനപ്പെടൂ” ഞാൻ അയാളോട് പറഞ്ഞു.

“നിങ്ങൾ വല്ലാതെ ദുർബ്ബലനാണ്. ഒന്നും മനസ്സിൽ തട്ടിക്കല്ലേ. സ്വയം നിർണ്ണയിക്കരുത്. കാര്യങ്ങളെ വളരെ ലളിതമായി കാണാൻ ശ്രമിക്കൂ. നിങ്ങൾ പറഞ്ഞിരുന്നില്ലേ നിങ്ങൾക്കൊരു വ്യക്തിത്വമുണ്ടെന്ന്. നല്ല മനസ്സോടെ ഒന്നു ചിന്തിച്ചുനോക്കൂ. നിങ്ങൾക്കിനി അധികം കാത്തിരിക്കേണ്ടിവരില്ല.”

ഞാൻ പറഞ്ഞു. പക്ഷേ, അതത്ര വലിയ നിശ്ചയമുണ്ടായിരുന്നില്ല. കാരണം അപ്പോൾ സഹതാപത്താലും പശ്ചാത്താപത്താലും എന്റെ മനസ്സ് കലങ്ങിയിരിക്കുകയായിരുന്നു. അങ്ങേയറ്റം അസന്തുഷ്ടനായിരിക്കുമ്പോൾ ഞാൻ സ്വയം ന്യായീകരിക്കുക എന്ന പാപമേറ്റെടുക്കേണ്ടിവന്നതിനാൽ എന്റെ മനസ്സു നീറി.

“അതെ.” അയാൾ പറയാൻ തുടങ്ങി. “ഞാൻ ആ നരകത്തിലായിരുന്നപ്പോൾ ഒരിക്കലെങ്കിലും ഒരു സുഹൃത്തിന്റെ സഹതാപമോ ഉപദേശമോ നിങ്ങൾ ഇപ്പോൾ പറഞ്ഞപോലെയുള്ള മനുഷ്യത്വമുള്ള ഒരു വാക്കോ കേട്ടിരുന്നെങ്കിൽ ഒക്കെ ഞാൻ ക്ഷമയോടെ സഹിച്ചേനേ. ഒരു പക്ഷേ, നല്ലൊരു പോരാളിയായിത്തീരാൻ ഞാൻ ശ്രമിച്ചേനേ. പക്ഷേ, ഇപ്പോൾ.... ഇത്.... ഭീകരമാണ്.... സമചിത്തതയോടെ ചിന്തിച്ചാൽ ഞാൻ മരണത്തെയാണ് കാത്തിരിക്കുന്നത്. ലോകത്തുള്ള എല്ലാ നന്മകളും എന്നിൽ നശിപ്പിക്കപ്പെട്ടിരിക്കുന്നു. ഞാനെന്നെത്തന്നെയും എന്റെ അപ

ഹാസ്യമായ ഈ ജീവിതത്തെയും എന്തിനുവേണ്ടി സ്നേഹിക്കണം? അപകടകരമായ ഈ അവസ്ഥയിൽ എന്നെപ്പറ്റിത്തന്നെയും എന്റെ ദുരിതംനിറഞ്ഞ ഈ ജീവിതത്തെക്കുറിച്ചും ഞാൻ പ്രാർത്ഥിക്കുന്നു. അതെത്രത്തോളം വിശിഷ്ടമായിരുന്നെന്ന് ചിന്തിക്കുമ്പോൾ എനിക്കെന്നെ നിയന്ത്രിക്കാനാവുന്നില്ല. അതിനാൽ എനിക്കു കഴിയും."

ഒരുനിമിഷനേരത്തെ മൗനത്തിനുശേഷം അയാൾ വീണ്ടും തുടർന്നു.

"പക്ഷേ, എന്നെ സംബന്ധിച്ച് ഞാനൊറ്റയ്ക്കാകുമ്പോൾ അതു വളരെ കഠിനവൃത്തിയായിരിക്കും; അതി ബൃഹത്തായത്. ചില പ്രത്യേക സാഹചര്യങ്ങളിൽ മറ്റുള്ളവരോടൊപ്പം പ്രവർത്തിക്കുമ്പോൾ ഞാൻ ധീരനാകും. അപ്പോൾ വൃഥാ അഹങ്കരിക്കും. മറ്റുള്ളവരുടെ മുമ്പിൽ എന്റെ തോല്വി.... നിങ്ങൾക്കറിയാമോ, ഇന്നു രാത്രി ഞാൻ നിങ്ങളോടൊപ്പം ചെലവഴിക്കട്ടെ. നമ്മുടെ കൂടെ രാത്രി മുഴുവൻ അവർ കളിക്കും; എല്ലായിടത്തും അതിൽ വലിയ വ്യത്യാസമുണ്ടാവില്ല."

നികിത ഞങ്ങൾക്കായി കിടക്ക വിരിക്കുമ്പോൾ ആ തോക്കുശേഖരത്തിലൂടെ ഞങ്ങൾ ഇരുട്ടിൽ അങ്ങോട്ടുമിങ്ങോട്ടും ഒരിക്കൽക്കൂടി നടക്കാൻ തുടങ്ങി. ഗുസ്കോഫ് നല്ല ലഹരിയിലായിരുന്നു. അയാൾ രണ്ടു ഗ്ലാസ് മദ്യവും രണ്ടു ഗ്ലാസ് വീഞ്ഞും അകത്താക്കിയതിനാൽ തലകറക്കമുണ്ടായി. മെഴുകുതിരിക്കു ദൂരെയായി ഞങ്ങൾ നടക്കുമ്പോൾ അയാൾ 10 റൂബിളിന്റെ ബിൽ ചുരുട്ടിക്കൂട്ടി പോക്കറ്റിൽ തിരുകുന്നത് ഞാൻ ശ്രദ്ധിച്ചു. ഞാൻ കാണാതിരിക്കാനായി അയാൾ ശ്രമിക്കുന്നുണ്ടായിരുന്നു. ഇതുവരെയുള്ള സംഭാഷണം നടക്കുമ്പോഴൊക്കെ അതയാൾ കൈയിൽ പിടിച്ചിട്ടുണ്ടായിരുന്നു. എന്നെപ്പോലൊരാളുടെ സാന്നിദ്ധ്യമുണ്ടെങ്കിൽ അയാൾക്ക് നല്ല അവസ്ഥയിലെത്താൻ പറ്റുമെന്ന് തോന്നുന്നുണ്ടെന്ന് അയാൾ തുടരെത്തുടരെ പറയുന്നുണ്ടായിരുന്നു.

ഞങ്ങൾ കിടക്കാനായി തമ്പിലേക്കു പോകാൻ തുടങ്ങുമ്പോഴാണ് ചൂളംവിളിച്ചുകൊണ്ട് ഒരു പീരങ്കി ഞങ്ങളുടെ നേരെ വന്ന് അധികം ദൂരത്തല്ലാതെ പതിച്ചത്. അത്യാശ്ചര്യകരമായിരുന്നു അത്! ശാന്തമായി ഉറങ്ങുന്ന ക്യാമ്പ്! ഞങ്ങളുടെ സംഭാഷണത്തിനിടയിൽ ശത്രു പീരങ്കി എവിടെനിന്നു വന്നുവെന്ന് ദൈവത്തിനറിയാം. അതെന്തായിരുന്നുവെന്ന് തിരിച്ചറിയാനാവുന്നതിനുമുമ്പ് തമ്പിന്റെ നടുവിൽ അത്ഭുതകരമായി പതിച്ചു. ഞങ്ങളുടെ പാറാവുകാരൻ ആൻഡ്രീഫ്, അങ്ങുമിങ്ങും നടന്നുകൊണ്ടിരുന്ന എന്റെ അടുത്തേക്കു വന്നു. "ഹാ! അവൻ നമ്മുടെയടുത്ത് ഇഴഞ്ഞെത്തി. നമ്മെ ലക്ഷ്യമാക്കി എറിഞ്ഞതാണിത്." അയാൾ പറഞ്ഞു. "നമുക്ക് ക്യാപ്റ്റനെ വിളിക്കാം" ഞാൻ പറഞ്ഞു. എന്നിട്ട് ഗുസ്കോഫിനെ ഉറ്റുനോക്കി. അയാൾ ഭയംകൊണ്ട് നിലത്ത് പതുങ്ങിക്കിടക്കുകയായിരുന്നു. അ...അത്......., ആ....ശ......ത്രു.....വിന്റെ.... വെടി. ...യുണ്ട.... യാണ്.... അത്...." എന്നൊക്കെ വിക്കിവിക്കി പറയുന്നുണ്ടായിരുന്നു. അതിനപ്പുറം യാതൊന്നും ഉച്ചരിക്കാൻ അയാൾക്കായില്ല. തൽക്ഷണമായുണ്ടാകുന്ന ഇത്തരം സന്ദർഭങ്ങളിൽ അയാൾ എങ്ങനെ,

എവിടെ പോയൊളിക്കുമെന്നെനിക്കറിയില്ല.

ക്യാപ്റ്റന്റെ തമ്പിനുള്ളിൽ ഒരു മെഴുകുതിരി മിന്നി പ്രകാശിച്ചു. അദ്ദേഹം ചുമയ്ക്കുകയും ചെയ്തു. ഉണർന്നപ്പോൾ കേട്ട ശബ്ദവും ഒക്കെക്കൂടിയായപ്പോൾ അദ്ദേഹം ഒട്ടു വിഷമത്തിലായി. ഉടൻതന്നെ അദ്ദേഹം പുറത്തേക്കു വന്ന് തന്റെ പൈപ്പ് കത്തിക്കാൻ തീയാവശ്യപ്പെട്ടു.

“എന്താണിതിന്റെയൊക്കെ അർത്ഥം എന്റെ സുഹൃത്തേ!” ഒരു ചെറുചിരിയോടെ അദ്ദേഹം ചോദിച്ചു. ഇന്നുരാത്രി ഒരിത്തിരിപ്പോലും ഉറങ്ങാൻ നിങ്ങളെന്നെ അനുവദിക്കില്ലേ? ആദ്യംതന്നെ നിങ്ങളും നിങ്ങളുടെ കാഷിയർ സുഹൃത്തും പിന്നീട് ഷാമിലും. അയാളോട് ഉത്തരം പറയുന്നോ ഇല്ലയോ, നമ്മളെന്താണ് ചെയ്യുക? നമുക്കു കിട്ടിയ നിർദ്ദേശങ്ങളിൽ അതുണ്ടായിരുന്നില്ല.”

“ഒന്നുമില്ല, ഒരിക്കലും. അവൻ വീണ്ടും പോകുന്നു.” ഞാൻ പറഞ്ഞു. “രണ്ടുപേരും.”

ആ അന്ധകാരത്തിൽ ഞങ്ങളുടെ തൊട്ടുമുന്നിൽ രണ്ട് അഗ്നിഗോളങ്ങൾ മിന്നിത്തിളങ്ങി. രണ്ടു ജ്വലിക്കുന്ന കണ്ണുകൾപോലെ. പെട്ടെന്നത് ഞങ്ങളുടെ തലയ്ക്കു മീതേക്കൂടി കടന്നുപോയി. ഒന്ന് ഒരു വലിയ പീരങ്കിയുണ്ടയായിരുന്നു. ഞങ്ങളെ ലക്ഷ്യംവെച്ചായിരുന്നു അത് തുളച്ചുകയറുന്ന ശബ്ദത്തോടെ വന്നത്. അടുത്തുള്ള തമ്പുകളിൽനിന്ന് പട്ടാളക്കാർ കുതിച്ചെത്തി. അവർ ചാടിവീഴുന്നതും സംസാരിക്കുന്നതും പിടിവലി കൂടുന്നതും കേൾക്കാമായിരുന്നു.

“ഹിസ്റ്റ്! മിന്നൽ ഒരു രാപ്പാടിക്കുയിലിനെപ്പോലെ പാടി” ഒരു പീരങ്കിപ്പടയാളിയുടെ അഭിപ്രായമിതായിരുന്നു.

“നികിതയെ വിളിക്കാനയക്കൂ.” അയാളുടെ സഹജഭാവത്തിൽ ചിരിയോടെ പറഞ്ഞു. “നികിതാ, നിങ്ങൾ ഒളിച്ചിരിക്കാതെ... ഈ മലങ്കുയിലുകളെ ശ്രദ്ധിക്കൂ...”

“ശരി, സാർ....” ക്യാപ്റ്റനിരികിൽനിന്ന് നികിത പറഞ്ഞു. “ഞാൻ കണ്ടിട്ടുണ്ട് ഈ കുയിലുകളെ. ഞാനവയെ ഭയപ്പെട്ടിട്ടില്ല. പക്ഷേ, ഇവിടെയൊരു അപരിചിതൻ താങ്കളുടെ ചുവന്ന വീഞ്ഞ് മുഴുവൻ കുടിച്ചു. ആ വെടിയുടെ ശബ്ദംകേട്ട മാത്രയിൽ, ഷെൽ ഉരുണ്ടുവീണപ്പോൾ, അയാൾ മെരുങ്ങാത്ത ഒരു വന്യമൃഗത്തെപ്പോലെ ഭയന്നു.” “ഏതായാലും പീരങ്കിപ്പടയിലെ കമാൻഡർക്ക് ആളെയയ്ക്കണം” ക്യാപ്റ്റൻ അധികാരത്തിന്റെ ഗാംഭീര്യത്തോടെ എന്നോടു പറഞ്ഞു. “ഈ വെടിയുണ്ടയ്ക്ക് നമ്മൾ മറുപടി പറയണോ വേണ്ടയോ എന്നു തിരക്കണം. ഇതിലൊന്നുമില്ലെങ്കിലും എന്തെങ്കിലുമായേക്കാം. അദ്ദേഹത്തോട് പോയി അഭിപ്രായമാരായാൻ ദയവുണ്ടാകണം. ഒരു സവാരിക്കുതിരയെ കൊണ്ടുവരൂ. എത്രയും വേഗം വേണം, എന്റെ പോൾക്കൻ എടുത്തിട്ടായാലും....”

രണ്ടു മിനിറ്റിനുള്ളിൽ അവർ എനിക്കായി ഒരു കുതിരയെ കൊണ്ടുവരികയും ഞാൻ കമാൻഡറുടെ അടുത്തേക്ക് കുതിരയോടിച്ച് അതി

വേഗം പോകാൻ തുടങ്ങുകയും ചെയ്തു. "നോക്കൂ, നിങ്ങൾ കാൽനട യായി മടങ്ങണം." കണിശക്കാരനായ ക്യാപ്റ്റൻ മന്ത്രിച്ചു. "അല്ലെങ്കിൽ അവർ അതിർത്തി കടക്കാനനുവദിക്കില്ല."

കമാൻഡറുടെ അടുത്തേക്കുപോകാൻ തമ്പുകൾക്കിടയിലുള്ള നിര ത്തിലൂടെ പോകാൻ അര വേഴ്സ്റ്റേ ഉണ്ടായിരുന്നുള്ളൂ. ഞാൻ കുതിര യോടിച്ചു പോയി. ഞങ്ങളുടെ പീരങ്കിപ്പാളയത്തിൽനിന്ന് ദൂരേക്ക് ഓടിച്ച തോടെ എനിക്ക് കുതിരയുടെ കാതുകൾപോലും കാണാൻ പറ്റാത്തത്ര അന്ധകാരമനുഭവപ്പെട്ടു. പക്ഷേ, കാവൽവിളക്കുകളുടെ മങ്ങിയ പ്രകാശം അടുത്തുവരുന്നതായും അധികം ദൂരത്തല്ലാതെയും ഉണ്ടായിരുന്നു. കുറെ ദൂരം ഓടിച്ചുകഴിഞ്ഞപ്പോൾ കുതിരയുടെ ബുദ്ധിശക്തിയിൽ വിശ്വസിച്ച് ഞാൻ അതിനെ കടിഞ്ഞാണിൽനിന്ന് സ്വതന്ത്രനാക്കി. കുറച്ചു കഴിഞ്ഞ പ്പോൾ നാലു മൂലകളുള്ള വെളുത്ത തമ്പുകളും കറുത്തു നീണ്ടുപോ കുന്ന നിരത്തുകളും എനിക്ക് തിരിച്ചറിയാമെന്നായി. അര മണിക്കൂറിനു ശേഷം മൂന്നു പ്രാവശ്യം ഞാൻ എന്റെ മാർഗ്ഗം ചോദിച്ചറിയുകയും രണ്ടു പ്രാവശ്യം തമ്പിന്റെ കാലുകൾ തട്ടി എടറുകയും ഓരോ പ്രാവശ്യവും തമ്പുകൾക്കുള്ളിൽനിന്നും ശകാരവും ശാപവാക്കുകളും കേൾക്കാൻ കാരണമാവുകയും രണ്ടു പ്രാവശ്യം കാവല്ക്കാരുടെ തടഞ്ഞുനിർത്ത ലും കഴിഞ്ഞ് ഞാൻ കമാൻഡറുടെ സമീപമെത്തി. ഞാൻ വഴിയിലായി രിക്കുമ്പോൾ എന്റെ ക്യാമ്പിന്റെ ഭാഗത്തായി രണ്ടിൽക്കൂടുതൽ പ്രാവ ശ്യം പീരങ്കി വെടിയൊച്ച കേട്ടിരുന്നു. പക്ഷേ, വിട്ടതൊന്നും തലസ്ഥാന ത്തെത്തിയിരുന്നില്ല. വെടിവെക്കലിന് മറുപടി കൊടുക്കേണ്ടതില്ലെന്നാ യിരുന്നു കമാൻഡറുടെ നിർദ്ദേശം. കൂടുതൽ ശത്രുസൈന്യം ആ സ്ഥലത്ത് അവശേഷിച്ചിട്ടില്ലായിരിക്കുമെന്നായിരുന്നു അദ്ദേഹത്തിന്റെ അഭിപ്രായം. കുതിരയുടെ കടിഞ്ഞാൺ പിടിച്ച് അതിനെ നയിച്ചുകൊണ്ട് കാൽനടയായാണ് കാലാൾപ്പടയുടെ തമ്പുകൾക്കിടയിലൂടെ ഞാൻ തിരിച്ചുവന്നത്. ഒന്നിൽക്കൂടുതൽ പ്രാവശ്യം എനിക്കു കാലിടറി. പ്രകാശം അരിച്ചിറങ്ങിയ പട്ടാളക്കാരുടെ തമ്പുകൾക്കിടയിലൂടെ നടക്കുമ്പോൾ അവിടെനിന്ന് ഒരു കോമാളിക്കഥ പറയുന്നതുപോലെ കേട്ടു. ഒരു അഭ്യസ്തവിദ്യനായ പട്ടാളക്കാരൻ വായിച്ചുകൊടുക്കുന്ന പുസ്തക ത്തിൽ ശ്രദ്ധിക്കാൻ തമ്പിലെ എല്ലാവരും തടിച്ചുകൂടിയത് ഞാൻ കണ്ടു. ഞാൻ അവരുടെ സ്വരാജ്യത്തെപ്പറ്റിയും അവരുടെ മുഖ്യന്മാരെപ്പറ്റിയു മുള്ള സംസാരം കേട്ടു. പലതരത്തിലുള്ള അഭിപ്രായങ്ങളെക്കൊണ്ടും വായന തടസ്സപ്പെടുന്നുണ്ടായിരുന്നു.

മൂന്നാമത്തെ ബറ്റാലിയനിലുള്ള ഒരു തമ്പിനടുത്തെത്തിയപ്പോൾ ഗുസ്കോഫിന്റെ പരുക്കൻ ശബ്ദം കേൾക്കാനിടയായി: അയാൾ ധൃതി വെച്ച് ആഹ്ലാദഭരിതനായി സംസാരിക്കുന്നുണ്ടായിരുന്നു. അയാൾക്ക് ഉത്തരമേകിയത് പട്ടാളക്കാരായിരുന്നില്ല, ഉല്ലാസവാന്മാരായ ചെറുപ്പക്കാ രായിരുന്നു. അതേതോ സാർജന്റ് മേജറുടെ തമ്പായിരുന്നു. ഞാൻ അവിടെ അല്പം നിന്നു.

"വളരെ നാളായി ഞാൻ അയാളെ അറിയും" ഗുസ്കോഫ് പറയുകയാണ്. "ഞാൻ പീറ്റേർസ്ബർഗിലായിരുന്നപ്പോൾ എന്റെ വീട്ടിൽ അയാൾ ഇടയ്ക്കിടെ വരാറുണ്ട്. ഞാൻ അവിടെ പോവാറുമുണ്ട്. നല്ല ജീവിതമായിരുന്നു അയാൾക്ക്."

"ആരെപ്പറ്റിയാണ് നിങ്ങൾ പറയുന്നത്?" ഒരു മദ്യപന്റെ സ്വരമുയർന്നു.

"പ്രഭുവിനെപ്പറ്റി" ഗുസ്കോഫ് പറഞ്ഞു. "ഞങ്ങൾ ബന്ധുക്കളാണ്. പക്ഷേ, അതിനുമുപരി ഞങ്ങൾ പഴയ സുഹൃത്തുക്കളാണ്. അതൊരു വലിയ കാര്യമാണ്, നിങ്ങൾക്കറിയാമോ, അത്തരത്തിലൊരു പരിചയമുണ്ടാകുന്നത്. അദ്ദേഹം അതിസമ്പന്നനാണ്. അദ്ദേഹത്തിന് ഒരു നൂറു റൂബിളുകൾ വളരെ നിസ്സാരമാണ്. ഇതാ, എനിക്ക് അദ്ദേഹത്തിൽനിന്ന് കുറച്ചു പണം കിട്ടിയിട്ടുണ്ട്. എന്റെ സഹോദരി അയയ്ക്കുന്നതുവരെ കഴിയാൻ എനിക്കിതു തികയും."

"ഞങ്ങൾക്ക് കുറച്ചുതരാനുണ്ടോ?"

"ശരി, സാവലിച്ച്, എന്റെ സുഹൃത്തേ" ഗുസ്കോഫ് തമ്പിനു പുറത്തേക്കു വന്നു പറഞ്ഞു. "ഇതാ പത്തു റൂബിളുകൾ നിങ്ങൾക്കായി. പോയി രണ്ടു കുപ്പി മദ്യം വാങ്ങൂ. ഇനിയെന്തെങ്കിലും? നിങ്ങളെന്താണ് പറഞ്ഞത്?" ഇടറിയ ചുവടുകളോടെ, പാറിപ്പറന്ന മുടിയോടെ, തൊപ്പിയില്ലാതെ ഗുസ്കോഫ് തമ്പിനു പുറത്തേക്കു വന്നു. കുപ്പായം തുറന്നിട്ടുകൊണ്ട് ട്രൗസറിന്റെ കീശയിൽ കൈ തിരുകിക്കൊണ്ട് അയാൾ തമ്പിന്റെ വാതില്ക്കൽ വന്നുനിന്നു. അയാൾ വെളിച്ചത്തും ഞാൻ ഇരുട്ടിലുമാണെങ്കിലും എന്നെയെങ്ങാനും കാണുമോയെന്ന് ഭയന്ന് ഞാൻ ഒച്ചയുണ്ടാകാതിരിക്കാൻ വളരെ ശ്രദ്ധിച്ച് അവിടെനിന്നു പോയി.

"ആരാണവിടെ നടന്നുപോകുന്നത്?" തികച്ചും ഒരു മദ്യപന്റെ ശബ്ദത്തിൽ ഗുസ്കോഫ് എന്റെ നേരേ ഒച്ചയിട്ടു. പ്രത്യക്ഷത്തിൽ തണുപ്പ് അയാളെ ഗ്രസിച്ചിരുന്നു. "ഏതു പിശാചാണ് അവിടെ കുതിരയെയും കൊണ്ട് പോകുന്നത്?"

ഞാൻ ഉത്തരമൊന്നും നല്കാതെ നിശ്ശബ്ദനായി എന്റെ വഴിയിലൂടെ നടന്നുനീങ്ങി.

Printed by Libri Plureos GmbH in Hamburg,
Germany